AF679585

TẠP CHÍ VIÊN GIÁC
SỐ 273 - THÁNG 6/2026

VIÊN GIÁC

TẠP CHÍ CỦA NGƯỜI VIỆT TỴ NẠN & PHẬT TỬ VIỆT NAM
TẠI CỘNG HÒA LIÊN BANG ĐỨC

Chủ nhiệm Sáng lập: H.T. Thích Như Điển
Chủ bút: Nguyên Đạo | Quản lý Tòa soạn: Thị Tâm
Tòa soạn: Chùa/Pagode Viên Giác
Karlsruher Str. 6 - 30519 Hannover - Germany
Tel. +49 511 87 96 30 | Fax : +49 511 87 941 200
Website: https://www.viengiac.info

VIÊN GIÁC

TẠP CHÍ CỦA NGƯỜI VIỆT TỴ NẠN VÀ PHẬT TỬ VIỆT NAM TẠI CỘNG HÒA LIÊN BANG ĐỨC

Zeitschrift der vietnamesischen Flüchtlinge und Buddhisten in der Bundesrepublik Deutschland

CHỦ TRƯƠNG (HERAUSGEBER)
Congregation d. Vereinigten Vietn. Buddh. Kirche (gem.) e. V.
Karlsruher Str.6 - 30519
Hannover - Deutschland

QUẢN LÝ TÒA SOẠN
Thị Tâm Ngô Văn Phát

CHỦ NHIỆM SÁNG LẬP
Hòa Thượng Thích Như Điển

CHỦ BÚT
Cư sĩ Nguyên Đạo

KỸ THUẬT
Nguyên Đạo – Quảng Hạnh Tuệ

BAN BIÊN TẬP & CỘNG TÁC VIÊN

* **Đức:** HT. Thích Như Điển - Tích Cốc Ngô Văn Phát - Nguyên Đạo - Dr. Trương Ngọc Thanh - Trần Đan Hà - Đỗ Trường - Lương Nguyên Hiền - Đại Nguyên Nguyễn Quý Đại - Nguyên Hạnh HTD - Hương Cau - Hoa Lan Thiện Giới - Thi Thi Hồng Ngọc - Phương Quỳnh - Tịnh Ý - Quỳnh Hoa - Trần Thế Thi - Hoàng Quân.
* **Pháp:** Dr. Hoang Phong Nguyễn Đức Tiến – Chúc Thanh
* **Thụy Sĩ:** TT. Thích Như Tú - Trần Thị Nhật Hưng - Song Thư LTH – Lưu An Vũ Ngọc Ruẫn.
* **Bỉ:** Nguyên Trí Hồ Thanh Trước.
* **Áo:** Nguyễn Sĩ Long
* **Ý:** Huỳnh Ngọc Nga - TS. Elena Pucillo Trương & Trương Văn Dân.
* **Hoa Kỳ:** Tuệ Nga – Họa Sĩ ViVi Võ Hùng Kiệt & Cát Đơn Sa – Diễm Châu – Lâm Minh Anh – thylanthao – Nguyên Minh Nguyễn Minh Tiến – Dr. Bạch Xuân Phẻ.
* **Canada:** Dr. Thái Công Tụng – GS. Trần Gia Phụng.
* **Úc Châu:** TT. Thích Nguyên Tạng – Dr. Lâm Như Tạng.
* **Và chư Tôn đức Tăng Ni, Cư sĩ Phật tử cũng như văn, thi, họa sĩ… tán đồng chủ trương của Viên Giác.**

CÙNG SỰ CỘNG TÁC CỦA (Mitwirkung von)
Hội Phật Tử VNTN tại Cộng Hòa Liên Bang Đức
Vereinigung der Buddhistische-Vietnamflüchtlinge i. d. BRD

TÒA SOẠN
Chùa/Pagode Viên Giác
Karlsruher Str. 6 - 30519 Hannover
Tel. 0511 - 87 96 30 - Fax: 0511 - 87 941 200
Website: https://www.viengiac.info
Email Chùa: todinh@viengiac.info
Email văn phòng: pagodevg2020@gmail.com
Email bài vở: chubut.viengiac@gmail.com

THÔNG TIN PHÁP LÝ (IMPRESSUM / DISCLAIMER)

- Tạp chí Viên Giác phát hành định kỳ hai tháng một lần vào các tháng chẵn, bắt đầu từ 01.01.1979 tại Cộng Hòa Liên Bang Đức. Ngoài ấn bản in, Tạp chí Viên Giác còn được phát hành trên nền tảng Amazon và được phổ biến trên các trang mạng Phật giáo quốc tế.
- Tạp chí Viên Giác hoạt động nhằm mục đích bảo tồn và phát huy Văn hóa Phật giáo và Dân tộc Việt Nam tại hải ngoại. Viên Giác hoạt động phi thương mại và vì vậy không chi trả nhuận bút cho các tác giả có bài đăng.
- Mọi hỷ cúng để hỗ trợ chi phí ấn loát, điều hành và bưu phí chúng tôi xin đón nhận. Khi có yêu cầu, Viên Giác sẽ cấp biên nhận để sử dụng cho mục đích khai thuế và quân bình thuế lương bổng, lợi tức, như quy định pháp luật hiện hành.
- Nội dung các bài viết và quảng cáo đăng tải trên Tạp chí Viên Giác không nhất thiết phản ánh quan điểm của Ban Biên Tập. Các tác giả và cơ sở đăng quảng cáo chịu trách nhiệm pháp lý về nội dung, bản quyền theo quy định của luật tác quyền (copyright) và luật báo chí Đức.

Trương mục ngân hàng:
Tên (Kontoinhaber): Pagode Vien Giac
Bank: Sparkasse Hannover
IBAN: DE40 2505 0180 0910 4030 66
BIC: SPKHDE2HXXX

MỤC LỤC số 273

Bìa: Đình Khải | **Hình minh họa:** ViVi, Cát Đơn Sa, Lương Nguyên Hiền, U. Ostlaender, Trần Thế Thi
Ấn loát: Gutenberg Beuys Feindruckerei GmbH

* Viên Giác số 274 kỳ tới sẽ phát hành vào 08/2026, chủ đề: Vu Lan. Hạn chót nhận bài là 10.07.2026.
* Vì số trang báo có giới hạn nên một số bài viết cũng như Phương danh Cúng dường… không thể đăng hết trong một kỳ. Chúng tôi sẽ lần lượt đăng trong các số báo tới. Xin quý vị thông cảm.

Thư Tòa Soạn

Báo Viên Giác số 273 - Tháng 6 năm 2026

Hằng năm, nhân ngày lễ Phật Đản, Tổng Thư ký Liên Hiệp Quốc đều gửi thông điệp chúc mừng ngày Tam Hợp (Giáng sinh, Thành đạo và Nhập Niết Bàn) của Đức Phật Thích Ca Mâu Ni. Năm nay 2026, thông điệp Phật Đản đặc biệt nhấn mạnh đến hòa bình thế giới và sự an lạc của nhân loại; đồng thời kêu gọi mọi người nuôi dưỡng lòng từ bi và trí tuệ theo lời dạy của Đức Phật để soi sáng đời sống hiện tại.

Trải qua hơn 25 thế kỷ tồn tại và phát triển trên toàn cầu, Phật giáo hiện có số lượng tín đồ đứng hàng thứ tư, sau Thiên Chúa giáo, Hồi giáo và Ấn Độ giáo. Tuy vậy, với tinh thần từ bi và trí tuệ, giáo lý của Đức Phật đã và đang ảnh hưởng mạnh và sâu rộng đến đời sống nhân loại. Người Phật tử, dù xuất gia hay tại gia, đều được nuôi dưỡng trong tinh thần bình đẳng: không phân biệt tôn giáo, giai cấp, màu da, bởi "máu ai cũng đỏ, nước mắt ai cũng mặn". Chính vì vậy, Phật giáo ngày nay được tôn trọng rộng rãi trên khắp thế giới.

Nhân loại hiện đang đối diện với nhiều khủng hoảng: chiến tranh, nghèo đói, bệnh tật, cùng với thiên tai như lũ lụt, động đất, sóng thần, cháy rừng… xảy ra liên tục. Những biến động này không chỉ do tự nhiên mà còn bắt nguồn từ chính hành vi của con người chúng ta. Khi đạo đức và nhân cách bị suy giảm, hậu quả tất yếu sẽ hiện hữu. Do đó, mỗi người cần tự tu dưỡng, tích lũy công đức, góp phần hàn gắn những tổn thương của xã hội.

Ngày 29.04.2026 (nhằm ngày 13.3 năm Bính Ngọ), Tổ đình Viên Giác tại Hannover đã chính thức khởi công đào móng xây dựng Học viện (Đại học) Phật giáo Viên Giác. Đây là một nhân duyên thù thắng, mở đầu cho một giai đoạn phát triển quan trọng. Công trình dự kiến gồm 5 tầng (kể cả tầng hầm), mỗi tầng rộng khoảng 1.000 m², tương đương 53.000 square feet. Không gian này sẽ phục vụ nhiều hoạt động như lớp học, thư viện, phòng ở, hội trường, thiền đường và khu tưởng niệm.

Chi phí xây dựng phần khung sườn (Rohbau – building shell) đã lên đến hơn 2.500.000 euro; tương đương gần 3.000.000 USD. Đó là chưa kể phần xây dựng nội thất, dự kiến cần thêm khoảng 4 -5 triệu euro nữa. Trong bối cảnh giá vật liệu leo thang do ảnh hưởng chiến tranh tại khu vực Trung Đông, việc xây dựng càng gặp nhiều khó khăn. Phần xây dựng cấu trúc chính sẽ do các công ty Đức đảm trách. Phần nội thất và các công việc xây tường, đường điện, nước, lót gạch sàn nhà v.v... sẽ do những công nhân Việt Nam chúng ta làm công quả.

Nhiều người đặt câu hỏi: "Kinh phí từ đâu để xây dựng?" Đây là câu hỏi chính đáng. Tuy nhiên, câu trả lời không chỉ nằm ở tài chính mà còn ở niềm tin và sự phát tâm đối với Tam Bảo. Cách đây 40 năm, khi bắt đầu xây dựng ngôi chùa Viên Giác hiện nay, chúng ta cũng không có gì trong tay, nhưng nhờ sự phát tâm cúng dường và hỗ trợ của Phật tử khắp nơi, công trình đã viên thành. Dự án lần này cũng vậy, được khởi nguồn từ tâm nguyện hoằng dương Phật pháp nơi xứ người. Tiền bạc chỉ là phương tiện, còn động lực chính là tấm lòng của tứ chúng Tăng Ni và Phật Tử.

Theo dự kiến, đến cuối năm 2026, phần khung sườn của công trình sẽ hoàn thành và cần thanh toán hơn 2.500.000 euro cho hãng thầu Đức, trong khi hiện tại chúng ta mới có chỉ khoảng một nửa số kinh phí đó. Vì vậy, kính mong chư Tôn đức Tăng Ni và Phật tử khắp nơi phát tâm trợ duyên để Phật sự trọng đại này sớm được viên mãn.

Giờ xin nói thêm đến việc của Giáo Hội. Sau khi Đức Tăng trưởng đệ nhất – Hòa thượng Thích Thắng Hoan viên tịch, Giáo hội đã cung thỉnh Hòa thượng Thích Phước An đảm nhiệm ngôi vị Tăng trưởng đệ nhị. Nay Ngài cũng đã viên tịch. Vào ngày 01.05.2026, Giáo hội đã cung thỉnh Trưởng lão Hòa thượng Thích Minh Đạt, Viện chủ chùa Quang Nghiêm (Stockton, California, Hoa Kỳ), đảm nhận ngôi vị Đệ tam Tăng trưởng của Giáo hội Phật giáo Việt Nam Thống Nhất trong và ngoài nước. Ngài đã hoan hỷ nhận lời, trở thành chỗ nương tựa tinh thần cho tứ chúng.

Lời cuối xin nguyện cầu Tam Bảo gia hộ cho tất cả chúng ta nhân lần Đản Sanh lần thứ 2.650 (Phật Lịch 2.570) của Đức Phật, nguyện cầu thế giới luôn được sống an vui, không bị chiến tranh, hận thù, thiên tai chi phối, để nhân loại được nhập vào thể tánh bình đẳng của các Đức Như Lai.

Nam Mô Lâm Tỳ Ni Viên Vô Ưu Thọ Hạ Thị Hiện Đản Sanh Bổn Sư Thích Ca Mâu Ni Phật tác đại chứng minh.

Ban Biên Tập Báo Viên Giác

Thích Thái Hòa

BẢY BƯỚC CHÂN ĐI – TIÊU BIỂU BẢY YẾU TỐ GIÁC NGỘ

Bảy bước đi của Bồ-tát Tất-đạt-đa trong ngày thị hiện đản sanh là tiêu biểu cho bảy yếu tố giác ngộ, hay nói theo thuật ngữ chuyên môn của Phật học là Thất giác chi hoặc Thất bồ-đề phần. Hễ bất cứ ai thực tập thành tựu được bảy yếu tố giác ngộ này thì vị đó có cơ hội trở thành bậc Giác ngộ hay trở thành một vị Phật.

Qua các kinh điển cho chúng ta biết, không riêng gì đức Phật Thích-ca Mâu-ni, khi thị hiện đản sinh Ngài đi bảy bước, trên bảy hoa sen, mà bất cứ đức Phật nào dù trong quá khứ hay trong tương lai, khi thị hiện đản sanh với tư cách của một vị Bồ-tát nhất sanh bổ xứ cũng đều đi bảy bước trên bảy hoa sen như vậy. Hoa sen là tiêu biểu cho sự vô nhiễm. Nghĩa là Bồ-tát nhất sanh bổ xứ sinh ra giữa thế gian, nhưng không bị những bụi bặm của thế gian làm cho ô nhiễm, trái lại còn có khả năng chuyển hóa những bụi bặm của thế gian thành hương thơm tinh khiết. Bảy bước trên bảy hoa sen ấy là tiêu biểu cho bảy yếu tố giác ngộ mà một vị Bồ-tát nhất sanh bổ xứ thực tập thành công và sẽ thành tựu bậc giác ngộ ngay trong cuộc đời đầy ô nhiễm này.

Bảy yếu tố giác ngộ ấy gồm:

1. Trạch pháp giác chi

Trạch pháp giác chi là chi phần dẫn đến Thánh đạo vô lậu, do nội dung giác chiếu, chọn lựa gồm có đủ quán như ý túc, tuệ căn, tuệ lực và có sự quyết trạch giác phần, khiến cho các phiền não đã sanh liền diệt, những phiền não chưa sanh, thì vĩnh viễn không sanh, khiến Bồ-đề chưa sanh thì liền sanh và nếu đã sanh thì sẽ dẫn đến viên mãn.

Vì thế cho nên đức Phật Thích-ca Mâu-ni trước khi có mặt nơi thế giới Ta-bà này, Ngài đã lưu trú nơi cung trời Đâu-suất để quán chiếu và lựa chọn cõi nước, dòng dõi, cha mẹ giáng thần và vườn Lâm-tỳ-ni đản sanh.

Như vậy, yếu tố trạch pháp rất quan trọng. Khi xuất hiện nơi thế giới này rồi, Ngài chọn tiếp chỗ để hành thiền và thành đạo là Bồ-đề đạo tràng, nơi chuyển vận Pháp luân là Lộc Uyển, và nơi nhập Niết-bàn là rừng Sa-la ở Kusinaga.

Tiếp xúc với Phật đản là chúng ta tiếp xúc với khả năng trạch pháp của Ngài. Nhờ thực hành trạch pháp mà đức Phật đã thành công trên bước đường giác ngộ và giáo hóa chúng sanh.

Do đó, trạch pháp giác chi là tiêu biểu cho bước đi thứ nhất trong ngày thị hiện đản sanh của Ngài.

Vì vậy, Phật tử chúng ta phải thực tập trạch pháp giác chi để có khả năng loại bỏ tham dục, chấp ngã, loại bỏ mê tín, cuồng tín; viễn ly những tà sư ác hữu, thân cận những bậc thiện hữu tri thức, xuất hiện đúng thời, đúng chỗ đã chọn lựa để thăng tiến đời sống giác ngộ, giải thoát, làm lợi ích cho hết thảy chúng sanh.

Nếu chúng ta sống thiếu trạch pháp thì chúng ta làm việc không đúng thời, nói năng không đúng lúc và không đúng chánh pháp, chúng ta sẽ nhận thầy tà làm thầy chánh, bạn ác làm bạn hiền, làm thân hữu để rồi đi dần vào con đường lầm lỗi ở trong sanh tử luân hồi, khó mong thoát khỏi.

Trong mùa Phật đản, Phật tử chúng ta thực hành trạch pháp giác chi, để khởi sinh chất liệu giác ngộ, nhằm cúng dường đức Phật và phụng sự chánh pháp.

2. Tinh tấn giác chi

Tinh tấn giác chi là nỗ lực biến trạch pháp giác chi trở thành hiện thực trong đời sống của mình, nên gọi là Tinh tấn giác chi. Nhờ có Tinh tấn giác chi mà các điều ác trong tâm đã sanh liền diệt, những điều ác chưa sanh thì vĩnh viễn không sanh; những điều thiện nơi tâm chưa sanh, thì liền sanh; những điều thiện nơi tâm đã sanh liền thăng tiến đến chỗ viên mãn. Tinh tấn giác chi là tiêu biểu cho bước chân thứ hai trong ngày đức Phật thị hiện đản sanh.

Lễ Phật đản, chúng ta tổ chức dựng lễ đài để cúng dường là đúng, tổ chức lạy Phật để cúng dường là đúng, tổ chức tụng kinh để cúng dường là đúng, nhưng tất cả những tổ chức đó phải có nội dung thật sự của trạch pháp giác chi và tinh tấn giác chi, chứ không phải chỉ là hình thức hay đối phó. Nếu ta tổ chức chỉ để đối phó và hình thức, thì ta sẽ bỏ mất cơ hội tiếp xúc với ý nghĩa đích thực của Phật đản.

Ngày Phật đản rất nhiều người thiếu may mắn, vì họ phải lao đầu vào công việc làm ăn vất vả, có những vị đang đắm chìm vào công việc sát sanh tại các lò mổ, lò quay, hồ cá, hay bận rộn với việc điều khiển đất nước, tính toán lợi hại ở nơi các doanh nghiệp hoặc ở nơi thương trường, thì quả thật là không may cho họ. Nhưng cũng có những vị, ngày Phật đản có cơ hội đến chùa mà không hết lòng thực tập, trạch pháp giác chi, tinh tấn giác chi, khiến tâm ý không lắng yên, nói và làm không đúng chánh pháp, thì quả thật không có sự phí phạm và rủi ro nào có thể so sánh.

Ngày Phật đản, ta đã phát tâm đi chùa lạy Phật, tụng kinh thì dứt khoát ta đi và đến chùa lạy Phật, tụng kinh một cách thấu đáo hết lòng, để cho cái đi chùa và cái lạy Phật, tụng kinh của ta có kết quả như ta mong muốn và việc cúng dường lên đức Phật của ta có lợi lạc ngay cho bản thân của ta đời này và đời sau.

Nếu ngày Phật đản, ta không đủ điều kiện đến chùa thì ngày hôm đó ta lạy Phật ở nhà, nếu ở nhà chưa có thờ Phật thì ta ngồi thật yên để lạy Phật mười phương và lạy Phật trong tâm ta, khiến cho mọi ý nghĩ xấu ác nơi tâm ta rơi rụng. Nếu ta nỗ lực làm được như thế thì ta vẫn có cơ hội tiếp xúc với bước chân thứ nhất và thứ hai của đức Phật trong ngày đản sanh của Ngài. Đó là ý nghĩa của tinh tấn giác chi. Và ta đem chất liệu trạch pháp giác chi và tinh tấn giác chi ấy mà dâng lên cúng dường Phật đản.

3. Hỷ giác chi

Hỷ giác chi là chi phần giác chiếu đối với hỷ. Hỷ là vui thích. Sự vui thích do quá trình thực hành trạch pháp giác và tinh tấn giác mà sinh khởi. Như vậy, hỷ là niềm vui có cơ sở từ giác ngộ và để giác ngộ, chứ không phải niềm vui sinh khởi từ vô minh và mù quáng. Nói cách khác, do thực tập đời sống tỉnh giác, khiến niềm vui sinh khởi.

Hỷ giác chi là tiêu biểu bước đi thứ ba của đức Phật trong ngày Ngài đản sanh.

Cho nên ngày Phật Đản, ta hãy thực tập đời

sống tỉnh thức và đem niềm vui do sự tỉnh thức đem lại để cúng dường ngày đản sanh của đức Phật. Cúng dường như vậy gọi là sự cúng dường tối thượng.

Mùa Phật đản, các tổ chức Phật giáo nên tổ chức những ngày thực tập đời sống tỉnh thức, đời sống vị tha vô ngã cho các giới Phật tử, để cho các giới Phật tử có niềm vui hỷ lạc trong chánh pháp, khiến cho tâm thức của họ sáng lên trong Phật pháp hơn là tổ chức mang tính hình thức nhưng hiệu quả chuyển hóa tâm thức khổ đau cho chúng sanh cũng như đóng góp vào sự an bình cho xã hội thì lại quá khiêm tốn.

Vì vậy, hỷ giác chi là tiêu biểu cho bước chân thứ ba, trong ngày thị hiện đản sanh của đức Phật.

4. Khinh an giác chi

Khinh an là tâm nhẹ nhàng, thanh thoát do thực hành các pháp phần giác ngộ đem lại. Trong ngày Phật đản, ta muốn có tâm này để cúng dường lên đức Phật thì phải thực tập buông bỏ những lời nói không dễ thương, những cử chỉ và hành động không dễ thương giữa ta với mọi người và cả muôn vật nữa. Quan trọng hơn hết là ta phải thực tập buông bỏ triệt để những hạt giống tham dục, hận thù, hờn oán, trách móc, mù quáng, nghi ngờ và ích kỷ ở nơi tâm ta, khiến cho tâm ta nhẹ nhàng và thanh thoát. Ta hãy đem chất liệu nhẹ nhàng và thanh thoát ấy cúng dường ngày Phật đản sanh. Ấy mới là sự cúng dường tối thượng.

Khinh an giác chi là tiêu biểu cho bước chân thứ tư trong ngày thị hiện đản sanh của đức Phật.

5. Niệm giác chi

Niệm giác chi là duy trì năng lượng của ý thức tỉnh giác hiện tiền. Các yếu tố trạch pháp, tinh tấn, hỷ và khinh an được duy trì bởi ý thức tỉnh giác hiện tiền. Ta đem ý thức duy trì năng lượng tỉnh giác hiện tiền do sự thực tập mà có được ấy cúng dường đức Phật trong ngày đản sanh của Ngài, ấy là sự cúng dường Phật đản tối thượng.

Niệm giác chi là tiêu biểu cho bước chân thứ năm, trong ngày thị hiện đản sanh của đức Phật.

6. Định giác chi

Định giác chi là chi phần giác ngộ ở trong thiền định. Trong chi phần này có mặt của các niệm và định như niệm xứ, niệm như ý túc, niệm căn, niệm lực, định căn, định lực. Nhờ thực tập các niệm và định này sung mãn, chúng sẽ làm điều kiện để định giác chi sinh khởi.

Mỗi khi trong đời sống của mỗi Phật tử chúng ta đã có định giác chi thì ta sẽ có những bước đi vững vàng trên con đường giác ngộ, ta sẽ không bị các dục thế gian lôi cuốn, không bị mọi luận điểm thị phi của thế gian chi phối và ngăn cản.

Phật tử chúng ta phải thực tập giác chiếu để trong đời sống của mỗi chúng ta có chất liệu của định giác chi và ta đem chất liệu của định giác chi ấy cúng dường Phật đản thì hiệu quả cúng dường của chúng ta có tác dụng làm cho Phật pháp trường tồn để chúng sanh lợi lạc. Cúng dường như vậy chính là sự cúng dường Phật đản tối thượng.

Định giác chi là tiêu biểu cho bước chân thứ sáu trong ngày thị hiện đản sanh của Đức Phật.

7. Xả giác chi

Xả giác chi là chi phần giác chiếu đối với xả. Xả là buông bỏ các tư niệm sai lầm liên hệ đến vô minh, liên hệ đến tham dục, liên hệ đến nhân duyên của sinh tử luân hồi. Hành xả là không đi theo hành nghiệp mê lầm của sinh tử, mà đi theo tỉnh giác, đi theo hạnh nguyện thoát ly sanh tử để độ đời.

Bất cứ ai thực tập được bảy chất liệu hay bảy bước đi trên con đường giác ngộ như thế một cách trọn vẹn, thì vị ấy có đủ điều kiện để tuyên bố: "Thiên thượng thiên hạ, duy ngã độc tôn". Nghĩa là trên trời dưới đất, ta là vị độc tôn đối với bảy chất liệu giác ngộ.

Vì vậy, nếu ai thực hành đời sống giác ngộ viên mãn bảy chất liệu như vậy thì người ấy độc tôn trong thế gian, được thế gian tôn kính. Vì sao? Vì vị ấy sẽ thoát ly sinh tử ngay trong đời này, thoát ly hoàn toàn khổ đau do tham dục đem lại, hoàn toàn không còn bị tái sanh đời sau; có khả năng chuyển vận bánh xe chánh pháp để độ đời và có khả năng rống lên tiếng rống sư tử, khiến cho mọi sinh hoạt theo bản năng thú tính giữa thế gian đều bị rơi rụng, mọi tà kiến đều bị nhiếp phục, chánh kiến hiển bày.

Khi đản sanh, Bồ-tát Tất-đạt-đa, tức là tiền thân của đức Phật Thích-ca Mâu-ni tuyên bố "Thiên thượng thiên hạ, duy ngã độc tôn" là có gốc rễ từ sự thực hành ở nơi bảy yếu tố giác ngộ này, mà thuật ngữ chuyên môn của Phật học gọi là Thất Bồ-đề phần hay Thất giác chi.

Bảy yếu tố giác ngộ này là bảy tiến trình tu tập thiền định và quán chiếu dẫn đến đoạn trừ các lậu hoặc ở nơi tâm, khiến thành tựu các chất liệu của Thánh đạo vô lậu của tâm giác ngộ và giải thoát.

Cho nên, khi ra đời, Bồ-tát Tất-đạt-đa, tức là tiền thân của đức Phật Thích-ca Mâu-ni, bước đi bảy bước trên bảy hoa sen là tiêu biểu cho tư cách của một vị Bồ-tát nhất sanh bổ xứ, sẽ thành tựu Phật hay thành bậc Giác ngộ do bảy yếu tố giác ngộ đem lại, khiến không còn bị nhiễm ô phiền não ngay trong đời này.

Tuy nhiên, ta biết rằng ở trong thế giới trời người không một ai thành tựu được bảy bước đi giác ngộ ấy một cách dễ dàng, và không một ai có khả năng tuyên bố "Thiên thượng thiên hạ duy ngã độc tôn" mang tính thuyết phục và hấp dẫn như đức Phật Thích-ca Mâu-ni, khi Ngài mới đản sanh. Vì sao? Vì chính như Ngài đã nói: "Những gì Ngài nói là Ngài đã làm và những gì Ngài đã làm, thì Ngài mới nói".

Mùa Phật Đản trở về, Phật tử chúng ta cố gắng tu học một cách hết lòng, sống và thực tập theo lời Phật dạy một cách sâu sắc. Như vậy, chúng ta mới có cơ hội tiếp xúc với những gì mà đức Phật đã dạy và dâng cúng Ngài những gì chúng ta có được qua sự thực tập. Nhất là chúng ta cần phải thực tập bảy bước đi của Ngài trong đời sống cho đến khi nào chúng ta có khả năng tự do đối với sinh tử.

Thực tập bảy bước đi của đức Phật trong đời sống dưới nhiều hình thức khác nhau. Chúng ta có thể thực tập trong lúc thở vào, thở ra hay đi đứng nằm ngồi, nói cười, ăn uống, làm việc và suy nghĩ. Qua những hành hoạt như thế, chúng ta có thể tiếp xúc với đức Phật mỗi ngày và cúng dường lên Ngài mỗi ngày bằng tất cả sự thực tập của mỗi chúng ta. Thực tập như vậy là chúng ta cũng đã làm cho đức Phật trong ta đang và sẽ đản sanh.

Ngày Phật đản, chúng ta phải làm thế nào để đức Phật thật sự có mặt với chúng ta, ngay trong đời sống qua bảy bước đi của Ngài. Được như vậy, chúng ta làm lễ kỷ niệm ngày Phật đản một cách có ý nghĩa. Trên đài sen, đức Phật sẽ nhìn chúng ta mà mỉm cười, tin tưởng và thương quý. ■

THƠ
Nguyễn An Bình

MÙA PHẬT ĐẢN *an vui*

Thêm một mùa Phật Đản
Nở hoa trong lòng người
Sân thiền tuy tĩnh lặng
Sắc xuân vẫn rạng ngời.

Phật ngự trên đài sen
Hướng ta về chánh pháp
Nhìn nụ cười an nhiên
Lòng bỗng dưng ấm áp.

Chung dòng về biển cả
Đời muôn ngàn nhánh sông
Xuôi mái chèo Bát Nhã
Cánh buồm đi muôn phương.

Tình yêu tràn sự sống
Tiếng cười rộn trẻ thơ
Phước duyên - Dòng suối mát
Phải đâu cuộc tình cờ.

Đồng hành cùng chia sẻ
Nuôi dưỡng trái từ tâm
Ngày sau ngàn hoa nở
Sắc màu của trăm năm.

Thêm một mùa Phật Đản
Là thêm mùa an vui
Nguyện muôn loài bình đẳng
Chở che bao phận người./.

Thích Chúc Hiền

PHẬT ĐẢN PL.2570
TRƯỜNG THI TƯỞNG NIỆM ĐẤNG ĐẠI GIÁC THẾ TÔN

Thuở nhân gian chưa tỏ ở đạo mầu,
Khi cõi thế còn chìm nơi biển khổ
Sinh tử dập dềnh gây sóng dữ,
Luân hồi lẩn quẩn nổi sông mê
Trời đất mịt mờ, chưa phân nẻo sáng
Lòng người u ám, khó thấy nguồn chơn
Khi ấy,
Bốn phương lặng gió,
Vạn loại chờ duyên
Như đi giữa đêm trường mong được ánh đuốc soi đường
Tợ lạc nơi biển cả ước gặp được la bàn định hướng
Chính trong khoảng tịch liêu u trầm ấy,
Bậc Đại giác vì bi nguyền mà hiện thân,
Đấng Nhân từ bởi hạnh nguyện mà giáng thế;
Thắp đèn trí tuệ mở cửa vô sanh
Mưa pháp cam lồ xua vòng nhị kiến
Từ khi, Thánh mẫu ứng mộng điềm lành
Đến lúc, Cung vua mừng niềm khánh hỷ
Ánh sáng chiếu khắp, hương lạ lan xa,
Khu vườn Lâm-tỳ-ni, vô ưu nở hoa
Bồ-tát Tất-đạt-đa triển gót
Vừa xuất thế đã vượt ngoài phàm tướng,
Mới chào đời đã hiển lộ thánh nghi
Bước bảy bước mà sen vàng nâng gót,
Nhìn tám phương mà ánh ngọc soi trần
Một tay chỉ trời, biểu hiện chân như vô thượng.
Một tay chỉ đất, tỏ bày tánh giác viên dung.
Lời tuyên vang dội, chấn động càn khôn:
"Thiên thượng thiên hạ, Duy ngã độc tôn"
Vô lượng sanh tử, Ư kim tận hỷ".
Không phải tôn thân hữu hạn, mà tôn thể giác vô biên
Chẳng phải lập ngã riêng tư, mà hiển tâm bình đẳng.
Thuở thiếu thời, sống nơi cung điện,
Mắt thấy toàn cảnh đẹp,
Tai nghe toàn âm vui
Ngọc ngà chất đống mà lòng không nhiễm,
Ca vũ vây quanh mà chí chẳng lay.
Ngoại cảnh tuy rực rỡ như gấm thêu,
Nội tâm vẫn tịch nhiên tựa hồ lặng
Sống giữa phồn hoa mà không đắm trước
Ở trong dục lạc mà vẫn siêu nhiên.
Thấy hoa nở rồi tàn, hiểu lẽ vô thường,
Nhìn trăng tròn rồi khuyết, ngộ đời biến dịch
Nghe nhạc vui, cảm nỗi buồn sâu
Ngắm cảnh đẹp, biết miền giả hợp.
Càng đủ đầy càng rõ không hoa
Càng vinh hoa càng thấy huyễn tướng
Ấy chính là:
Mầm giác sớm nảy giữa dòng mê.
Tâm chơn sớm cảm nơi cõi tạm
Một hôm dạo bốn cửa thành, bốn cảnh hiện bày như tiếng chuông cảnh tỉnh:
Thấy người già lưng còng tóc bạc, biết xuân xanh chẳng thể giữ lâu.
Gặp kẻ bệnh thân yếu sắc suy, hay thân này vốn là tạm bợ.
Trông người chết nằm yên bất động, rõ sinh tử chẳng ai tránh khỏi
Gặp Sa-môn dung nghi thanh tịnh, hiểu có con đường vượt thoát trần ai.
Bốn cảnh ấy như bốn lưỡi kiếm chặt đứt mê lầm, như bốn luồng sáng phá tan u ám; khiến chí xuất trần bừng dậy, khiến nguyện cứu độ phát sinh.

Đêm nọ,
Trăng lạnh canh khuya, gió khẽ lay cành,
Người dứt áo ra đi, chí quyết lìa trần

Bỏ ngai vàng như bỏ giọt sương,
Lìa vợ con như lìa giấc mộng.
Ngựa hí trong đêm, lòng không ngoảnh lại
Người đi muôn dặm, chí chẳng lay dời.
Vì thương muôn loài chìm trong bể khổ,
Nên quyết tìm đường giải thoát.
Một bước xuất ly rền vang thiên cổ,
Một lần rời bỏ ngân vọng nghìn thu.
Sáu năm khổ hạnh, thân gầy da bọc lấy xương; ăn uống đạm bạc, ngủ nghỉ sơ sài, nếm đủ gió sương, trải cùng cô tịch.
Hình hài tuy tụy, nhưng chí nguyện kiên cường
Thể xác tuy hao mòn, mà đạo tâm vững sáng. Thế rồi quán sát tận cùng, liền biết:
Cực đoan chẳng phải chính đạo,
Ép xác không phải chân tu.
Như dây đàn căng quá thì đứt, chùng quá thì không vang,
Chỉ có trung đạo mới phát ra âm vi diệu.
Liền buông bỏ khổ hạnh, trở về điều hòa sổ tức
Thân tâm an trú, trí tuệ dần khai.
Dưới cội Bồ-đề cổ thụ, bên dòng Ni-liên tịch mặc; đêm dài sâu thẳm, đất trời lặng im.
Ngài ngồi kiết già, thân như núi vững
Tâm như nước lặng; trí sáng như gương, chiếu khắp muôn duyên.
Ma quân dấy động, dục niệm trào dâng
Khi hiện cảnh dữ làm lay ý chí,
Lúc hóa hình đẹp để nhiễu tâm thần.
Nhưng định lực kiên cố, trí tuệ viên minh
Lấy từ bi làm giáp, nên không bị tổn thương;
Dùng trí tuệ làm kiếm, nên phá tan huyễn ảnh.

Đến khi,
Sao mai vừa mọc, ánh sáng bừng tỏa
Vô minh liền dứt, chân lý hiển bày.
Một niệm giác khởi bóng tối tiêu tan
Một lần chứng ngộ đèn thiền rạng chiếu
Từ đây, đạo lớn mở ra, pháp âm vang dội; không riêng an trú tịch tĩnh, mà rộng độ quần sinh.
Bốn mươi chín năm hóa độ, bước chân không nghỉ; khi vào thành thị, lúc đến thôn quê; gặp người ngu thì dùng lời giản dị, gặp kẻ trí thì nói pháp thâm sâu.
Khi thuyết Tứ diệu đế để chỉ rõ nguyên nhân khổ và con đường diệt khổ,
Lúc giảng Duyên sinh để hiển bày tính tương quan của vạn pháp.
Khi dạy Bát chánh đạo để mở lối tu hành,
Lúc khai phương tiện để tùy căn cơ mà dẫn dắt.
Giáo pháp kinh luật luận như nước cam lồ tưới mát tâm khô,
Đức tuệ bi trí dũng như ánh thái dương phá tan đêm tối.
Người nghe liền tỉnh, kẻ học chóng thông.
Có kẻ buông đao mà thành thiện,
Có người quay đầu thì thấy sáng.
Vua chúa cúi mình kính ngưỡng,
Quan dân dốc chí quy y,
Từ một người giác ngộ mà lan ra vô số người tỉnh thức,
Từ một ngọn đèn mà thắp sáng nghìn vạn ánh sáng.

Đến khi duyên độ đã mãn, hạnh nguyện đã tròn;
Ngài an nhiên thị tịch nơi rừng Sa-la,
Tâm không động niệm, sắc chẳng đổi thay.
Không sầu thương mà vẫn bi nguyện
không luyến tiếc mà vẫn từ hòa;
Đến như mây nổi, đi như gió thoảng.
Thân tuy diệt nhưng pháp chẳng diệt,
Hình tuy mất mà đạo vẫn còn.
Như trăng khuất núi ánh còn soi
Như hoa rụng cành mà hương vẫn ngát.
Ôi! Một đời thị hiện, vì đại bi mà đến;
Một kiếp hóa thân, vì đại nguyện mà đi.
Không vì danh hiện, chẳng vì lợi hành.
Chỉ vì chúng sinh mê lầm nên khai đường giác ngộ.
Bởi lẽ muôn loài khổ não nên mở lối giải thoát.
Công đức rộng như hư không không bờ không bến
Ân nghĩa sâu dường biển cả chẳng ngại chẳng ngăn.
Người đời nếu biết quay về tự tâm, liền thấy tánh giác vốn đầy đủ.
Kẻ trí nếu hay nương theo chánh pháp, ắt vượt sinh tử đến được bờ an.
Phật chẳng ngoài tâm, tâm chính là Phật.
Đạo không cách thế, thế tức là đạo.
Mê thì muôn dặm xa xôi.
Ngộ thì ngay đây hiện tiền.
Tối thì nghìn năm u ám,
Sáng thì chớp mắt quang minh.

Thế mới hay:
Cuộc đời Ngài không chỉ là một trang huyền sử sống mãi với thời gian, mà còn là con đường thênh thang vượt ngoài vô biên cõi nước...!
Không chỉ là hành trạng của một bậc Thánh nhân, mà là ánh sáng soi chiếu cho muôn kiếp.
Ai biết quay đầu thì bến giác liền hiện.
Ai hay tỉnh thức thì Phật đạo chẳng xa.
Giữa chốn hồng trần bụi bặm, vẫn có thể nở đóa sen thanh tịnh.

Nam Mô Bổn Sư Thích Ca Mâu Ni Phật ■

Tu Viện An Lạc, California
Tỳ-kheo Thích Chúc Hiền (Khể thủ kính ghi)

Thiện Như

HÀNH TRÌNH GIÁC NGỘ

Hôm nay, dưới cội Bồ-đề, chúng con thành tâm tưởng niệm ngày Đức Bổn Sư Thích Ca Mâu Ni thành đạo.

Cung kính nghe rằng, bậc xuất trần thượng sĩ đúng thời thị hiện, chúng sanh hữu duyên liền cảm ứng. Ngài đã từng xuất hiện nơi địa ngục A-tỳ để bắt đầu cuộc đăng trình chuyển hóa, ngay lúc ấy đã phát lộ tâm bồ-đề hóa độ quần mê.

Sự kiện thành đạo của Thái tử Tất-Đạt-Đa năm xưa không chỉ mở ra một kỷ nguyên chánh pháp giữa đời thực mà còn là hạnh nguyện lớn lao trải qua ba a-tăng-kỳ kiếp của bậc Đại sĩ. Từ nơi địa ngục A-tỳ cho đến cung trời Đâu-suất, từ vườn Lâm-tỳ-ni cho đến Bồ-đề Đạo-tràng, từng chặng đường đi qua đã đều hiển lộ tâm bồ-đề trong sáng và trí tuệ vô thượng.

Thành đạo không chỉ là một khoảnh khắc lịch sử, mà như là một mặt trời trí tuệ chiếu khắp mười phương, là dòng suối ngọt ngào làm mát dịu tâm can của chúng hữu tình, mở lối giải thoát ngay trong đời này.

Theo truyền thống Đại thừa, Đức Phật là vị Bồ-tát phát tâm từ vô lượng kiếp, đã từng vào chốn khổ đau, kết duyên lành nguyện độ hết thảy chúng sinh. Ba a-tăng-kỳ kiếp ấy là quá trình tu hành viên mãn các Ba-la-mật. Nhờ thắng duyên đã thuần thục, Bồ-tát quán cõi Diêm-phù-đề, chọn giáng trần nơi dòng tộc Thích-ca, tại vương thành Ca-tỳ-la-vệ.

➢ **Đản sanh**

Tứ Thiên Vương thường theo hộ vệ, Bồ-tát thác thai nơi hoàng hậu Ma-da, trụ thai bằng chánh niệm thanh tịnh. Ngài đản sanh tại vườn Lâm-tỳ-ni, có bốn mùa hoa nở, chim hót vang muôn âm điệu, đất trời giao cảm. Tương truyền nơi ấy có sen hồng nở rộ nâng gót ngọc, nước thiên hiển lộ hai dòng ấm, lạnh. Thân sơ sanh của Bồ-tát ứng hiện ba mươi hai tướng tốt, tám mươi vẻ đẹp tùy hình, báo điềm đại nhân.

Từ nơi Hương sơn, Ngũ thông Phạm tiên A-tư-đà xem tướng đã toát lên vẻ kinh ngạc, rồi ông buồn tủi khóc than, khóc vì không còn đủ thọ mạng để chờ đợi được chiêm ngưỡng bậc vĩ nhân thành đạo, vì sẽ phải sinh lên cõi trời Vô tưởng không được nghe Phật thuyết pháp.

➢ **Thuở Ấu thơ**

Trong ngày vui của lễ hạ điền, Thái tử điềm nhiên nhập sơ thiền dưới bóng cây, biểu thị căn lành thiền định sâu dày.

Đến tuổi thành niên, dầu đầy đủ vinh hoa phú quý, cung vàng điện ngọc, vợ đẹp con ngoan, Bồ-tát vẫn thao thức trước cảnh khổ đau của nhân thế. Lần nọ, ra bốn cửa thành, Ngài thấy hiện tượng *lão, bệnh, tử, và hình ảnh của một vị sa-môn an nhiên.* Hạt giống ươm mầm giải thoát bao lâu dường như nay đã được đủ duyên bừng nở. Ngài quán xét bản chất vô thường, khổ, vô ngã của đời sống, từ bỏ ngũ dục, cắt ái ly gia, vào rừng sâu cầu đạo.

➢ **Khổ hạnh**

Trong lâm viên khổ hạnh, Bồ-tát tu ép xác đến tột cùng, thân thể gầy mòn, kiệt sức nhưng không đắc đạo, chỉ uổng công nhọc sức. Ngài liền nhận thấy rằng khổ hạnh cực đoan không đưa đến giải thoát. Khi ấy, có một thiên tử biết được ý của ngài nên liền đến nhà mách bảo con gái của trưởng thôn Thiện Sanh dùng sữa bò nấu cháo sữa mật

dâng cúng cho Bồ-tát. Theo Pháp Uyển Châu Lâm ghi lại: *Lúc bấy giờ, có một thầy tướng giỏi đi đến, thấy nồi cháo sữa xuất hiện các hình tướng lạ lẫm như thế, bèn nói: "Thật hy hữu! Ai ăn cháo sữa này chẳng bao lâu sẽ chứng được diệu dược Cam lộ"*.

Sau khi thọ nhận, thân tâm điều hòa, Ngài thả bát xuống dòng sông Ni-liên-thiền, bát trôi ngược dòng, điều này như chí nguyện vượt nghịch lưu phiền não "nhập dòng vô sanh", và cũng là hướng tu Trung đạo, tránh cả hai cực đoan hưởng dục và khổ hạnh.

"Năm xưa chiếc bát ngược dòng
Trôi vào lịch sử nhập dòng vô sanh". (MN)

➢ **Thành đạo**

Thời gian trước khi thành đạo, đức Phật đã trải qua những lối tu khổ hạnh, ngỡ rằng lối tu này sẽ đưa đến giải thoát cho mình, cho người và mọi loài chúng sanh. Tuy không mang đến kết quả như mong đợi ban đầu, nhưng cũng nhờ trải nghiệm sáu năm đó, ngài đã tuệ tri và phân loại các tư tưởng, tâm thức vọng niệm liên hệ đến các tham dục, sân nhuế và tàn hại do vô minh khởi lên khiến hại mình, hại người và hại cả hai nên ngài đã từ bỏ. Và thay vào đó, đức Phật đã nỗ lực chuyên cần, tinh tấn làm cho tăng trưởng các trí tuệ và liễu tri Niết-bàn.

Kinh Bản Duyên ghi lại, Ngài ngồi kiết già nơi Bồ-đề Đạo-tràng, phát nguyện: "*Dù thịt nát xương tan, nếu chưa chứng Vô thượng Chánh đẳng Chánh giác, quyết không rời chỗ này*". Ma quân khuấy nhiễu bằng dục lạc, sợ hãi, nghi ngờ. Ngài an trú chánh niệm, dùng trí tuệ nhiếp phục và bắt Ấn địa xúc để biểu trưng cho chân lý bất động. Đêm ấy, Ngài chứng ba minh:

Túc mạng minh là thấy vô số đời quá khứ, nhân quả không sai.

Thiên nhãn minh là thấy sinh diệt của chúng sinh tùy nghiệp duyên.

Lậu tận minh là đoạn tận các lậu hoặc, chứng Vô thượng Chánh đẳng Chánh giác.

Cùng lúc, Ngài thấu rõ Tứ thánh đế và Duyên khởi: cái khổ, nhân khổ, sự chấm dứt khổ, và con đường diệt khổ; cũng như mười hai nhân duyên vận hành như một bánh xe không tự ngã. Ánh sáng trí tuệ ấy từ đây chiếu khắp ba cõi.

➢ **Chuyển pháp luân tại Vườn Lộc Uyển**

Sau bảy tuần an trú thiền định quanh cội Bồ-đề che nắng che mưa, Đức Phật hướng về Lộc Uyển, thuyết pháp đầu tiên độ cho năm anh em Kiều-trần-như cho đến độ nhóm thanh niên Da-sá, huynh đệ Ca-diếp, Xá-lợi-phất, Mục-kiền-liên….

Bài kinh Chuyển Pháp Luân là lời khai thị để mở đầu cho Tăng đoàn. Các vị dự Pháp hội ấy đã lần lượt chứng quả, đánh dấu sự hiện diện của Tam bảo: Phật, Pháp, Tăng, làm ruộng phước vô thượng cho đời. Thanh thế Phật pháp càng ngày lan rộng, khiến cho hai mươi tám vị thiên chủ và mười sáu quốc vương một lòng hướng về đạo giải thoát.

➢ **Ý nghĩa giáo pháp**

Con đường của Phật đi là con đường an lạc và liễu sanh thoát tử. Sau khi thành đạo dưới cội Bồ-đề, ngài đã phương tiện chỉ lại cho hàng chúng sanh phương pháp thực chứng ấy bằng ngôn ngữ tượng trưng của thế gian. Vậy, tập hợp tất cả các lời mà ngài đã dạy từ kim khẩu, nên gọi là kinh. Cho nên kinh là con đường chánh trí an lạc đưa chúng sanh đến bờ giải thoát và giác ngộ.

- Trung đạo: Tránh hai cực đoan hưởng lạc và khổ hạnh.
- Tứ đế và Bát chánh đạo: Một lộ trình thực tiễn, từ chánh kiến đến chánh định, đoạn tận gốc rễ khổ đau.
- Duyên khởi: Không gì tồn tại độc lập, hiểu duyên khởi là tháo gỡ được chấp thủ và nuôi dưỡng từ bi.
- Ba minh, ba độc và ba học: Trí tuệ đoạn tận tham, sân, si; lấy giới, định, tuệ làm cốt lõi.
- Từ bi và phương tiện: Trí tuệ không rời tình thương; giáo pháp uyển chuyển tùy căn cơ.

➢ **Ngày vía Thành đạo và sự tu tập**

Tại Việt Nam, ngày mùng 8 tháng Chạp âm lịch là tổ chức ngày vía Đức Phật Thích Ca thành đạo. Ý nghĩa không chỉ ở nghi lễ, mà ở sự phát nguyện hiện thực hóa giáo pháp của Phật trong đời sống thường nhật.

- Sám hối và phát nguyện: Quán chiếu lỗi mình, dứt ác làm lành, nguyện học theo con đường Trung đạo.
- Giữ giới và chánh niệm: Ít nhất một ngày trai giới; nuôi dưỡng chánh niệm trong tứ oai nghi, đi, đứng, nằm, ngồi.
- Thiền tọa và quán chiếu: Thực tập hơi thở, quán vô thường, khổ, vô ngã, nhìn sâu vào gốc rễ khổ đau.
- Bố thí và phụng sự: Cúng dường Tam bảo, trợ duyên học pháp, giúp đỡ người khó khăn, bảo vệ môi trường sống…
- Học pháp và chia sẻ: Tụng kinh, thảo luận Phật pháp, bàn luận pháp nghĩa với tinh thần khiêm cung.
- Nuôi lớn từ bi: Thực hành ái ngữ, lắng nghe,

hóa giải hiềm hận; mở lòng với mọi loài.

Thành đạo không phải chuyện của quá khứ, mà là động lực hiện tiền, mỗi người đều có khả năng giác ngộ thành Phật. Đức Phật dạy, làm thế nào để nhận ra khổ có mặt, con đường chấm dứt khổ cũng có mặt. Trí tuệ là ngọn đèn. Từ bi là hơi ấm. Học theo Ngài là rửa sạch ái nhiễm, tẩy trừ vô minh, để mỗi suy nghĩ, lời nói, hành động đều trở thành hương sen trong bùn lầy cuộc sống.

Từ đêm thành đạo dưới cội Bồ-đề, mặt trời trí tuệ đã soi chiếu thế gian.

Từ vườn Lộc Uyển, bánh xe chánh pháp đã chuyển.

Chúng con đảnh lễ bậc Thầy của trời người: Thân giáo, khẩu giáo, ý giáo của Phật đã lưu lại trong ba tạng thánh điển là suối nguồn bất tuyệt.

Nguyện nương bóng Đại giác, học hạnh Trung đạo, trau giồi giới, định, tuệ, đem an lạc đến cho mình và người. Nguyện mỗi ngày đi, đều là một bước đi trên con đường thành đạo ngay trong đời này, ngay trong phút giây này.

Nam mô Bổn Sư Thích Ca Mâu Ni Phật. ■

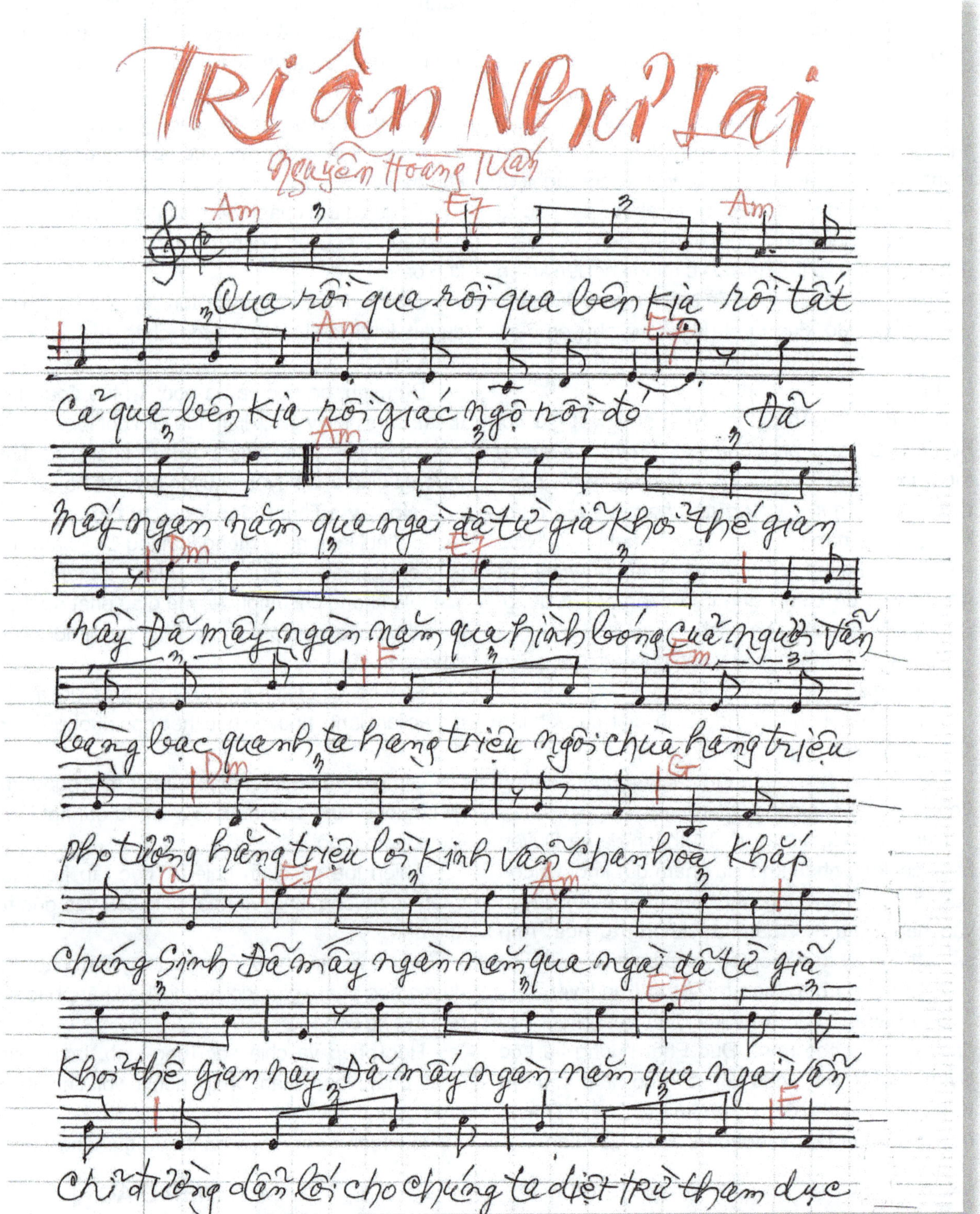

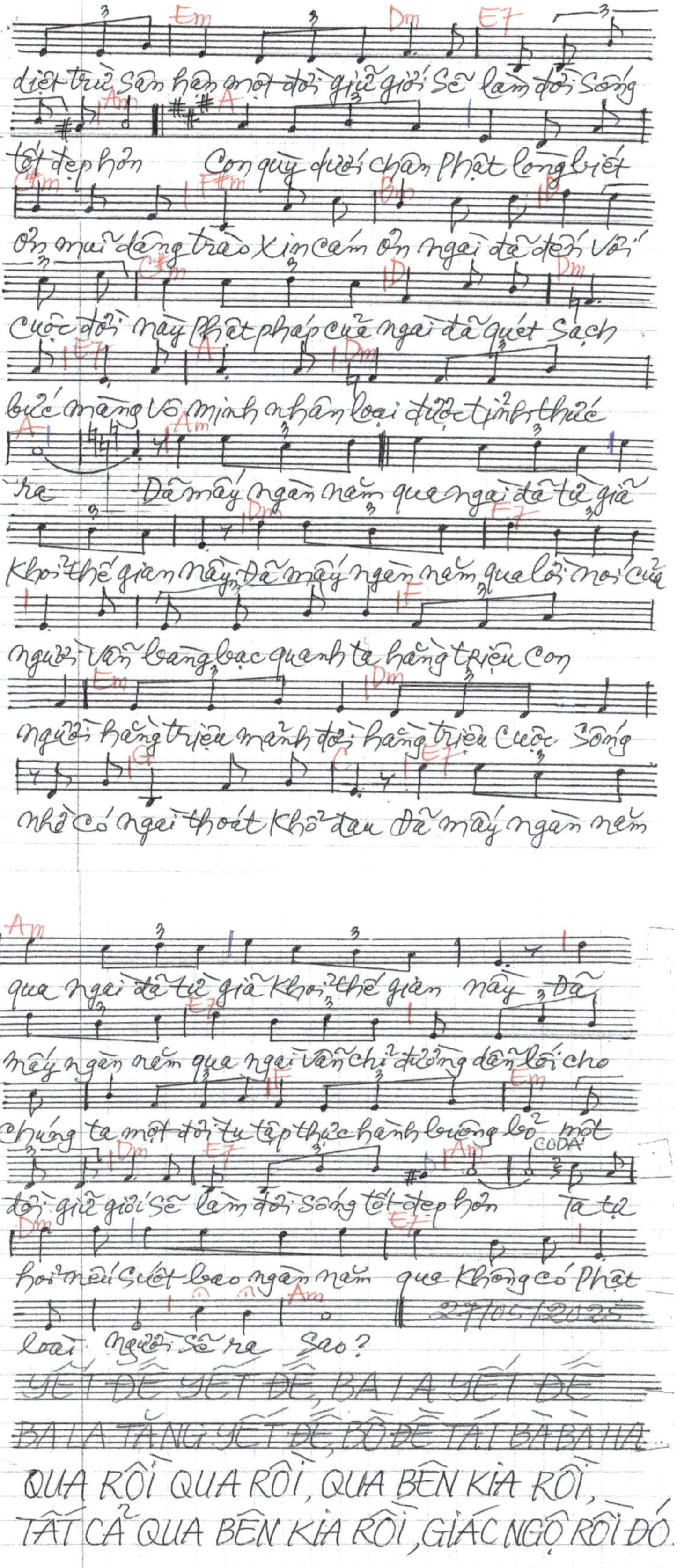

Tác giả
Kính tặng
Thầy và Chùa Viên Giác
Đặc biệt lòng kính ngưỡng
Hòa Thượng Thích Như Điển

THƠ
Tuệ Nga

TIẾNG VỌNG HỒNG CHUNG

Phải chuông từ Vệ La Thành
Nhiệm mầu đồng vọng chuông lành
Giác Minh

Âm vang tiếng vọng hồng chung
Gọi người thức tỉnh thoát vòng u mê
Hồng chung ngát ý Bồ Đề
Chuông ngân thanh thoát đường về bến hoa

Tiếng chuông vang dội Sa Bà
Huyền vi lắng tịnh phong ba biển đời
Hồng Chung tiếng vọng tuyệt vời
Hồng Chung Đại Nguyện nơi nơi vang rền

Từ trong tâm thức êm đềm
Hồng Chung mỗi sớm ngân lên nhẹ nhàng
Nhiệm huyền như ánh Từ Quang
Nhiệm huyền là tiếng chuông vang sớm
chiều

Kiếp đời nghiệp chướng đã nhiều
Hồi chuông An Lạc tịnh siêu tâm lành
Chuông vang, vang thấu trời xanh
Hồi Chuông Đại Nguyện tươi nhành Liên Hoa

Giúp hồn vượt ải Nại Hà
Giúp người thức tỉnh tâm hoa kiên trì
Khai tâm mở trí Đại Bi
Hồng chung tiếng vọng huyền vi vào đời

Tâm thành Kính Tạ Phật Trời
Đã cho con được kiếp người để tu
Đại Hồng Chung xóa sương mù
Giúp người tinh tiến đường tu viên thành

Phải chuông từ Vệ La Thành?
Nhiệm mầu đồng vọng Chuông Lành Giác
Minh
Nguyện Cầu đời hết điêu linh
Đại Hồng Chung Tiếng An Bình Ngân Vang…
(Hoa Đài Dâng Hương)

Nguyên Trí – Hồ Thanh Trước

SỰ KIỆN LỊCH SỬ TRONG NGÀY PHẬT ĐẢN

Lễ Phật Đản được Từ điển Britannica giải nghĩa như sau: Vesak, một lễ hội vô cùng quan trọng trong Phật giáo, đặc biệt là Phật giáo Theravada, kỷ niệm ngày sanh, ngày giác ngộ và ngày nhập vô dư Niết Bàn của Đức Phật. Lễ hội được cử hành vào ngày trăng tròn của tháng Vesakha âm lịch, tháng thứ tư theo lịch âm, rơi vào tháng Tư, tháng Năm hoặc tháng Sáu trong một số trường hợp theo lịch Gregorian. Ngày này được coi là ngày lễ quốc gia ở nhiều nước Đông Nam Á. Lễ này cũng được tổ chức ở các nước Đông Á, chỉ để kỷ niệm ngày sinh của Đức Phật. Năm 1950, Hội Phật giáo Thế giới đã công nhận Vesak là ngày lễ quốc tế, được tổ chức vào ngày trăng tròn đầu tiên của tháng Năm. Năm 1999, Liên Hợp Quốc đã công nhận Vesak là ngày lễ quốc tế. Lễ hội được đánh dấu bằng các nghi lễ thờ cúng đặc biệt và nhiều việc làm nhằm tích đức, chẳng hạn như cúng dường trai tăng (saṅghikadāna) hoặc phóng sanh.

Các tên gọi khác nhau của lễ Phật Đản

Ngày lễ này được biết đến với nhiều tên gọi khác nhau ở các vùng miền khác nhau:

- **Vesak hoặc Wesak**: Thường được sử dụng ở hầu hết các quốc gia Phật giáo Theravada.
- **Buddha Purnima or Buddha Jayanti**: Được tổ chức ở Ấn Độ và Nepal, có nghĩa là «Trăng tròn» hoặc «Đản sanh».
- **Saga Dawa Duchen**: Tên gọi được sử dụng trong Phật giáo Tây Tạng cho lễ hội vào tháng thứ tư, được coi là điềm lành cho những việc thiện.
- **Yeondeunghoe**: Lễ hội thắp đèn lồng ở Hàn Quốc để tưởng nhớ ngày sanh của Đức Phật.
- **Phật Đản**: Được tổ chức ở Việt Nam với lồng đèn hình hoa sen, cầu nguyện và cúng dường.
- **Fódàn** (佛誕): Ở Trung Quốc, lễ kỷ niệm này bao gồm việc phóng sanh.
- **Hana Matsuri** (はなまつり) (花祭 - Lễ hội Hoa): Tên gọi phổ biến cho ngày sanh của Đức Phật ở Nhật Bản, chính thức vào ngày 8 tháng 4.
- **Phật Đản ở Đài Loan**: Được kỷ niệm vào Chủ nhật thứ hai của tháng Năm, trùng với Ngày lễ Mẹ.

Các nghi lễ và truyền thống

Theo truyền thống các nghi lễ Vesak được cả tăng sĩ và cư sĩ thực hành như: Tăng sĩ thường tham gia lễ Phật, tụng kinh, thuyết pháp. Cư sĩ dâng hoa và hương, tham gia các lễ hội tụng kinh, nghe thuyết pháp, cùng thiết đãi trai tăng, tham dự các tiết mục văn hóa, văn nghệ. Nhiều Phật tử cũng chọn kiêng rượu và thịt trong suốt lễ hội.

Một khía cạnh quan trọng của Vesak là «tạo công đức» bằng cách làm việc thiện để cải thiện nghiệp của bản thân. Điều này có thể bao gồm cúng dường trai tăng hoặc phóng sanh, chẳng hạn như phóng sanh chim, cá, v.v... Tuy nhiên, do những tác động tiêu cực ảnh hưởng đến môi trường, một số cộng đồng đang tìm kiếm các cách thức khác để tạo công đức, chẳng hạn như ăn chay hoặc làm việc tại các trại cứu trợ động vật.

SỰ KIỆN LỊCH SỬ TRONG NGÀY PHẬT ĐẢN VÀ TRONG KINH ĐIỂN.

Trong dịp lễ này vẫn còn nhiều người, nhiều Phật tử, đặt nghi vấn về sự kiện giấc mộng của Hoàng hậu Maya và sự đản sanh của Thái tử Tất Đạt Đa.

Hoàng Hậu Maya được báo mộng.

Trong một đêm trăng thanh, khi hoàng hậu đang nghỉ ngơi trong cung điện, bà chiêm bao thấy một con voi trắng sáu ngà từ trên trời cao từ từ hạ xuống, điềm nhiên đi quanh bà rồi chui vào bên phải bụng bà. Giấc mộng này không chỉ khiến hoàng hậu bàng hoàng tỉnh giấc mà còn để lại trong lòng bà một cảm giác thiêng liêng, kỳ diệu đến khó tả.

Theo phong tục cổ xưa tại Ấn Độ, phụ nữ khi mang thai gần đến ngày sinh nở thường trở về quê mẹ để sinh con. Vì vậy, gần ngày sanh nở của Hoàng hậu Maya, vua Tịnh Phạn đã chuẩn bị một đoàn xe ngựa long trọng để tiễn Hoàng hậu về nước, quê hương của Hoàng hậu.

Khi đến khu vườn Lâm Tỳ Ni, Hoàng hậu cảm thấy tinh thần sảng khoái lạ thường. Khu vườn này từ lâu đã nổi tiếng là nơi thanh tịnh, với những hàng cây cổ thụ cao vút, những đài sen nở rộ dưới ánh nắng ban mai, và tiếng chim hót líu lo vang vọng khắp không gian. Bà cho dừng kiệu, bước xuống đi dạo trong vườn, tay vịn vào cành hoa Vô Ưu đang đơm bông. Chính tại khoảnh khắc ấy, Thái tử Tất Đạt Đa đã bước ra từ hông phải của Hoàng hậu Maya.

Khi vừa hạ sanh ngài liền biết đi và biết nói.

Bộ kinh Trường A Hàm quyển một, (phẩm Sơ Đại Bản Duyên) và kinh Đại Bản (thuộc Trường Bộ) đều ghi lại rằng, trong ngày Đản sanh của đức Phật: *«Khi vừa mới hạ sanh, Ngài bước đi bảy bước, dưới mỗi bước chân nở ra một đóa hoa sen, đến bước thứ bảy thì dừng lại»*, Ngài nhìn khắp cả bốn phương, một tay chỉ lên trời, một tay chỉ xuống đất và dõng dạc tuyên bố rằng: *«Thiên thượng thiên hạ – Duy ngã độc tôn»*.

Các sự kiện lịch sử này thường được các vị Tôn túc cùng cư sĩ qua nhiều thế hệ cố gắng giải thích trong nhiều bộ kinh và qua nhiều buổi thuyết giảng.

Những điều khó hiểu trong kinh điển

Ngoài ra trong các bộ kinh cũng thường giảng về những sự kiện dường như huyền thoại, khó có thể hiểu với mối kiến thức bình thường của chúng sanh. Như phẩm 15 «Tùng địa dũng xuất» trong kinh Pháp Hoa hoặc «Quang Mục Cứu Mẹ» trong phần 4 của phẩm 4 trong kinh Địa Tạng Bổn Nguyện hay nhiều phần trong kinh Đại Bảo Tích, v.v...

Không riêng gì trong Phật giáo, kinh điển các giáo phái khác như Thiên Chúa giáo hay Do Thái giáo cũng thường nêu lên những sự kiện lịch sử khó hiểu.

Tuy nhiên việc tìm hiểu và giải thích các điều này vượt ngoài khả năng của tác giả bài viết. Tác giả chỉ có ý luận bàn về các sự kiện này có ảnh hưởng gì không, đến việc tu tập theo các giáo phái nói chung và theo chánh pháp của Đức Phật nói riêng?

-Ngày nay dù văn minh khoa học đã tiến bộ rất nhiều, tuy nhiên với nền văn minh khoa học này cộng thêm sự trợ giúp của AI, con người hiểu được gì về tất cả hiện tượng xung quanh chúng ta, hiểu được gì về quả địa cầu mà chúng ta đang sinh sống, về Giải Ngân Hà (Milky Way Galaxy) chứa Thái Dương Hệ (Solar System) của chúng ta và xa hơn nữa vũ trụ vô tận? Câu hỏi tức là câu trả lời.

-Gần chúng ta hơn, chúng ta đạt được kết quả gì trong việc tìm hiểu và khám phá những điều chưa hiểu về chính bộ óc của chúng ta? Câu hỏi tức là câu trả lời.

-Hằng ngày có không ít các nhà khoa học vẫn tìm hiểu giải thích các hiện tượng thiên nhiên trong cuộc sống hằng ngày của chúng ta, như việc hiện tượng thay đổi khí hậu hâm nóng bầu khí quyển, v.v... Họ đã tìm được giải pháp thỏa đáng nào để giải quyết vấn đề? Câu hỏi tức là câu trả lời.

Dù chưa đạt được tất cả kết quả mong muốn, tuy nhiên chúng ta vẫn sống vẫn cố gắng tiếp tục trong mọi lãnh vực theo đường hướng tốt đẹp đã vạch ra hầu đạt được cứu cánh.

Tu hành cũng vậy, bất cứ với giáo phái nào, mục đích chánh của việc tu tập là đạt được cứu cánh. Cứu cánh của Phật giáo là đạt được giác ngộ giải thoát tất cả phiền não ngay trong đời này và tại đây. Vì vậy thay vì chạy theo tìm hiểu những điều huyền nghĩa trong sự kiện lịch sử và trong kinh điển đã không lợi ích mà chỉ mang lại phiền não trong tâm.

Lời Phật dạy và kinh điển chỉ là «ngón tay chỉ mặt trăng» và mặt trăng mới là cứu cánh. Trong kinh Diệu Pháp Liên Hoa Đức Phật giảng rõ trong phẩm 2, phẩm 3 rằng ngài dùng phương tiện để dẫn dắt chúng sanh trong việc hành trì tu tập. Do vậy, người Phật tử muốn tiếp nhận kinh Pháp Hoa cũng cần có sự chuẩn bị học tập, hành trì thích hợp, không chỉ đơn thuần dựa vào việc đọc kinh mà có thể nhận hiểu trọn vẹn được ngay. Giai đoạn sau, trong Bát Nhã Ba La Mật Đa Tâm Kinh Đức Phật giảng tất cả đều là **không** trái với cái **có** trong các kinh trước, để hiểu được điều này cần phải tu tập, quán chiếu trong một thời gian dài mới đạt được.

Tự tịnh kỳ ý – Giữ Tâm thanh tịnh tu tập đúng chánh pháp theo lời Phật dạy giải thoát phiền não là điều quan trọng hơn là dùng thời giờ nghiên cứu các sự kiện lịch sử trong kinh điển mà bỏ quên việc tu tập. Cố gắng tu tập hầu đạt được Trí Tuệ.

Theo quan điểm của Phật giáo thì Trí tuệ có nhiều cấp bậc từ thấp đến cao, và trong một cấp bậc nào đó có thể tạm gọi là cao nhất của sự hiểu biết thì Trí tuệ còn được gọi là Trí Tuệ Bát nhã. Tu tập đến khi đạt được Trí tuệ Bát nhã thì hành giả hoàn toàn thoát khỏi si mê phiền não buông bỏ tất cả chấp trước, đạt được giác ngộ, giải thoát cuối cùng. ■

THƠ | Tôn Nữ Mỹ Hạnh

NHƯ HẠT SƯƠNG MAI

Trong như hạt ngọc sương mai
Long lanh sắc biếc trên đài sen thơm
Chuông chùa lắng đọng chiều hôm
Thanh âm nhẹ thoảng sóng dờn khơi xa.

Nhẹ lòng kinh kệ Pháp Hoa
Chén trà buổi sớm chan hòa niềm thương
Tự mình thắp đuốc soi đường
Chờ chi đêm tối chán chường thở than.

Ngày vui nào cũng phải tàn
Trăm năm hạnh ngộ thời gian được gì
Sợi dây mê đắm tình si
Tâm bình nào muốn so bì cùng ai.

Có qua bể khổ đêm dài
Sáng nghe chim hót bên tai dịu dàng
Thực hư giữa chốn hồng trần
An nhiên dưới cội hoa vàng thiện lương.

Bão giông giữa cõi đời thường
Khát khao hạnh phúc dặm đường chông gai
Trong veo từng giọt sương mai
Trôi về bến giác áng mây trong lành ./.

Tâm Nhãn

PHẬT XƯA, PHẬT NAY

Năm 2016, thầy Tuệ Sỹ an cư ở chùa Linh Sơn, Vạn Giã, Nha Trang. Cuối hạ, tôi ra thăm thầy. Tối mười bốn, thầy trò ngồi uống trà. Tôi thưa hỏi thầy về vấn đề các nhà khoa học, họ đưa ra ý tưởng: Nếu đức Phật còn sống, họ có thể lấy một tế bào của Phật, nhân bản thành một ông Phật Thích-ca thứ hai.

Thầy nói: Họ có quyền đưa ra giả thuyết, nhưng ông nên nhớ, các nhà khoa học họ không biết hai điều:

Thứ nhất, có làm hàng trăm cuộc thí nghiệm thì xác suất thành công rất thấp, vì yếu tố "thân trung hữu" có đến hay không là một vấn đề lớn. Không giống ông thợ mộc, ông thợ mộc muốn cái bàn thì làm cái bàn có ngay. Nhưng "Cloning" thì hoàn toàn không dễ dàng như thế. Họ làm trong sự may rủi.

Thứ hai, nếu họ có tạo ra một ông Thích-ca y chang, thì ông Phật đó không thể suy nghĩ như trước. Bởi vì con người sinh ra bị tác động nhiều thứ. Tất cả mọi thứ xung quanh, sao, trăng đều tác động đến con người hết, thành ra không ai giống ai. Họ có thể tạo ra một con người thông minh, nhưng chưa chắc con người đó giỏi. Tùy theo môi trường xung quanh nữa. Vấn đề môi trường rất quan trọng. Các nhà khoa học không biết cứ nghĩ tạo ra là được, nhưng môi trường biến đổi tâm lý. Sau này tâm lý biến đổi đến não nữa. Mình phải biết ông Thích-ca sinh ra trong thời đại xa xưa khác bây giờ. Thời đại đó chưa biết vũ trụ, trăng, sao, lượng tử, vân vân, trong thế giới thế nào. Thời của Tất-đạt-đa môi trường khác, lớn lên nó khác. Không thể giống ông Thích-ca trước kia hoàn toàn được. Hồi xưa ông Thích-ca ở trong cung vàng điện ngọc, với giai cấp được kính trọng, là võ sĩ, văn sĩ v.v... Và xã hội Ấn-độ thời xưa khác bây giờ nữa. Còn ông Thích-ca cấy ra, theo sinh sản vô tính, trong thời hiện đại sinh ra nghe đủ loại nhạc, ra đường thấy máy bay, tàu hỏa, môi trường xung quanh đủ thứ. Thời xưa uống nước sông, giờ uống nước lọc khác nhau. Không giống Thích-ca trước được đâu. Ngày xưa ông Thích-ca lên rừng tập thiền khác, ông Thích-ca bây giờ tu theo phái thiền này, thiền kia, rồi mấy ông tổ sư thiền thời nay truyền dạy, tư tưởng khác nữa.

Thầy bảo, ông đừng "sợ chuyện này", rồi thầy trò cùng cười.

Buổi nói chuyện hôm đó, tạm kết luận: Bản thể không chỉ nằm ở mã gen mà còn là một tiến trình vận động không ngừng của tâm, cảnh, thức. Một con người sinh ra trong thời đại khoa học, công nghệ, âm nhạc, truyền thông, và lối sống hiện đại không thể có cùng con đường tu tập như bậc Thánh nhân của hơn hai ngàn năm trước. Nhân bản có tạo được bản sao cũng khó đạt được tuệ giác như nguyên bản. ■

Hình minh họa: AI / Internet

(theo phatviet.info)

THƠ | Tịnh Bình

CÂU CHUYỆN ĐÁM MÂY

Quê hương
trong hình dung loài mây xám
dòng sông là cuộc trở về...

Triệu giọt nước bốc hơi
những đám mây hoài thai
oằn mình vượt cạn
tiếng mưa khóc oe oe trên mái nhà

Những bước chân non chạm đất
rồi chúng sẽ tự mình khôn lớn
và lũ lượt hòa vào sông vào biển

Rất lâu sau đó
có lẽ chúng sẽ già đi và chết
và quên mất mình đã từng là
một đám mây... ./.

Bác sĩ Đỗ Hồng Ngọc

Một ngày kia... đến bờ

Tùy bút gồm 26 tiểu mục "Một Ngày Kia... Đến Bờ" là những bài Pháp thoại giá trị dễ hiểu & lý luận khoa học (NXB Đà Nẵng, 2023). Tất cả được dịch sang tiếng Đức và lần lượt trích đăng song ngữ ở Báo Viên Giác, với sự đồng ý của tác giả - BBT VG

➢ **Chất lượng cuộc chết**

Ngày nay người ta không chỉ nghĩ đến "Chất lượng cuộc sống" (AOL, Quality of life) mà còn nghĩ đến "Chất lượng cuộc chết" (Quality of dying and death, QODD), nghĩa là có một cái chết tốt (Good death).

"Tổ chức Sức khỏe Thế giới (WHO) định nghĩa Chất lượng cuộc sống là những cảm nhận của các cá nhân về cuộc sống của họ trong bối cảnh văn hóa và các hệ thống giá trị mà họ đang sống, liên quan đến các mục đích, nguyện vọng, tiêu chuẩn và các mối quan tâm của họ. Chất lượng cuộc sống như vậy đặt trọng tâm trên cảm nhận chủ quan của cá nhân, cho thấy có cái nhìn khác xưa đối với bệnh tật và sức khỏe vốn lâu nay chủ yếu dựa vào "cảm nhận" của thầy thuốc và sự "mách bảo" của máy móc xét nghiệm!".

Khảo sát về "chất lượng cuộc chết" ở gần 30 quốc gia gần đây cho thấy Anh quốc và Úc là nơi "chết tốt" nhất, Mỹ, Canada đứng hạng thứ 9. Trung quốc hạng 37 và Ấn Độ hạng 40. Dựa chủ yếu vào hệ thống chăm sóc giảm nhẹ (thuốc giảm đau).

Có 11 yếu tố đánh giá cái "chết chất lượng": nhân phẩm, thành tựu của cuộc đời, chất lượng cuộc sống đã trải qua, không đau đớn, gia đình êm ấm, gần gũi người thân, bạn bè; đạo đức và tâm linh (tín ngưỡng, tôn giáo), sở thích trong điều trị, mối quan hệ với nhân viên y tế.

Cận tử nghiệp là nghiệp được tạo tác bằng tư tưởng trước lúc sắp chết. Ý nghiệp này rất mạnh và vô cùng quan trọng vì nó quyết định hướng tái sinh.

Sống thế nào thì đã được đánh giá qua "Chất lượng cuộc sống"... còn chết thế nào chả lẽ không cần biết tới sao? Bởi ai mà chẳng chết, bởi nó chính là một thành phần tất yếu của cuộc sống mà! Và từ đó người ta đề ra định nghĩa, đề ra các thành tố để đo lường thế nào là "Chất lượng cuộc chết", giai đoạn cận tử của một con người. Có điều người ta không thể hỏi han một nhân vật đã chết về sự "cảm nhận" của họ thoải mái, hân hoan, an lạc, hạnh phúc thế nào, nhưng người ta có thể đánh giá trên nhiều thành tố qua quan sát và thăm dò ở những người trong gia đình, bạn bè, nhân viên y tế, rằng theo họ, người chết có được "chết tốt" (Good death) hay không? Thí dụ trong giai đoạn cận tử, họ có quằn quại đau đớn vì các triệu chứng sinh học về thể chất không? Nếu bị đau đớn vì bệnh tật, họ có đủ thuốc chống đau, thuốc giảm đau không...? Nhân viên y tế chăm sóc cho họ có dễ thương không? Có tử tế với họ không? Có làm đúng "ước muốn" của họ không? Họ có được chết ở nơi họ thích không? Bên cạnh người thân thiết, bạn bè của họ không? Có được hướng dẫn tâm linh (tôn giáo) để họ thấy tâm an lạc, nhẹ nhàng, sẵn sàng với cái chết của họ không? Họ có được giữ trọn nhân cách, được tôn trọng, tự hào với những thành tựu đã thực hiện tốt đẹp trong cuộc đời mình, không còn những hối hận, khắc khoải lo âu khi từ biệt, không gây tốn kém nợ nần?... Dĩ nhiên tất cả đều nằm trong bối cảnh văn hóa và các hệ thống giá trị mà họ đã sống...

Qua cái sống sót sau cơn thập tử nhất sanh do mổ sọ não như vậy, tôi thấy có nhiều cái lạ. Đời đáng sống. Sống nên vui và nên hạnh phúc. Không cần phải khổ đau. Một bữa ăn thiếu thốn cũng được, nghĩ như mình đang ở hoang đảo... Tôi thấy đã đến lúc học Phật coi Phật sống cách nào, có gì hay để học hỏi. Học Phật mà thấy thương. Hết bị ném đá, tới bị voi chặn đường, rồi người ganh tị, rồi bị đủ hạng người tìm tới gạn hỏi tranh đua... Lúc này mới thấy nhờ 6 năm khổ hạnh mà Phật có được sự nhẫn nhục, nhớ lúc nằm ngủ trong nghĩa địa bị bọn chăn bò nhổ nước bọt vào mặt, lúc kiếm vải thừa trong tang ma làm áo... Cái khổ hạnh đó đã rèn luyện cho một cách sống lúc nào cũng "kham nhẫn, tri túc". Tôi cũng nhớ lại tuổi thơ khổ sở của mình, suốt 7 năm ở rừng, từ 5 đến 12 tuổi, bệnh tật triền miên, sốt rét, kiết lỵ, suy dinh dưỡng, thiếu ăn thiếu mặc, ở những vùng có cọp thường ra bắt người ăn thịt ban đêm hay giữa rừng vắng, có voi xuống phá rẫy phá nhà. Có lúc phải uống nước đọng dưới gốc bụi tre hoặc trong lỗ chân trâu. Các bữa cơm dưới ngọn đèn chai (dầu rái), chỉ với cá khô, mắm muối. Nhiều bữa khoai, bắp thay cơm. Khi ở tuổi 10, 11, đi học ở Gò Ông Nồm hàng ngày chỉ với chiếc mo cau ép nắm cơm với con cá khô nướng, ngồi ăn trên cành cây bên cạnh hầm trú ẩn chữ U chữ V để sẵn sàng nhảy xuống tránh bom khi có máy bay. Tôi thấy bây giờ cái gì cũng sướng quá rồi. Thấy tội nghiệp Phật, lúc sắp nhập Niết bàn, cứ phải giải thích nhắc đi nhắc lại rằng cái chết này chỉ là cái chết của tấm thân nuôi dưỡng bằng thức ăn (tạp thực) chớ cái thân Như Lai là thân kim cang, thân bất hoại, thân vô lượng thọ. Các đệ tử Phật sau khi khóc than ỏm tỏi đã hiểu ra và cười… Mà thật, Phật đâu có chết, có mất. Mấy ngàn năm sau mỗi ngày mỗi mới mẻ hơn thôi, mỗi gần gũi với cuộc sống hơn thôi. Dĩ nhiên, các giống loài cũng đều có Phật riêng nó chớ, cá, ếch nhái, bò sát, chim, loài có vú… mỗi loài cũng có Phật, kẻ giác ngộ của nó chớ! ■

(còn tiếp số tới)

Eines Tages... das andere Ufer erreichen

Übersetzt ins Deutsche von Nguyên Đạo & Prof. Beuchling

Diese 26 Essays in „Eines Tages... das andere Ufer erreichen" *sind wertvolle, leicht verständliche und wissenschaftlich fundierte Dharma-Vorträge. Sie werden mit Zustimmung des Autors alle ins Deutsche übersetzt und zweisprachig in der Zeitschrift Viên Giác veröffentlicht – Die Redaktion.*

➢ Qualität des Sterbens

Heutzutage denken die Menschen nicht nur an die „Lebensqualität" (Quality of Life, QOL), sondern auch an die „Qualität des Sterbens" (Quality of Dying and Death, QODD), was bedeutet, einen guten Tod zu haben.

Die Weltgesundheitsorganisation (WHO) definiert die Lebensqualität als die Wahrnehmungen von Individuen bezüglich ihres Lebens im Kontext der Kultur und der Wertesysteme, in denen sie leben, in Bezug auf ihre Ziele, Wünsche, Standards und ihre Anliegen. Solch eine Lebensqualität konzentriert sich auf die subjektive Wahrnehmung des Einzelnen und zeigt eine veränderte Perspektive auf Krankheit und Gesundheit, die bisher hauptsächlich auf die „Wahrnehmung" des Arztes und die „Anweisungen" von Labormaschinen basierte!

Umfragen zur „Qualität des Sterbens" in fast 30 Ländern zeigen, dass Großbritannien und Australien die besten Plätze sind, um „gut zu sterben", die USA und Kanada belegen den 9. Platz. China ist auf Platz 37 und Indien auf Platz 40. Dies basiert hauptsächlich auf dem System der Palliativpflege (Schmerztherapie).

Es gibt 11 Faktoren zur Bewertung der „Qualität des Sterbens": Würde, Lebensleistung, Lebensqualität, die man erfahren hat, schmerzfrei sein, familiäre Harmonie, Nähe zu Verwandten und Freunden; Ethik und Spiritualität (Glaube, Religion), Präferenzen in der Behandlung, Beziehung zum medizinischen Personal.

Sterbensnahe Handlungen sind Handlungen, die durch Gedanken kurz vor dem Tod erzeugt werden. Diese Art von Handlung ist sehr stark und äußerst wichtig, da sie die Richtung der Wiedergeburt bestimmt.

Wie man lebt, wurde bereits durch die „Lebensqualität" bewertet... und wie man stirbt, sollte man das etwa nicht wissen? Denn jeder wird sterben, es ist schließlich ein unvermeidlicher Teil des Lebens! Und daraus leiten die Menschen Definitionen ab, legen Komponenten fest, um zu messen, was „Qualität des Sterbens" ist, die sterbensnahe Phase eines Menschen. Zwar kann man eine verstorbene Person nicht nach ihrer „Wahrnehmung" von Komfort, Freude, Frieden, Glück fragen, aber man kann auf vielen Ebenen durch Beobachtungen und Befragungen von Familienangehörigen, Freunden, medizinischem Personal beurteilen, ob jemand einen „guten Tod" hatte oder nicht. Zum Beispiel, ob sie in ihrer sterbensnahen Phase aufgrund physischer biologischer Symptome Qualen erleiden? Wenn sie aufgrund von Krankheit Schmerzen haben, ob sie ausreichend Schmerzmittel bekommen haben...? Ob das medizinische Personal liebevoll, freundlich zu ihnen war? Ob sie die „Wünsche" der Sterbenden erfüllt haben? Ob sie an einem Ort gestorben sind, den sie mochten? Ob sie von ihren Liebsten, Freunden umgeben waren? Ob sie spirituelle (religiöse) Führung erhalten haben, um sich friedlich, bereit für ihren Tod zu fühlen? Ob ihre Würde bewahrt wurde, sie mit Respekt behandelt wurden, stolz auf ihre Lebensleistungen waren, ohne Bedauern, Qualen, Sorgen beim Abschied, ohne finanzielle Belastungen zu hinterlassen?... Natürlich alles im Kontext der Kultur und der Wertesysteme, in denen sie gelebt haben…

Durch das Überleben einer solchen

lebensbedrohlichen Situation aufgrund einer Gehirnoperation habe ich viele ungewöhnliche Dinge erfahren. Das Leben ist lebenswert. Man sollte glücklich und zufrieden leben. Es gibt keinen Grund für Leid. Eine karge Mahlzeit ist auch in Ordnung, man denkt, als wäre man auf einer einsamen Insel... Ich fühlte, dass es an der Zeit war, vom Buddha zu lernen, wie Buddha lebte, was es zu lernen gibt. Buddha zu lernen und dabei Mitgefühl zu empfinden. Von Steinwürfen betroffen, von einem Elefanten den Weg versperrt bekommen, Neid von anderen, von allen möglichen Menschen herausgefordert und befragt zu werden... Erst in solchen Momenten sieht man, dass Buddha durch sechs Jahre der Askese Geduld entwickelt hat, erinnert man sich daran, wie er im Friedhof schlief und Hirtenjungen in sein Gesicht spuckten, wie er übrig gebliebene Stoffe von Beerdigungen sammelte, um Kleidung zu machen... Diese Askese hat eine Lebensweise geformt, die immer von „Geduld und Zufriedenheit“ geprägt ist.

Ich erinnere mich auch an meine leidvolle Kindheit, die sieben Jahre im Dschungel von fünf bis zwölf Jahren, ständige Krankheiten, Malaria, Dysenterie, Unterernährung, Mangel an Essen und Kleidung, in Gegenden, wo nachts oder in der Stille des Dschungels oft Tiger kamen, um Menschen zu fressen, oder Elefanten, die Felder und Häuser zerstörten. Manchmal musste ich Wasser trinken, das sich unter Bambusbüschen oder in Büffelfußabdrücken gesammelt hatte. Die Mahlzeiten unter einer Öllampe, nur mit getrocknetem Fisch, Salz und Sauce. Oft ersetzen Kartoffeln und Mais den Reis. Mit zehn, elf Jahren ging ich zur Schule in Gò Ông Nồm, jeden Tag nur mit einem Bündel Reis und einem gegrillten getrockneten Fisch, saß auf einem Baumast neben einem U- oder V-förmigen Luftschutzgraben, bereit, bei Flugzeugen hinunterzuspringen, um Bomben zu entgehen. Ich denke, jetzt ist alles zu komfortabel. Ich fühle Mitleid mit dem Buddha, als er kurz vor dem Eintritt ins Nirwana immer wieder erklären musste, dass dieser Tod nur der Tod des Körpers sei, der durch Nahrung genährt wird, aber der Körper des Tathagata sei ein Vajra-Körper, ein unvergänglicher Körper, ein Körper mit unermesslichem Leben. Buddhas Schüler, die zuerst weinten und jammerten, verstanden schließlich und lächelten... Aber in Wahrheit ist Buddha nicht gestorben, nicht verschwunden. Tausende von Jahren später ist er jeden Tag neu, näher am Leben. Natürlich hat jede Spezies auch ihren eigenen Buddha, Fische, Frösche, Reptilien, Vögel, Säugetiere... jede Spezies hat ihren Buddha, ihren Erleuchteten! ■

(fortsetzen in der nächsten Ausgabe)

THƠ
Tùy Anh

THÔI CŨNG ĐÀNH DÂU BỂ VỚI THỜI GIAN

Xuân vẫn thế, đến rồi đi lặng lẽ
Đời vẫn trôi trong muôn kiếp phiêu linh.
Thôi đừng hỏi, người đã vào cuộc thế
Còn nặng lòng với từng cuộc phù sinh.

Hoa vẫn nở giữa đất trời tịch lặng
Vẫn vô tư khoe nghìn tía muôn hồng.
Hương vẫn ngát giữa đêm dài quạnh vắng
Mặc thời gian lãng đãng tựa sắc không.

Chân đã mỏi, bước giang hồ đã mỏi
Có nơi nào để dừng bước phong vân?
Ôi thế sự, có không... đời vẫn thế
Vẫn cưu mang, vẫn nặng nợ phong trần!

Xin mời bạn, rượu nồng quên ngày tháng
Nhớ làm chi, bèo bọt chuyện mây trôi!
Ly chưa cạn mà nghe đời đã cạn
Ai đong đầy cho thế sự đầy vơi?

Hãy đón Xuân như đón niềm mong đợi
Buổi giao mùa còn đọng... chút men say.
Dù năm mới ngọt từng lời mời gọi
Cũng chỉ là gió thoảng với mây bay!

Nào ai hiểu Xuân như người tình phụ
Mỗi lần Xuân, mỗi quay quắt bất an!
Nhưng ta hiểu đã làm thân lữ thứ
Thôi cũng đành dâu bể với thời gian!

Hamburg, 12.2005 ./.

Tịnh Ý Giới thiệu

TRUYỆN CỔ PHẬT GIÁO SONG NGỮ VIỆT – ĐỨC

LỢI LẠC CỦA SỰ CÚNG DƯỜNG

(phỏng theo "Tích truyện Pháp cú - TV Thường Chiếu dịch)

Một ngày nọ, Đức Phật lên tầng Trời thứ Ba Mươi Ba[1] để giảng dạy luận A-tỳ-đàm[2] cho thân mẫu của Ngài, có chư thiên của ba ngàn thế giới vây quanh và hầu tiếp Ngài.

Hoàng hậu Ma-da ngồi bên tay phải. Trời Indaka cũng ngồi phía tay phải, Trời Ankura đến ngồi bên tay trái. Khi các vị Trời đầy quyền lực đến dự hội đông đủ, Trời Ankura phải dời chỗ cách xa mười hai dặm. Đức Phật nhân việc này muốn dạy về *Phước Báu của sự cúng dường*. Ngài nói:

Ankura, ngươi cúng dường vô số,
Vậy mà sao một thời gian dài,
Ngươi vẫn ngồi chỗ thật xa…

Rồi Ngài quay lại hỏi Trời Indaka:

Sao ngươi ngồi được bên ta mà không phải dời chỗ?

Indaka đáp: *Bạch Thế tôn, như nhà nông gieo hột giống trên đám đất tốt, con nhận được phước lành này.*

Rồi Indaka giải thích tiếp:

Như hạt giống, mặc dù rất nhiều, gieo trên đất xấu.

Không gặt hái nhiều, không giúp người gieo thoả mãn.

Vật cúng dường dù nhiều, dâng người bất thiện.

Không gặt quả nhiều, không lợi ích cho người cho.

Hạt giống dù ít, gieo trên đất tốt.

Hoa trái xanh tốt, nông dân vui mừng.

Cũng như vậy, cúng dường người Đức Hạnh, Chánh Trực và Thánh Thiện.

Dù ít vẫn mang lại kết quả tốt!

Đức Thế tôn quay lại nói với Trời Ankura:

Cần biết phán đoán khi cúng dường. Cúng dường cho bậc xứng đáng được cúng dường thì mới có lợi lạc, như gieo trồng hạt giống trên đất tốt.

Xong Ngài dạy lại Pháp cú:

Cỏ làm hại ruộng vườn
Tham làm hại người đời.
Cúng dường người ly tham
Do vậy được phước lớn.

Cỏ làm hại ruộng vườn.
Sân làm hại người đời.

---

1 Tầng Trời thứ Ba Mươi Ba: Cung trời Đao lợi.

2 Luận A Tỳ Đàm, hay (*Abhidhamma*), là một trong ba tạng kinh điển của Phật giáo: Kinh-Luật- Luận. , tập trung vào việc phân tích chi tiết các hiện tượng tâm lý và vật lý, cũng như các pháp (*dhammas*) theo quan điểm của Phật giáo.

Cúng dường người ly sân,
Do vậy được phước lớn

Cỏ làm hại ruộng vườn.
Si làm hại người đời.
Cúng dường người ly Si,
Do vậy được Phước lớn.

Cỏ làm hại ruộng vườn
Dục làm hại người đời.
Cúng dường người ly dục,
Do vậy được quả lớn.

LỜI BÀN:

1. Cúng dường, hay bố thí là pháp đầu tiên trong sáu pháp tu tập đi đến giải thoát gọi là "Lục độ Ba-la-mật" (Bố thí, Trì giới, Nhẫn nhục, Tinh tấn, Thiền định, Trí huệ). Cúng dường dù ít, dù nhiều đều được phước báu. Kinh kể lại trường hợp đứa trẻ cúng dường Phật nắm cát và sau này trở thành vị quốc vương lừng lẫy của Ấn độ: Vua A-Dục!

2. Cúng dường, bố thí cho người xứng đáng thì mới thực sự có lợi lạc cho cả kẻ cúng dường và người nhận. Nhất là thế gian đầy *Ma giả Phật!* Muốn vậy, chính người Phật tử phải có chánh kiến để phân biệt được Phật và Ma.

Thiếu chánh kiến, thiếu tuệ giác, chúng ta khó phân biệt được thật hư, tốt xấu, chân nguy. Ngay cả Đường Tăng (trong Tây du ký) một vị Tăng đạo cao đức trọng cũng bao lần bị yêu quái bắt, chỉ vì tin vào chiếc áo cà sa và ngôi chùa oai nghi của yêu quái giả Sa-môn.

3. Người ly Tham, ly Sân, ly Si, ly Dục, là người xứng đáng để được cúng dường. Nếu không, vô tình chúng ta tưới thêm những hạt giống bất thiện trong tâm họ như gieo hạt trên vùng đất xấu. ■

Alte buddhistische Geschichten

Tịnh Ý stellt vor – Mỹ Đình überträgt ins Deutsche

DIE SEGNUNGEN DER OPFERGABE

(nach „Geschichten zum Dhammapada" – Thường Chiếu Kloster)

Eines Tages begab sich der Buddha in den Himmel der Dreiunddreißig Götter, um seiner Mutter die Abhidhamma-Lehre zu verkünden. Die himmlischen Wesen aus dreitausend Weltsystemen versammelten sich ehrfürchtig um ihn und dienten ihm voller Hingabe.

Königin Māyā saß zu seiner rechten Seite. Auch der Himmelsgott Indaka nahm rechts Platz, während der Himmelsgott Ankura zu seiner linken Seite saß. Als jedoch die mächtigen Devas aus allen Bereichen des Himmels vollständig versammelt waren, musste Ankura seinen Sitz verlassen und sich zwölf Meilen weiter entfernt niederlassen.

Der Buddha nutzte diesen Anlass, um über die Segnungen und Verdienste der Opfergabe zu lehren. So sprach der Erhabene:

Ankura, du hast unzählige Opfergaben dargebracht.

Warum aber musst du noch immer in weiter Ferne sitzen?

Darauf wandte sich der Erhabene an den Himmelsgott Indaka und fragte:

Warum darfst du an meiner Seite sitzen, ohne deinen Platz verlassen zu müssen?

Indaka antwortete ehrerbietig:

Ehrwürdiger Weltverehrter,

wie ein Bauer seine Samen auf fruchtbaren Boden sät, so habe auch ich diesen Segen empfangen.

Indaka erklärte weiter:

Wie Samenkörner - mögen sie auch noch so zahlreich sein,
wenn sie auf unfruchtbaren Boden fallen,
nur eine geringe Ernte bringen
und den Sämann nicht zufriedenstellen,
so verhält es sich auch mit Opfergaben,
die einem Unheilsamen dargebracht werden:
Sie bringen nur wenig Frucht
und schenken dem Gebenden keinen großen Nutzen.
Doch selbst wenige Samen,
auf guten Boden gesät,
tragen reiche und schöne Früchte
und erfüllen den Bauern mit Freude.
Ebenso verhält es sich mit Gaben,
die tugendhaften, rechtschaffenen und heiligen Menschen dargebracht werden:
Auch wenn sie gering sind, bringen sie dennoch

großen Segen und gute Früchte.

Darauf wandte sich der Erhabene erneut an den Himmelsgott Ankura und sprach:

Man soll Weisheit und Einsicht walten lassen, wenn man Opfergaben darbringt. Nur Gaben, die einem wahrhaft würdigen Empfänger dargebracht werden, bringen großen Nutzen und Segen - gleich einem Samen, der auf fruchtbaren Boden gesät wird.

Darauf lehrte der Erhabene die Verse des Dhammapada:

Wie Unkraut Felder und Gärten schädigt,
so schadet die Gier den Menschen dieser Welt.
Wer jedoch einem von Gier Befreiten Opfergaben darbringt,
erlangt dadurch großen Segen.
Wie Unkraut Felder und Gärten schädigt,
so schadet der Hass den Menschen dieser Welt.
Wer jedoch einem von Hass Befreiten Opfergaben darbringt,
erlangt dadurch großen Segen.
Wie Unkraut Felder und Gärten schädigt,
so schadet die Verblendung den Menschen dieser Welt.
Wer jedoch einem von Verblendung Befreiten Opfergaben darbringt,
erlangt dadurch großen Segen.
Wie Unkraut Felder und Gärten schädigt,
so schadet sinnliches Verlangen den Menschen dieser Welt.
Wer jedoch einem von Begierde Befreiten Opfergaben darbringt,
erlangt dadurch große Früchte.

BETRACHTUNG:

1. Opfergabe und Almosengeben gehören zu den ersten Übungen auf dem Weg zur Befreiung. Sie bilden die erste der sechs Vollkommenheiten - der sogenannten Sechs Pāramitās:

Großzügigkeit, ethische Disziplin, Geduld, tatkräftiges Bemühen, Meditation und Weisheit.

Ob eine Gabe groß oder klein ist - jede aufrichtige Opfergabe bringt Verdienste und Segen hervor.

Die Schriften berichten von einem Kind, das dem Buddha einst nur eine Handvoll Sand darbrachte und später als der berühmte König Aśoka geboren wurde - einer der bedeutendsten Herrscher Indiens.

2. Wahre Opfergaben und Almosen entfalten ihren tiefen Nutzen nur dann, wenn sie einem würdigen Empfänger dargebracht werden. Davon profitieren sowohl der Gebende als auch der Empfangende.

Gerade in einer Welt, in der falsche Erscheinungen und Täuschungen zahlreich sind und sich „Māras in Gestalt von Buddhas" zeigen, ist rechte Einsicht von großer Bedeutung. Deshalb sollte ein Buddhist rechte Sicht (sammā-diṭṭhi) entwickeln, um zwischen dem Wahren und dem Falschen, zwischen Buddha und Māra unterscheiden zu können.

3. Menschen, die frei von Gier, Hass, Verblendung und sinnlicher Begierde sind, gelten als wahrhaft würdige Empfänger von Opfergaben.

Andernfalls kann es geschehen, dass man - ohne es zu beabsichtigen - die unheilsamen Samen im Geist des Empfangenden noch weiter nährt, gleich einem Sämann, der seine Saat auf unfruchtbaren Boden streut.

THƠ
Lan Nhã

THỨC CÙNG HOA

Mười phương vào một phương
Tất cả hóa hương trầm
Kết thành mây hội tụ
Thơm ngát một tòa sen

Hồng, mai, đào, lan, cúc
Rực rỡ thơm mùi riêng
Thời gian rung mạch chuyển
Phơn phớt nụ đầu tiên

Trăng dịu biếc một vầng
Văng vẳng tiếng kệ kinh
Muôn nghìn hoa tươi thắm
Khoe sắc màu lung linh

Đêm thiêng trong cõi sáng
Một bờ lau trắng ngời
Những đóa hoa Hạnh Phúc
Thức cùng ta rong chơi ./.

(16/4/2026)

Tranh: Cát Đơn Sa

Chuyện Ngắn Thiếu Nhi

Thi Thi Hồng Ngọc

GIA ĐÌNH MÌNH LÀ CON PHẬT

CÔNG BẰNG VÀ BÌNH ĐẲNG

Vào giờ nghỉ giữa các tiết học, Sophie, cô bạn cùng lớp ghé mắt vào trang sách bằng chữ Việt mà Thiện Tín đang chăm chú đọc, cô bé tò mò hỏi:

-Bạn đang xem gì thế?

Thiện Tín mỉm cười trả lời:

-Tôi đọc về cuộc đời Đức Phật, vị đại thánh trong tôn giáo của chúng tôi.

-Thánh ư? Vậy Ngài sẽ ban thưởng nếu bạn nghe lời và trừng phạt nếu bạn làm sai lời dạy của Ngài có phải không?

Thiện Tín nghiêm trang nhìn cô bạn học nhưng giọng nói lại rất ôn hòa;

-Ngài không thưởng phạt ai cả, Ngài là một Thầy giáo vĩ đại đem những gì mình hiểu biết chỉ bày cho con người bớt đau khổ, được hạnh phúc. Bất cứ ai trên thế giới này đều có thể học hỏi nơi Ngài vì trong "trái tim của Phật" luôn công bằng thương yêu tất cả từ con người, con vật cho đến cây cỏ và ai cũng bình đẳng cả.

Sophie mở to mắt thốt lên:

-Hay quá! Thật là một tôn giáo kỳ lạ! Nhưng tôi không hiểu nổi nếu không thưởng phạt thì không ai theo và chẳng ai sợ thì làm sao có thể tồn tại được? Quốc gia nào cũng có pháp luật trừng trị những kẻ ác cơ mà!

-Vậy tại sao kẻ ác vẫn còn? Thậm chí còn sống đầy đủ hơn những người lương thiện? Pháp luật có thể làm được một quốc gia thật sự công bằng và bình đẳng không?

Sophie im lặng suy tư. Thiện Tín cũng ngẫm nghĩ một lúc xem phải "thuyết pháp" như thế nào cho cô bạn và thêm vài học sinh nữa đang vây quanh, chú ý đến cuộc nói chuyện của hai người.

-Sophie! Chắc bạn biết có rất nhiều những trường hợp gọi là "Thần đồng". Chẳng ai dạy họ, cũng chẳng phải do di truyền, vậy thì họ giỏi nhờ do đâu? Vì họ đã học hỏi qua nhiều kiếp sống đấy, Phật dạy rằng mỗi chúng ta tự chịu trách nhiệm về mọi thứ mà mình gây ra, tất cả như là những hạt giống vậy: Bạn nghĩ, nói, làm tốt thì chứa nhiều hạt giống tốt. Những hạt giống này đúng thời điểm đủ điều kiện sẽ cho ra những hoa trái tốt đẹp. Bạn làm ngược lại thì kết quả ngược lại. Tuy nhiên tùy người trong cuộc đời mình gây ra nhân tốt và xấu nhiều hay ít lâu hay mau, quả thu được cũng tùy theo nhân ấy. Tóm lại là không có chuyện gì ra khỏi luật nhân quả vì nó công bằng và bình đẳng hơn bất cứ luật pháp nào trên thế giới này.

Tiếng chuông báo hiệu giờ nghỉ kết thúc, vài bạn đến bên Thiện Tín yêu cầu ngày mai vui lòng kể cho họ nghe thêm vài điều về Đức Phật vì họ cảm thấy thật là thú vị. Sophie thì mỉm cười khẽ nói:

-Tôn giáo của bạn thật là "dân chủ" đấy!

CON LÀM MỘT MÌNH

Hôm nay là sinh nhật của ba, Thảo Mai hớn hở khoe:

-Chúc mừng sinh nhật ba! Cái bánh này là "con làm một mình" đấy, ba thấy con có giỏi không?

Ba xoa đầu cô con gái cưng khen:

-Con giỏi thật! Cái bánh nhìn rất đẹp, mùi lại thơm nữa, ba cảm ơn con nhiều lắm. Không ngờ con gái của ba lại khéo tay đến thế!

Buổi sinh nhật diễn ra thật vui vẻ, mọi người nức nở khen bánh ngon, khen tài bếp núc làm Thảo Mai rất tự hào nhưng riêng mẹ thì chẳng nói một lời nào nên cô bé hơi tự ái. Buổi tối, khi mẹ đang dọn dẹp trong bếp một mình, Thảo Mai lân la hỏi mẹ về cái bánh sinh nhật mà cô "làm một mình". Mẹ nhìn Thảo Mai nhẹ nhàng bảo:

-Con có thật sự tự mình làm ra cái bánh ấy không? Mẹ nhớ là tuần trước chị Thảo An tìm công thức làm bánh trên mạng cho con. Sau đó ba chị em con cùng đi mua sắm vật liệu. Em Thảo Hiền mở ống heo lấy tiền tiết kiệm hùn với con. Ba đã chỉnh lò nướng cho con, mẹ giúp con dọn bếp.

Chưa hết, bột, kem, trứng, sữa đâu phải từ trên trời rơi xuống? Dù mình quả thật bỏ tiền mua, nhưng nếu không có công sức của bao người thì làm gì có những sản phẩm ấy? Con nên hiểu: Trên đời này không có ai thành công việc gì do "làm một mình" cả. Chớ nghĩ rằng: Tôi rất hay, rất giỏi, sống một mình và tự mình làm tất cả. Họ quên mất những gì cần thiết cho sự sống của họ như: thực phẩm, nhà cửa, các tiện nghi đều do người khác sản xuất. Chưa hết, không khí họ đang thở nào phải do họ "tự làm ra"? Con nên học bài học "khiêm tốn và lòng biết ơn", điều đó sẽ giúp con sống hạnh phúc hơn trong tình thương yêu và sự thông cảm.

Thảo Mai cúi đầu ngượng ngùng khẽ nói:

-Mẹ ơi! Con xin lỗi, từ nay con đã hiểu không ai có thể "làm một mình" bất cứ điều gì cả. ■

Thi Thi Hồng Ngọc

Unsere Familie sind Buddhisten

Kinderkurzgeschichten

Mỹ Đình überträgt ins Deutsche

GERECHTIGKEIT UND GLEICHHEIT

Während der Pause zwischen zwei Unterrichtsstunden warf Sophie, eine Mitschülerin, einen Blick auf das vietnamesische Buch, in das Thiện Tín gerade vertieft war. Neugierig fragte sie:

-Was liest du denn da?

Thiện Tín lächelte und antwortete:

-Ich lese über das Leben des Buddha - des großen Erhabenen unserer Religion.

-Ein Heiliger?, fragte Sophie erstaunt weiter.

-Dann belohnt er dich bestimmt, wenn du auf ihn hörst, und bestraft dich, wenn du gegen seine Lehren handelst - stimmt's?

Thiện Tín blickte seine Mitschülerin ernst an, doch seine Stimme blieb sanft und ruhig:

-Nein, der Buddha bestraft oder belohnt niemanden. Er ist ein großer Lehrer, der den Menschen mit seinem Verständnis den Weg zeigt, damit sie weniger leiden und wahres Glück finden können. Jeder Mensch auf dieser Welt kann von ihm lernen, denn im „Herzen des Buddha" gibt es Gerechtigkeit und liebevolles Mitgefühl für alle Wesen - für Menschen, Tiere und selbst für Pflanzen. Vor dem Buddha sind alle gleich.

Sophie riss erstaunt die Augen auf und rief aus:

-Wie wunderbar! Das ist wirklich eine außergewöhnliche Religion! Aber ich verstehe nicht: Wenn es weder Belohnung noch Bestrafung gibt, dann würde doch niemand folgen, und niemand hätte Angst vor Fehlverhalten. Wie kann so etwas überhaupt bestehen? Jedes Land hat doch Gesetze, um böse Menschen zu bestrafen!

Thiện Tín antwortete ruhig:

-Warum gibt es dann noch immer böse Menschen? Manche von ihnen leben sogar besser und wohlhabender als ehrliche Menschen. Kann das Gesetz allein wirklich eine Welt erschaffen, die vollkommen gerecht und gleich ist?

Sophie schwieg nachdenklich.

Auch Thiện Tín dachte einen Augenblick lang darüber nach, wie er seiner Mitschülerin - und den anderen Schülern, die sich inzwischen neugierig um die beiden versammelt hatten und aufmerksam dem Gespräch lauschten - die Lehre verständlich erklären könnte.

-Sophie, du hast sicher schon von sogenannten „Wunderkindern" gehört. Niemand hat sie besonders unterrichtet, und oft lässt es sich auch nicht durch Vererbung erklären. Woher kommt also ihre außergewöhnliche Begabung? Nach der Lehre des Buddha haben sie über viele frühere Leben hinweg gelernt und Fähigkeiten entwickelt. Der Buddha lehrt, dass jeder Mensch selbst die Verantwortung für alles trägt, was er denkt, sagt und tut. Alles gleicht Samen, die im Geist ausgesät werden: „Wenn du gute Gedanken hegst, gute Worte sprichst und gute Taten vollbringst, dann säst du gute Samen. Sobald die richtigen Bedingungen zusammenkommen, tragen diese Samen schöne Früchte hervor. Handelst du jedoch gegenteilig, wirst du auch entsprechende Folgen erfahren. Je nachdem, wie viele gute oder schlechte Ursachen ein Mensch in seinem Leben geschaffen hat - und ob sie stark oder schwach, früh oder spät wirken -, entsprechend fallen auch die Ergebnisse aus. Kurz gesagt: Nichts entzieht sich dem Gesetz von Ursache und Wirkung. Denn dieses Gesetz ist gerechter und gleicher als jedes menschliche Gesetz auf dieser Welt.

Die Schulglocke kündigte das Ende der Pause an. Einige Mitschüler kamen noch zu Thiện Tín und baten ihn, ihnen am nächsten Tag noch mehr über den Buddha zu erzählen, denn sie fanden seine Worte ausgesprochen interessant. Sophie lächelte leise und sagte:

-Deine Religion ist wirklich sehr „demokratisch".

ICH HABE ES GANZ ALLEIN GEMACHT

Heute war der Geburtstag ihres Vaters. Fröhlich zeigte Thảo Mai ihm einen Kuchen und sagte stolz:

-Alles Gute zum Geburtstag, Papa! Diesen Kuchen habe ich ganz allein gemacht! Findest du nicht auch, dass ich geschickt bin?

Der Vater strich seiner geliebten Tochter liebevoll über den Kopf und lobte sie:

-Du bist wirklich talentiert! Der Kuchen sieht wunderschön aus und duftet herrlich. Vielen Dank, mein Schatz. Ich hätte nicht gedacht, dass meine Tochter so geschickt ist!

Die Geburtstagsfeier verlief fröhlich und voller Freude. Alle lobten begeistert den köstlichen Kuchen und Thảo Mais Backkünste, was sie sehr stolz machte. Nur ihre Mutter sagte kein einziges Wort. Das verletzte Thảo Mai ein wenig.

Am Abend, als die Mutter allein in der Küche aufräumte, ging Thảo Mai zu ihr und fragte vorsichtig nach dem Geburtstagskuchen, den sie „ganz allein gemacht" hatte.

Die Mutter sah ihre Tochter sanft an und sagte:

-Hast du diesen Kuchen wirklich ganz allein gemacht? Ich erinnere mich, dass deine Schwester Thảo An letzte Woche das Rezept im Internet für dich gesucht hat. Danach seid ihr drei Geschwister gemeinsam die Zutaten einkaufen gegangen. Deine kleine Schwester Thảo Hiền hat sogar ihr Sparschwein geöffnet und etwas von ihrem Ersparten dazugegeben. Papa hat den Backofen für dich eingestellt, und ich habe dir geholfen, die Küche aufzuräumen. Und außerdem - Mehl, Sahne, Eier und Milch fallen doch nicht einfach vom Himmel. Selbst wenn wir sie kaufen können, wären diese Dinge ohne die Arbeit vieler Menschen gar nicht vorhanden. Du solltest verstehen: Auf dieser Welt gelingt niemandem etwas völlig allein. Manche Menschen glauben: „Ich bin besonders klug und talentiert. Ich lebe unabhängig und schaffe alles selbst. Doch sie vergessen, dass alles, was sie zum Leben brauchen - Nahrung, Häuser, Kleidung und unzählige Annehmlichkeiten - von anderen Menschen geschaffen wurde. Mehr noch: Selbst die Luft, die sie atmen, haben sie nicht selbst erschaffen. Deshalb solltest du Bescheidenheit und Dankbarkeit lernen. Das wird dir helfen, glücklicher zu leben - in Liebe, Verständnis und Verbundenheit mit anderen Menschen.

Thảo Mai senkte beschämt den Kopf und sagte leise:

-Mama, es tut mir leid. Jetzt habe ich verstanden, dass niemand irgendetwas ganz allein schaffen kann. ■

THƠ

Tắc Thu

KÍNH MỪNG QUÝ THẦY TRỞ LẠI

(Phái đoàn Hoằng Pháp Châu Âu)

Vui thay chào đón quý Thầy
Chân Thiện Tri Thức tràn đầy tình thương
Lê chân trên mọi nẻo đường
Khơi nguồn suối Pháp miên trường độ sanh
Từ bi thôi thúc hạnh lành
Nối dòng Tam Bảo viên thành đạo tâm
Chúng sanh còn lắm mê lầm
Ta Bà sinh tử hôn trầm nghiệp nhân
Mãi say trong kiếp hồng trần
Tham, sân, si, hận, ái ân buộc ràng
Thầy đem Diệu Pháp đạo vàng
Khai tâm chỉ lối cho hàng hậu sanh
Phổ Hiền chúng tử duyên lành
Quý Thầy thương mến luôn dành thời gian
Quan lâm bé nhỏ đạo tràng
Truyền trao cho chúng lời vàng Thế Tôn
Ngàn năm Pháp Phật hằng còn
Ơn Thầy dạy dỗ đá mòn không phai
Nguyện cầu Phật Tổ Như Lai
Hộ trì Pháp thể quý Ngài bình an
Đệ huynh chúng tử đạo tràng
Thành tâm kính lễ vô cùng tri ân
Chúng con phát nguyện chuyên cần
Bước đường tu học nghiêm thân hành trì
Nam Mô Công Đức Lâm Bồ Tát Ma Ha Tát./.

(Chúng Phổ Hiền – ngày 17/03/2026)

Thích Nguyên Tạng

MƯỜI BỐN CHỮ VÀNG ĐỂ LẠI CHO ĐỜI của Đức Đại Lão Hòa Thượng THÍCH TRÍ TỊNH

Trong lịch sử Phật giáo Việt Nam cận đại, Đức Đại Lão Hòa Thượng Thích Trí Tịnh không chỉ được tôn vinh là bậc Tam Tạng Pháp Sư uyên thâm, một dịch giả kinh điển kiệt xuất, mà còn là một bậc Đạo sư thực tiễn, suốt đời nỗ lực quy giản giáo pháp thâm sâu thành những lời dạy dung dị, dễ hiểu, dễ hành trì. Tinh hoa giáo huấn của Ngài được cô đọng trong mười bốn chữ vàng lưu lại cho hậu thế: "Thương người, thương vật, làm lành, lánh dữ, ăn chay, niệm Phật, tụng kinh" [1]

Mười bốn chữ này không chỉ đơn thuần là lời khuyên đạo đức, mà chính là một hệ thống tu tập thiết thực và trọn vẹn, kết tinh đầy đủ ba trụ cột của đạo Phật: từ bi *(karuṇā)*, trí tuệ *(prajñā)* và phương tiện thiện xảo *(upāya)*, đưa người học Phật trở về với đời sống tỉnh thức, từ bi và an lạc ngay giữa đời thường.

Trong tinh thần tri ân và tưởng niệm, bài viết này xin lần lượt triển khai, phân tích từng cụm nghĩa của mười bốn chữ vàng dưới ánh sáng Phật học, như nén tâm hương thành kính, chúng con dâng lên Giác Linh Đức Đại Lão Hòa Thượng Thích Trí Tịnh nhân lễ húy nhật của Ngài, được trang nghiêm tổ chức vào ngày thứ Hai 6/4/2026, tại Chùa Vạn Phật, vùng Geelong, tiểu bang Victoria, do 2 đệ tử xuất gia của Hòa Thượng tạo dựng và trụ trì, đó là Thượng Tọa Hoằng Niệm và Sư Cô Thanh Quang. Đây là dịp để hàng hậu học chúng con cùng nhau ôn lại lời dạy giản dị mà thâm sâu của bậc tòng lâm thạch trụ, để từ đó soi sáng con đường tu học giữa thời đại nhiều biến động hôm nay.

ĐÔI NÉT TIỂU SỬ

Đức Đại Lão Hòa Thượng Thích Trí Tịnh, thế danh Nguyễn Văn Bình, sinh năm 1917 tại miền Nam Việt Nam trong một gia đình thuần hậu, kính tin Tam Bảo. Từ thuở thiếu thời, Ngài đã sớm bộc lộ căn lành sâu dày, quán chiếu cuộc đời vô thường, nên phát tâm xuất trần, tìm cầu con đường giải thoát.

Năm 1937, Ngài xuất gia tại Chùa Vạn Linh (Núi Cấm), được ban pháp danh Nhựt Bình, hiệu Thiện Chánh, nối dòng Lâm Tế đời thứ 41. Từ đó, Ngài chuyên tâm tu học, không ngại gian lao, lần lượt tham học với chư bậc tôn túc khắp các thiền môn, rồi ra Huế theo học tại các Phật học đường danh tiếng như Tây Thiên và Báo Quốc là những trung tâm đào tạo Tăng tài bậc nhất thời bấy giờ.

Sau khi thọ giới và hoàn tất chương trình Phật học cao cấp, Ngài trở về miền Nam tiếp tục hành trì, vừa tu học, vừa hoằng pháp. Nhưng điều đặc biệt làm nên dấu ấn sâu đậm trong lịch sử Phật giáo Việt Nam, chính là đại nguyện phiên dịch và hoằng truyền kinh điển của Ngài.

Với trí tuệ uyên thâm và tâm nguyện hoằng pháp thiết tha, suốt cuộc đời Ngài đã dốc toàn tâm lực để chuyển dịch và biên soạn Tam tạng kinh điển từ Hán văn sang Việt ngữ, làm cho giáo pháp trở nên gần gũi và dễ tiếp cận với đại chúng. Những công trình dịch thuật tiêu biểu của Ngài gồm: *Kinh Pháp Hoa, Kinh Hoa Nghiêm, Kinh Đại Bát Niết Bàn, Kinh Đại Bát Nhã, Kinh Đại Bảo Tích, Đại Tập, Kinh Địa Tạng, Kinh Phổ Hiền Hạnh Nguyện, cùng nhiều trước tác Tịnh Độ như Đường về Cực Lạc, Cực Lạc Liên Hữu Tập…*

Những bản dịch của Ngài không chỉ chuẩn xác về nội dung mà còn trang nhã về văn phong, dung hòa giữa học thuật và hành trì, trở thành nền tảng cho nhiều thế hệ Tăng Ni và Phật tử tu học. Nhờ đó, Ngài được tôn xưng là một bậc Tam Tạng Pháp

1 ĐLHT Thích Trí Tịnh, Lời huấn thị đầu Xuân. Báo Giác Ngộ ngày 24/01/2009

Sư của Phật giáo Việt Nam thời hiện đại.

Cuộc đời của Ngài là sự kết hợp viên dung giữa học và tu, giải và hành, trí tuệ và từ bi. Ngài không chỉ là một dịch giả vĩ đại, mà còn là một bậc Đạo sư thực tiễn, đem Phật pháp đi vào đời sống.

Sau gần một thế kỷ trụ thế, Ngài đã viên mãn hạnh nguyện, an nhiên thị tịch vào vào lúc 9 giờ 15 phút, ngày 28-3-2014 (nhằm ngày 28-2-Giáp Ngọ). Trụ thế 98 năm và 69 hạ lạp, để lại một di sản vô giá cho Phật giáo Việt Nam và thế giới.

Hình ảnh của Ngài mãi là biểu tượng của một bậc Cao Tăng thạch trụ, một đời thanh tịnh, tận tụy với đạo pháp, và đặc biệt là một bậc Tam Tạng Pháp Sư đã đem ánh sáng kinh điển soi rọi vào đời sống hiện đại.

Không dừng lại ở học thuật, Ngài còn là một hành giả Tịnh Độ chân chính, suốt đời nêu cao pháp hành: "Thương người, thương vật, làm lành, lánh dữ, ăn chay, niệm Phật, tụng kinh", lấy đó làm con đường phổ độ quần sanh. Chính Ngài đã giản dị hóa giáo pháp thâm sâu thành "14 chữ vàng" bất hủ, trở thành kim chỉ nam tu tập cho hàng triệu Phật tử.

1/ THƯƠNG NGƯỜI, nền tảng của đạo đức xã hội:

"Thương người" là nền tảng của đạo đức xã hội và cũng là biểu hiện sống động của tâm từ bi trong Phật giáo. Theo kinh điển, từ (mettā) là ban vui, bi (karuṇā) là cứu khổ. Khi con người biết thương nhau, xã hội trở nên an hòa; ngược lại, khi tình thương vắng bóng, bạo lực, ích kỷ và chia rẽ tất yếu phát sinh.

Nhìn vào thực trạng thế giới hôm nay, chúng ta càng thấy rõ giá trị thiết yếu từ lời dạy của Hòa Thượng Trí Tịnh. Cuộc chiến giữa Ukraine và Russia kể từ năm 2022 đến nay đã trở thành một trong những cuộc chiến đẫm máu nhất Châu Âu kể từ sau Thế chiến thứ II. Nhiều nghiên cứu quốc tế ước tính tổng số người thiệt mạng (bao gồm cả quân nhân và dân thường) đã lên đến khoảng 600.000 người, trong khi tổng số thương vong có thể vượt 1,8 triệu đến gần 2 triệu người.[2] Đồng thời, theo báo cáo của Liên Hiệp Quốc, số dân thường thiệt mạng được xác minh đã lên tới gần 15.000 người, và con số thực tế có thể còn cao hơn nhiều.[3]

Những con số đau thương ấy không chỉ là những dữ kiện thống kê lạnh lùng, mà chính là tiếng kêu bi thiết của nhân loại trước hậu quả khốc liệt của hận thù và sự thiếu vắng tình thương. Mỗi sinh mạng mất đi là một gia đình tan vỡ, một tương lai bị cắt đứt, và là lời cảnh tỉnh sâu xa cho lương tri con người. Chính vì vậy, lời dạy "thương người" không chỉ dừng lại ở một lý tưởng đạo đức, mà thực sự trở thành phương thuốc nhiệm mầu, có khả năng chuyển hóa khổ đau và kiến tạo nền hòa bình bền vững cho thế giới hôm nay.

Tinh thần ấy hoàn toàn tương hợp với giáo lý trong Kinh Từ Bi (Karaṇīya Mettā Sutta), nơi Đức Phật dạy rằng người hành trì tâm từ phải khởi nguyện rộng lớn: "Cầu cho tất cả chúng sanh được an vui, được sống trong an ổn và không còn sợ hãi."[4]

Do đó, "thương người" trong ánh sáng Phật học không chỉ là một cảm xúc nhất thời, mà là một đạo đức hành động mang tính tỉnh thức, đòi hỏi sự thực tập liên tục trong thân, khẩu và ý. Khi lòng từ được thể hiện qua hành động cụ thể, con người không những chuyển hóa được chính mình mà còn góp phần xây dựng một xã hội an hòa, nơi tình người trở thành nền tảng cho sự chung sống và phát triển lâu dài.

2/ THƯƠNG VẬT, mở rộng lòng từ đến muôn loài

Nếu "thương người" là nền tảng của đạo đức xã hội, thì "thương vật" chính là bước mở rộng tự nhiên của lòng từ bi, vượt ra khỏi giới hạn loài người để ôm trọn toàn thể sự sống.

Hòa Thượng đã chỉ ra một sự thật rất căn bản nhưng thường bị bỏ quên: việc ăn thịt, dù gián tiếp, vẫn liên hệ đến sát sinh. Khi một sinh mạng bị tước đoạt để phục vụ nhu cầu của con người, thì lòng từ bi khó có thể phát triển trọn vẹn. Không phải chỉ là vấn đề thực phẩm, mà là vấn đề của tâm thức, của cách ta nhìn và đối xử với sự sống.

Quan điểm này hoàn toàn tương hợp với tinh thần của Kinh Lăng Già, trong đó Đức Phật dạy rằng việc ăn thịt chúng sanh không những làm tăng trưởng tâm sân hận, mà còn làm gián đoạn hạt giống từ bi nơi hành giả. Người tu học muốn nuôi lớn tâm từ thì cần tránh xa những nhân duyên dẫn

---

2 Center for Strategic and International Studies (CSIS), "Russia–Ukraine War Casualty Estimates," 2026; xem thêm: "With an estimated 500,000–600,000 deaths…"

3 United Nations, Office of the High Commissioner for Human Rights (OHCHR), Civilian Casualty Reports – Ukraine, 2026 (số liệu xác minh gần 15.000 dân thường thiệt mạng)

4 Karaṇīya Mettā Sutta, Sutta Nipāta 1.8, bản dịch Anh của Bhikkhu Ñāṇamoli và Bhikkhu Bodhi, The Suttanip□ta (Oxford: Pali Text Society, 1995).

đến tổn hại sinh mạng, dù trực tiếp hay gián tiếp.[5]

Từ góc nhìn đó, "thương vật" không chỉ là một lời khuyên đạo đức, mà là một bước tiến trong nhận thức: từ đạo đức nhân bản (human-centered ethics) sang đạo đức sinh thái (ecological ethics). Đây chính là một giá trị mang tính thời đại, khi con người ngày càng ý thức rõ hơn về mối liên hệ mật thiết giữa mình và thế giới tự nhiên.

Thực tế cho thấy, trong những thập niên gần đây, phong trào ăn chay và thuần chay tại phương Tây đã phát triển mạnh mẽ. Theo các nghiên cứu của Oxford University và báo cáo của The Lancet, chế độ ăn dựa trên thực vật không chỉ giúp giảm thiểu việc sát sinh mà còn góp phần bảo vệ môi trường, giảm phát thải khí nhà kính và cải thiện sức khỏe con người.[6]

Trong những năm gần đây, nhiều nhà làm phim và nghệ sĩ tại Hollywood đã sử dụng điện ảnh như một phương tiện mạnh mẽ để nâng cao nhận thức về vấn đề sát sinh và tiêu thụ thịt. Những hình ảnh chân thực, thậm chí gây chấn động từ các lò mổ và trang trại công nghiệp không nhằm gây sốc đơn thuần, mà để giúp người xem đối diện với sự thật phía sau ngành thực phẩm.

Các phim tài liệu như Earthlings, Dominion và Cowspiracy đã góp phần làm thay đổi nhận thức xã hội, khơi dậy lòng trắc ẩn đối với các loài vật.[7]

Bên cạnh đó, các tổ chức như People for the Ethical Treatment of Animals (PETA) và Mercy For Animals thường xuyên phối hợp với người nổi tiếng để thực hiện các video điều tra thực tế, qua đó kêu gọi cộng đồng chuyển sang lối sống ăn chay hoặc thuần chay.[8]

Khi sự thật được phơi bày, con người dễ khởi sinh lòng từ, cảm nhận được nỗi đau của những sinh vật vô tội. Từ đó, ăn chay không còn là lựa chọn xa lạ, mà trở thành một hành động có ý thức, xuất phát từ hiểu biết và lòng từ bi.

Điều này cho thấy một sự gặp gỡ đáng chú ý giữa trí tuệ cổ xưa của Phật giáo và nhận thức khoa học hiện đại. Như vậy, lời dạy "thương vật" của Hòa Thượng không chỉ mang ý nghĩa tâm linh, mà còn phản ánh một hướng đi nhân văn và bền vững cho thế giới hôm nay.

3/ LÀM LÀNH, con đường tích lũy thiện nghiệp

"Làm lành" không chỉ là một lời khuyên đạo đức đơn giản, mà là sự thực hành tích cực và liên tục của thiện nghiệp trong đời sống hằng ngày. Đó là cách cụ thể để chuyển hóa thân-khẩu-ý, từ những điều bất thiện sang những hành vi mang lại lợi ích cho mình và cho người.

Trong Kinh Pháp Cú, Đức Phật đã dạy một cách cô đọng mà sâu sắc:

"Không làm mọi điều ác.
Thành tựu các hạnh lành,
Tâm ý giữ trong sạch,
Chính lời chư Phật dạy"[9]

Hòa Thượng không đi vào những hệ thống triết lý phức tạp, mà nhấn mạnh vào điều rất thực tế: làm lành bằng hành động cụ thể. Đó là giúp đỡ người khi cần, bảo vệ sự sống của muôn loài, sống chân thật trong lời nói và hành vi, và đóng góp cho cộng đồng bằng khả năng của mình. Chính trong những việc nhỏ nhặt hằng ngày ấy, thiện nghiệp được tích lũy một cách bền bỉ và tự nhiên.

Ở đây, "làm lành" không chỉ dừng lại ở đạo đức cá nhân, mà còn là nền tảng tạo dựng một xã hội an ổn. Khi mỗi cá nhân gieo trồng thiện nghiệp, thì cộng đồng cũng được nuôi dưỡng bằng năng lượng tích cực. Nói cách khác, thiện nghiệp của một người không chỉ ảnh hưởng đến bản thân họ, mà còn lan tỏa đến môi trường sống chung và cả tương lai lâu dài.

Tinh thần này được thể hiện rất rõ trong câu chuyện về Ô Sào Thiền Sư (鳥巢禪師)[10] thời Nhà Đường. Khi một vị quan đến thỉnh giáo đạo lý cao siêu, Thiền Sư chỉ trả lời bằng hai câu giản dị: "Chư ác mạc tác, Chúng thiện phụng hành." Có nghĩa là: "Không làm các việc ác, thực hiện mọi điều lành".

Vị quan nghe xong liền thắc mắc: "Điều này trẻ

5 D. T. Suzuki, trans., The Lankavatara Sutra: A Mahayana Text (London: Routledge & Kegan Paul, 1932), chap. 8

6 Marco Springmann et al., "Analysis and Valuation of the Health and Climate Change Co-benefits of Dietary Change," Proceedings of the National Academy of Sciences 113, no. 15 (2016): 4146–4151; Walter Willett et al., "Food in the Anthropocene: The EAT–Lancet Commission on Healthy Diets from Sustainable Food Systems," The Lancet 393, no. 10170 (2019): 447–492.

7 Shaun Monson, dir., Earthlings (2005); Chris Delforce, dir., Dominion (2018); Kip Andersen and Keegan Kuhn, dirs., Cowspiracy: The Sustainability Secret (2014).

8 People for the Ethical Treatment of Animals, "Undercover Investigations," accessed 2026; Mercy For Animals, "Investigations," accessed 2026.

9 Kinh Pháp Cú, kệ 183, bản Việt dịch của HT Thích Minh Châu

10 Heinrich Dumoulin, Zen Buddhism: A History, Volume 1: India and China (New York: Macmillan, 1988), 167–168; John C. H. Wu, trans., The Golden Age of Zen (Taipei: United Publishing Center, 1975), 79–80.

con nào cũng biết, có gì sâu xa đâu?"

Thiền sư đáp: "Trẻ con tuy biết, nhưng người tám mươi tuổi chưa chắc đã làm được."

Câu trả lời ấy đã làm sáng tỏ một điều quan trọng: đạo không nằm ở chỗ nói cao siêu, mà ở chỗ thực hành. Biết điều thiện là một chuyện, nhưng sống được với điều thiện mỗi ngày lại là một chuyện khác, đòi hỏi sự tỉnh thức và nỗ lực liên tục.

Vì vậy, "làm lành" không phải là những hành động lớn lao hiếm hoi, mà chính là cách ta sống từng ngày. Một lời nói chân thành, một hành động giúp người, một ý nghĩ thiện lành, tất cả đều là những hạt giống tốt được gieo vào tâm thức. Khi những hạt giống ấy được nuôi dưỡng, chúng sẽ dần chuyển hóa nội tâm, làm cho tâm trở nên nhẹ nhàng, trong sáng và an ổn hơn.

Ở mức độ sâu hơn, làm lành cũng chính là con đường đưa đến giải thoát. Khi thân không làm điều ác, miệng không nói điều ác, và tâm không khởi ý ác, thì đời sống trở nên thanh tịnh. Đó không chỉ là nền tảng của đạo đức, mà còn là cốt lõi của con đường tu tập theo lời Phật dạy.

4/ LÁNH DỮ, sự phòng hộ và chuyển hóa nội tâm

Nếu "làm lành" là phương diện tích cực của tu tập, thì "lánh dữ" chính là phương diện phòng hộ, một yếu tố không thể thiếu để bảo vệ tâm khỏi những khuynh hướng bất thiện.

Phật giáo nhìn nhận rằng con người bị chi phối bởi ba độc căn bản: tham, sân và si. Chính từ ba gốc rễ này mà các hành vi bất thiện phát sinh, gây khổ đau cho bản thân và cho người khác. Vì vậy, việc "lánh dữ" không chỉ đơn thuần là tránh những hành động sai trái bên ngoài, mà quan trọng hơn là nhận diện và chuyển hóa những mầm mống bất thiện ngay từ trong tâm.

Theo tinh thần của Kinh Trung Bộ[11], Đức Phật dạy rằng hành giả cần đoạn trừ các bất thiện pháp ngay từ khi chúng vừa khởi sinh trong ý niệm. Nếu không kịp thời nhận diện và chuyển hóa, những ý niệm ấy sẽ lớn dần, dẫn đến lời nói và hành động sai lầm. Do đó, sự tỉnh thức (sati) đóng vai trò then chốt: giúp ta nhận ra những tâm niệm bất thiện ngay khi chúng vừa xuất hiện, và không để chúng phát triển thêm.

Tư tưởng này cũng được phát triển sâu sắc trong các kinh điển Đại thừa. Trong Kinh Lăng Nghiêm[12], Đức Phật nhấn mạnh rằng mọi tội lỗi đều khởi từ vọng tâm; nếu tâm được thanh tịnh thì hành vi tự nhiên trở nên trong sạch. Tương tự, Kinh Pháp Hoa[13] cũng chỉ ra rằng việc tu tập không chỉ là tránh ác, mà còn là chuyển hóa nhận thức để thấy rõ bản chất của các pháp, từ đó không còn bị dẫn dắt bởi vô minh.

Trong tinh thần đó, Hòa Thượng Trí Tịnh đã giản dị hóa lời dạy thành một nguyên tắc rất thực tế: không làm điều ác chính là nền tảng để không gây khổ đau cho mình và cho người. Khi ta không khởi tâm hại người, không nói lời tổn thương, không hành động bất thiện, thì tự nhiên đời sống trở nên an ổn hơn. Đây không phải là sự kiềm chế gượng ép, mà là kết quả của sự hiểu biết và tỉnh thức.

Ở mức độ sâu hơn, "lánh dữ" chính là quá trình quay về quan sát nội tâm. Mỗi khi một ý niệm tham lam, sân hận hay si mê khởi lên, nếu ta nhận ra và không chạy theo nó, thì ngay lúc đó ta đã thực hành "lánh dữ". Như vậy, việc tránh ác không phải là một điều gì xa vời, mà là một thực tập diễn ra từng giây phút trong đời sống.

Có thể nói, "lánh dữ" và "làm lành" là hai mặt không thể tách rời: một bên ngăn chặn nguyên nhân của khổ đau, một bên nuôi dưỡng hạt giống an lạc. Khi hai yếu tố này được thực hành song hành, con đường tu tập trở nên vững chắc và có chiều sâu, đưa hành giả tiến dần đến sự chuyển hóa toàn diện.

5/ ĂN CHAY, sự cụ thể hóa của lòng từ bi

Trong 14 chữ vàng, "ăn chay" không chỉ là một lời khuyên thực hành, mà chính là sự biểu hiện cụ thể và trực tiếp của lòng từ bi trong đời sống hằng ngày.

Hòa Thượng Trí Tịnh đã nhấn mạnh một nguyên lý rất rõ ràng: nếu con người vẫn còn tiêu thụ thịt của chúng sanh, thì lòng từ bi khó có thể đạt đến sự viên mãn. Bởi lẽ, dù trực tiếp hay gián tiếp, việc sử dụng thịt đều liên hệ đến sự tổn hại sinh mạng. Khi còn dự phần vào chuỗi nhân duyên ấy, tâm từ khó có thể phát triển trọn vẹn và thanh tịnh.

Dưới góc độ học thuật, ăn chay trong Phật giáo không đơn thuần là một chế độ dinh dưỡng, mà mang nhiều tầng ý nghĩa sâu sắc. Trước hết, đó là một hành vi đạo đức (ethical restraint), thể hiện sự tự nguyện kiềm chế nhằm tránh gây tổn hại đến

11 Bhikkhu Ñāṇamoli and Bhikkhu Bodhi, trans., The Middle Length Discourses of the Buddha: Majjhima Nikāya (Boston: Wisdom Publications, 1995), MN 20 (Vitakkasaṇṭhāna Sutta).

12 The Śūraṅgama Sūtra, trans. Charles Luk (London: Rider, 1966), 45–52.

13 Burton Watson, trans., The Lotus Sutra (New York: Columbia University Press, 1993), chap. 2.

các loài hữu tình. Đồng thời, ăn chay cũng là một phương tiện nuôi dưỡng từ tâm, giúp hành giả phát triển lòng trắc ẩn một cách cụ thể và bền vững. Xa hơn nữa, đây còn là cách thiết thực để giảm thiểu nghiệp sát, góp phần thanh lọc thân tâm và tạo nền tảng cho sự tu tập lâu dài.

Trong bối cảnh hiện đại, ý nghĩa của ăn chay không chỉ dừng lại ở phương diện tâm linh, mà còn mở rộng sang các vấn đề toàn cầu như bảo vệ môi trường và phát triển bền vững. Nhiều nghiên cứu khoa học đã chỉ ra rằng ngành chăn nuôi công nghiệp là một trong những nguyên nhân chính gây phát thải khí nhà kính, suy thoái đất và cạn kiệt tài nguyên nước.[14]

Đặc biệt, tại nước Đức, phong trào ăn chay và thuần chay đang phát triển mạnh mẽ. Các thống kê gần đây cho thấy số lượng người (khoảng 8 triệu người) theo chế độ ăn dựa trên thực vật đã gia tăng đáng kể trong thập niên qua, phản ánh sự chuyển biến trong nhận thức về sức khỏe, môi trường và đạo đức.[15]

Bên cạnh đó, nhiều nghiên cứu quốc tế cũng khẳng định rằng việc chuyển sang chế độ ăn thực vật không chỉ mang lại lợi ích sức khỏe, mà còn góp phần giảm thiểu đáng kể tác động tiêu cực đến môi trường toàn cầu.[16]

Như vậy, "ăn chay" trong lời dạy của Hòa Thượng không chỉ là một pháp tu mang tính cá nhân, mà còn là một định hướng phù hợp với xu thế của thời đại. Đó là điểm giao thoa giữa trí tuệ Phật giáo và nhận thức hiện đại – nơi lòng từ bi không chỉ được nói đến, mà được thực hành một cách cụ thể, thiết thực và có tác động sâu rộng đến xã hội và môi trường.[17]

6/. NIỆM PHẬT, con đường nhiếp tâm và nương tựa tha lực

Trong hệ thống giáo lý thực hành, niệm Phật được Hòa Thượng Trí Tịnh[18] xác định là pháp môn trọng tâm, đặc biệt phù hợp với căn cơ chúng sanh trong thời mạt pháp. Khi nội lực con người suy yếu, vọng tưởng dày đặc, thì con đường tự lực trở nên khó khăn; vì vậy, hành giả cần nương vào đại nguyện và oai lực của Đức Phật A Di Đà để được tiếp dẫn và giải thoát. Tinh thần này tương hợp với Kinh A Di Đà, trong đó Đức Phật dạy rằng người chí tâm niệm danh hiệu Phật đến mức nhất tâm bất loạn sẽ được vãng sanh về cõi Cực Lạc.

Tuy nhiên, nếu nhìn sâu hơn, niệm Phật không chỉ đơn thuần là một pháp cầu sanh, mà còn là một phương pháp tu tập nội tâm rất sâu sắc. Về mặt triết học và thực hành, niệm Phật vừa là phương tiện định tâm, giúp tâm an trú vào một đối tượng duy nhất; vừa là cách thanh lọc ý thức, làm lắng dịu những dòng vọng tưởng liên tục; đồng thời cũng là con đường chuyển hóa nội tâm, đưa hành giả từ tán loạn đến nhất tâm, từ nhiễm ô đến thanh tịnh.

Điểm đặc sắc trong lời dạy của Hòa Thượng Thích Trí Tịnh là sự nhấn mạnh vào tính thực tiễn và phổ cập của pháp môn này. Ngài khẳng định rằng trì danh niệm Phật là pháp môn "dễ tu", không bị giới hạn bởi hoàn cảnh hay thời gian. Người hành trì có thể niệm Phật trong mọi sinh hoạt: đi, đứng, nằm, ngồi, làm việc hay nghỉ ngơi, chỉ trừ khi đang nói chuyện. Điều quan trọng không nằm ở hình thức, mà ở sự liên tục và chuyên nhất của tâm niệm. Khi niệm, tâm phải đi theo tiếng, tiếng phải rõ ràng, rành rẽ, không xen tạp; nếu tâm tán loạn thì phải nhẹ nhàng kéo trở lại. Đây chính là cốt lõi của sự "chấp trì danh hiệu".

Theo kinh nghiệm tu tập mà Hòa Thượng chia sẻ, ban đầu việc niệm Phật thường bị gián đoạn: lúc nhớ lúc quên, lúc chuyên lúc tán. Nhưng nếu kiên trì thực hành, dần dần niệm lực sẽ trở nên liên tục, không còn gián đoạn. Khi đó, tiếng niệm Phật không còn là sự cố gắng gượng ép, mà tự nhiên khởi lên trong tâm, ngay cả khi không chủ ý. Trạng thái này được gọi là "niệm lực tương tục", là nền tảng dẫn đến Niệm Phật Tam-muội và là nhân vững chắc cho sự vãng sanh.

Một điểm quan trọng khác trong giáo lý Tịnh Độ mà Hòa Thượng nhấn mạnh là sự kết hợp không thể tách rời của ba yếu tố: Tín, Nguyện và Hạnh. Trước hết, hành giả phải có niềm tin vững chắc vào lời dạy của Đức Phật Thích Ca về thế giới Cực Lạc và vào đại nguyện tiếp dẫn của Đức Phật A Di Đà. Từ niềm tin ấy, phát sinh nguyện lực, mong muốn tha thiết được vãng sanh để chấm dứt luân hồi và tiếp tục con đường thành Phật độ sanh. Và

---

14 Marco Springmann et al., "Analysis and Valuation of the Health and Climate Change Co-benefits of Dietary Change," Proceedings of the National Academy of Sciences 113, no. 15 (2016): 4146–4151.

15 Walter Willett et al., "Food in the Anthropocene: The EAT–Lancet Commission on Healthy Diets from Sustainable Food Systems," The Lancet 393, no. 10170 (2019): 447–492.

16 Statista, "Number of Vegetarians and Vegans in Germany," accessed 2024.

17 ProVeg International, "Germany as a Pioneer in Plant-Based Eating," accessed 2023.

18 Pháp môn niệm Phật trong lời dạy của HT. Thích Trí Tịnh https://quangduc.com/a48969/phap-mon-niem-phat-trong-loi-day-cua-ht-thich-tri-tinh

cuối cùng, Hạnh chính là sự thực hành trì danh niệm Phật một cách bền bỉ, chuyên cần và liên tục. Ba yếu tố này không tồn tại riêng lẻ, mà tương hỗ lẫn nhau, tạo thành nền tảng vững chắc cho con đường tu tập.

Đặc biệt, Hòa Thượng cũng chỉ ra rằng niệm Phật không hề tách rời với thiền định. Khi tâm hành giả an trú trọn vẹn vào danh hiệu Phật, không còn nhớ tưởng quá khứ, không lo nghĩ tương lai, thì chính là đang thực hành định. Lúc đó, phiền não dần lắng xuống, ngoại cảnh không còn chi phối mạnh mẽ, và tâm trở nên an ổn. Điều này cho thấy niệm Phật không phải là pháp môn "dễ và thấp", mà thực chất là một con đường dung hợp giữa tín ngưỡng và thiền định, giữa tha lực và tự lực.

Từ góc độ tổng thể, niệm Phật chính là sự kết tinh của trí tuệ và từ bi trong truyền thống Tịnh Độ. Đó là con đường mở ra cho mọi căn cơ, không phân biệt trình độ hay hoàn cảnh, nhưng vẫn có chiều sâu triết học và thực hành rất lớn. Khi hành giả biết nương vào danh hiệu Phật, giữ tâm chuyên nhất, nuôi dưỡng niềm tin và phát nguyện chân thành, thì không chỉ hướng đến sự vãng sanh trong tương lai, mà ngay trong hiện tại, đời sống cũng đã dần được chuyển hóa theo hướng an tịnh và sáng suốt hơn.

Đây là bài Kệ Niệm Phật do Đại Lão Hòa Thượng Thích Trí Tịnh soạn để quý Phật tử nắm được tông chỉ mà thực hành:

"Tây Phương Cực Lạc thế giới
Nam mô A Di Đà Phật
Tin sâu, Nguyện thiết, Hạnh chuyên
Nam mô A Di Đà
Không gấp cũng không hưỡn
Tâm tiếng hiệp khắn nhau
Thường niệm cho rành rõ
Nhiếp tâm là Định học
Nhận rõ chính Huệ học
Chánh niệm trừ vọng hoặc
Giới thể đồng thời đủ
Niệm lực được tương tục
Đúng nghĩa chấp trì danh
Nhất tâm Phật hiện tiền
Tam-muội Sự thành tựu
Đương niệm tức vô niệm
Niệm tánh vốn tự không
Tâm làm Phật là Phật
Chứng lý pháp thân hiện
Nam mô A Di Đà
Nam mô A Di Đà
Cố gắng hết sức mình
Cầu đài sen thượng phẩm"

7/ TỤNG KINH, con đường khai mở trí tuệ

Nếu niệm Phật thiên về định, thì tụng kinh chính là con đường phát triển trí tuệ. Đây không chỉ là một nghi thức tôn giáo, mà là một pháp môn tu tập sâu sắc, giúp hành giả từng bước thấm nhập giáo pháp và chuyển hóa nội tâm.

Hòa Thượng Trí Tịnh dạy rằng tụng kinh[19] không phải là đọc tụng hình thức, mà là để lời Phật đi vào tâm thức, trở thành chất liệu nuôi dưỡng đời sống tinh thần. Khi tụng kinh với sự chánh niệm và hiểu biết, từng câu kinh không còn là chữ nghĩa bên ngoài, mà trở thành ánh sáng soi chiếu nội tâm, giúp hành giả nhận diện và chuyển hóa những vọng tưởng, mê lầm. Chính vì vậy, tụng kinh là tiến trình nội hóa giáo pháp, là sự chuyển hóa nhận thức, và cũng là sự thực hành trọn vẹn ba giai đoạn văn-tư-tu trong Phật học.

Ở bình diện sâu hơn, tụng kinh chính là chiếc cầu nối giữa tri thức và giác ngộ. Người chỉ đọc kinh mà không suy niệm thì chưa đi vào chiều sâu; người hiểu mà không hành trì thì chưa chuyển hóa được tâm. Chỉ khi tụng kinh với tâm cung kính, quán chiếu và ứng dụng, thì giáo pháp mới thực sự trở thành năng lực chuyển hóa sống động.

Tấm gương tiêu biểu cho pháp môn này chính là Đại lão Hòa Thượng Thích Trí Tịnh, một bậc Cao Tăng suốt đời chuyên tu và hoằng dương pháp môn Tịnh Độ tại Việt Nam. Ngài không chỉ xem tụng kinh là một phương tiện hỗ trợ, mà là một pháp môn căn bản trong đời sống tu hành. Bản thân Ngài đã hành trì một cách bền bỉ và nghiêm mật: tụng kinh mỗi ngày, giữ thời khóa không gián đoạn, và đặc biệt là thuộc lòng nhiều bộ kinh quan trọng. Nhờ vậy, dù ở bất kỳ hoàn cảnh nào, đi, đứng, nằm, ngồi, Ngài đều có thể trì tụng và sống trong dòng chảy của giáo pháp.

Ngay từ thuở còn là một tu sĩ trẻ, Hòa Thượng đã phát tâm học thuộc lòng kinh điển một cách tinh tấn. Ngài đã thuộc lòng **Kinh Phổ Môn**, và chỉ trong một thời gian ngắn có thể tụng trọn vẹn **Phẩm Phổ Môn** mà không sai sót. Về sau, trong quá trình tu học và hành trì, Ngài tiếp tục thuộc lòng và đưa vào thời khóa hằng ngày nhiều bản kinh quan trọng như **Kinh A Di Đà**, **Phẩm Phổ Hiền Hạnh Nguyện** (trong Kinh Hoa Nghiêm), **Kinh Kim Cang**, cùng với bài kệ **Phẩm Phương Tiện** trong Kinh Pháp Hoa. Những bộ kinh này

---

19 HT Thích Trí Tịnh Khai Thị Về Việc Tụng Kinh Và Niệm Phật https://quangduc.com/a32723/ht-thich-tri-tinh-khai-thi-ve-viec-tung-kinh-va-niem-phat

không chỉ được tụng đọc, mà còn được Ngài ghi nhớ, quán chiếu và sống trọn vẹn trong đời sống tu tập hằng ngày.

Ngũ Kinh Tịnh Độ, do Tu Viện Quảng Đức ấn tống nhân dịp lễ Đại Tường của Đại lão Hòa Thượng Thích Trí Tịnh vào năm 2017[20], là bộ kinh điển nền tảng của Tịnh Tông, đồng thời cũng là những bản kinh mà Hòa Thượng suốt đời chuyên tâm trì tụng, nghiên cứu và dịch sang tiếng Việt. Bộ kinh này bao gồm: Kinh Vô Lượng Thọ, Kinh Quán Vô Lượng Thọ, Kinh A Di Đà, chương Đại Thế Chí Niệm Phật Viên Thông (trích từ Kinh Thủ Lăng Nghiêm) và phẩm Phổ Hiền Hạnh Nguyện (trích từ Kinh Hoa Nghiêm).

Không chỉ dừng lại ở việc trì tụng, Hòa Thượng còn là dịch giả của các bản kinh này trong Trí Tịnh Toàn Tập, góp phần đưa giáo pháp Tịnh Độ đến gần hơn với hàng Tăng Ni và Phật tử. Chính nhờ công trình phiên dịch và hành trì miên mật ấy, Ngũ Kinh Tịnh Độ không chỉ là nền tảng lý thuyết, mà còn trở thành kim chỉ nam thực tiễn, giúp người học Phật dễ dàng tiếp cận, hiểu đúng và hành trì đúng theo chánh pháp.

Đối với Hòa Thượng, tụng kinh và niệm Phật không tách rời, mà hỗ trợ lẫn nhau: tụng kinh để khai mở trí tuệ, niệm Phật để nhiếp tâm an định. Chính sự kết hợp này tạo nên một con đường tu tập vừa vững chắc, vừa phù hợp với mọi căn cơ. Nhờ hành trì như vậy, tụng kinh không còn là việc đọc tụng đơn thuần, mà trở thành một đời sống, nơi mỗi lời kinh đều được sống, được thấm, và được chuyển hóa thành trí tuệ và từ bi trong từng hành động của người tu.

KẾT LUẬN: Một hệ thống tu tập toàn diện và sống động

Mười bốn chữ vàng của Đại lão Hòa Thượng Thích Trí Tịnh không chỉ là những lời dạy giản dị, mà thực chất là một hệ thống tu tập toàn diện, bao trùm cả thân-khẩu-ý, kết nối chặt chẽ giữa đạo đức, thiền định và trí tuệ. Từ "thương người, thương vật" khởi sinh lòng từ bi; đến "làm lành, lánh dữ" thiết lập nền tảng đạo đức; rồi "ăn chay" thanh lọc thân nghiệp; "niệm Phật" nhiếp tâm an định; và "tụng kinh" khai mở trí tuệ, tất cả hợp lại thành một pháp hành tu tập trọn vẹn, không thiếu sót.

Điều đặc biệt sâu sắc nơi hệ thống này là tính cân bằng và thực tiễn. Không thiên về lý thuyết cao siêu, cũng không dừng lại ở hình thức nghi lễ, mười bốn chữ ấy đi thẳng vào đời sống hằng ngày, giúp bất cứ ai, dù căn cơ nào, cũng có thể bắt đầu và từng bước chuyển hóa. Đó là pháp tu dung hòa giữa tự lực và tha lực: tự lực trong việc giữ gìn thân tâm, đoạn ác tu thiện; tha lực trong việc nương nơi đại nguyện của chư Phật, đặc biệt là Đức Phật A Di Đà. Đồng thời, đó cũng là sự kết nối giữa hiện tại và giải thoát: ngay trong đời sống này mà gieo nhân thanh tịnh, thì tương lai sẽ thành tựu an lạc.

Trong bối cảnh của thời đại hôm nay, khi con người đối diện với nhiều bất an, khủng hoảng và mất phương hướng, thì chính những lời dạy tưởng chừng giản dị ấy lại trở nên vô cùng thiết yếu. Bởi lẽ, con người không thiếu tri thức, nhưng thiếu sự an ổn nội tâm; không thiếu phương tiện, nhưng thiếu định hướng đúng đắn. Mười bốn chữ vàng của Đại Lão Hòa Thượng, vì vậy, không chỉ là pháp tu cho người Phật tử, mà còn là một nền tảng đạo đức và tâm linh có giá trị phổ quát cho xã hội hiện đại.

Quan trọng hơn, đây không phải là những lời dạy để đọc rồi quên, mà là những nguyên tắc sống cần được thực hành và truyền trao. Khi một người biết thương yêu, biết tránh ác làm lành, biết giữ tâm thanh tịnh và hướng về điều thiện, thì không chỉ tự thân người ấy được chuyển hóa, mà gia đình, cộng đồng và xã hội cũng dần trở nên tốt đẹp hơn. Từ một người đến nhiều người, từ một thế hệ đến nhiều thế hệ, giá trị ấy có thể lan tỏa và tiếp nối không ngừng.

Có thể nói, mười bốn chữ vàng ấy chính là kết tinh của kinh nghiệm thực chứng và lòng từ bi sâu rộng của một bậc chân tu. Dù thời gian có trôi qua, dù hoàn cảnh có đổi thay, thì chân lý ấy vẫn không hề lạc hậu, đi sau thời đại. Nếu được giữ gìn, thực hành và truyền bá một cách đúng đắn, thì ánh sáng của mười bốn chữ ấy sẽ còn tiếp tục soi đường, không chỉ cho người hôm nay, mà còn cho cả những thế hệ mai sau trên hành trình tìm về sự an lạc và giải thoát.

Nam mô Từ Lâm Tế Gia Phổ Chánh Tông, Tứ thập nhất thế, Việt Nam Tam Tạng Pháp Sư, húy thượng Nhựt hạ Bình, tự Thiện Chánh, hiệu Trí Tịnh, Nguyễn công Đại lão Hòa thượng Giác linh, thùy từ chứng giám. ■

Viết tại Tu Viện Quảng Đức nhân Lễ Huý Nhật lần thứ 9 Đại Lão Hòa Thượng Thích Trí Tịnh - Thứ Bảy 28/03/2026

---

20 Ngũ Kinh Tịnh Độ https://quangduc.com/a60242/ngu-kinh-tinh-do

Lâm Minh Anh

DĨ NHÃ DĨ NAM

Tình cờ đến thăm ông Tư, nghe có tiếng nhạc du dương réo rắt từ nhà vọng ra, ông Lý hơi bất ngờ vì biết gia đình này đều rất thích đọc sách và nghe giảng kinh thay vì nghe nhạc. Ông Lý đứng yên lắng nghe, đây là loại nhạc cổ có âm điệu rất lạ nhưng khá hay, chờ bản hòa tấu chấm dứt, ông mới đưa tay nhấn chuông. Cả nhà vồn vã ra đón tiếp, ông Lý tò mò hỏi về bài nhạc cổ mang giai điệu là lạ vừa nghe. Tân hào hứng nói ngay:

-Thưa bác, đó là nhạc cổ cung đình ngày xưa, bạn cháu nói là giới thiệu nghe cho biết, cháu thấy cũng hay hay nên mở cho cả nhà cùng thưởng thức.

Ông Lý gật đầu mỉm cười nói:

-À ra thế! Âm điệu của các loại nhạc khí này làm bác nhớ đến Nhã nhạc và Nam nhạc mà bác từng được đọc qua trong sách xưa.

Lam Ngọc ngạc nhiên hỏi:

-Dạ thưa bác, con có nghe qua chữ Nhã nhạc, còn Nam nhạc thì lạ quá!

Tân tiếp lời vợ:

-Đúng rồi! Trước giờ con vẫn cứ nghĩ chữ Nam là chỉ về phương hướng mà thôi.

Ông Lý tươi cười nói:

-Không sai! Chữ Nam 南 thoạt nhìn đơn thuần tưởng như chỉ về một phương hướng, nhưng kỳ thực tự thân nó mang nhiều ý nghĩa văn hoá, triết học, và tín ngưỡng tâm linh. Là chữ đã sớm xuất hiện trên Đào văn, Giáp cốt văn..., lịch sử cấu thành của nó đến từ nhiều nguồn giải thích bất nhất, do đó, nghĩa nguyên gốc cũng chưa được khẳng định rõ ràng. Tuy nhiên, theo sự tìm hiểu ít nhiều của bác thì:

§ Về ý nghĩa hình dạng:

1/ Chữ Nam 南 (峯), xưa kia viết: (山+ /+人+ ¥) nhìn nét chữ kết hợp theo chiều thẳng đứng tương tự chữ Cốc 穀 (vật có vỏ ngoài cứng như vỏ cây...) hoặc Cốc 穀 (cây lương thực như lúa nước tức lúa gié, lúa thử tức lúa nếp...) đến từ phương nam. Chữ Nam 南 còn là tên gọi của một loại nhạc khí cổ đại làm bằng đồng xanh gọi là Chung 鐘 (quả chuông đồng) được sử dụng để diễn tấu (hòa nhạc) chung với các loại nhạc khí khác trong nghi lễ tế tự, yến tiệc triều đình... Để minh họa điều này trong:

-Sử Ký, Văn Vương Thế Tử, Tư Mã Thiên nói: Xưa kia có chức quan nhỏ gọi là Tư Cổ Nam 胥鼓南 (người đảm trách đánh trống và gõ chuông) cũng gọi là Tư Lại 胥吏, dân gian quen gọi là Thư lại. Trong nghi lễ tế tự tông miếu, chuông này được đánh lên để giao cảm với tổ tiên hoặc thần linh. Tiếng chuông vang lên còn mang ý nghĩa thức tỉnh hoặc truyền đạt ý chí của trời đất. Đó là nghĩa sâu xa biểu tượng thiêng liêng của chữ 南.

-Kinh Thi, Tiểu Nhã, cũng đề cập bài nhạc thơ mang nghĩa chữ 南 là một loại chuông đồng nhỏ đến từ phương nam, rằng:

Cổ Chung[1] (Trống Chuông) 鼓鐘
Cổ chung khâm khâm, 鼓鐘欽欽,
Cổ sắt cổ cầm. 鼓瑟鼓琴
Sanh khánh đồng âm, 笙磬同音
Dĩ nhã dĩ nam. 以雅以南

Tạm dịch:
Chuông trống ngân vang,
Sắt cầm nhịp nhàng
Sênh phách réo rắt,
Tấu nhã nhạc nam.

Nội dung của diễn tấu mang nghĩa dùng Nhã nhạc và Nam nhạc hòa chung để hoài niệm các bậc thiện nhân quân tử.

2/ Chữ Nam 南 nhìn giống như chữ Chu 舟 (thuyền nan tre) cũng đến từ phương nam, là loại nhạc khí như quả chuông nhỏ, trên có núm thắt dây, bên trong rỗng, dưới giáp bề mặt là vòng tròn. Xưa kia ở vùng Mân Nam 閩南, còn gọi là Mân Việt 閩越, nay là tỉnh Phúc Kiến, các thầy cúng dùng Nam 南 tức quả chuông nhỏ gióng lên âm thanh cùng với động tác nhảy múa ca hát, hoặc niệm, hoặc tụng ... để cử hành nghi lễ tế tự thần linh, cầu cho mọi sự an lành mỗi khi đoàn thuyền dân chài dong buồm ra biển khơi. (Tế tự dã vu sư vũ xướng niệm tụng dã - 祭祀也巫師舞唱念頌也).

3/ Chữ Nam 南 giống như chữ Quy 龜 (con rùa), rõ hơn là giống như phần dưới bụng của mu rùa gọi là "quy giáp phục" 龜甲腹 đến từ phương nam. Rùa là loài vật sống được dưới nước lẫn trên mặt đất, hầu như ở nhiều trong hang động từ phương nam, có tuổi thọ rất cao và được coi là loài vật quý như thành ngữ "long lân quy phụng" trong dân gian thường truyền tụng. Do đó, rùa cũng được một trong biểu tượng thiêng liêng trong loài vật.

4/ Chữ Nam 南 theo Địa phương chí Giang Tô giống như chữ Nam cổ 峯 kết hợp theo (phù) ký

1 Chữ Nam này ⍰ tuy có nhiều cách giải thích khác nhau, tuy nhiên nhiều người đồng ý: Nguồn gốc của nó là hình dạng cái chuông do người nước Sở phương Nam (nay là xung quanh tỉnh Hồ Nam) tạo ra.

hiệu (山+/ +冖 +¥) vẽ ra một bức tranh hình ảnh một ngọn núi nhỏ với nhiều cây cỏ đến từ phương nam. Phương nam ở đây chỉ về lưu vực Trường Giang (sông Dương Tử).

5/ Chữ Nam theo Quách Mạc Nhược trong Đường Lan 唐蘭 giải thích: Nam 南 xưa kia đọc là Cốc 穀, biểu thị "tiểu đồn" 小豚 (giống lợn mọi nhỏ bé), là một loài gia súc đến từ phương nam, cũng như phương nam có mèo nhà và bò màu vàng (mão nam, hoàng ngưu - 卯南黃牛) mà phương bắc hiếm thấy.

§ Về ý nghĩa của Phương Nam:

-Giáp cốt văn: Đời Ân Thương, trong thuật ngữ bói toán đã mượn chữ Nam để chỉ định phương vị theo nghĩa giả tá. Thí dụ, nếu ta đứng xoay về hướng phía mặt trời mọc buổi sáng, thì hướng Nam là hướng tay phải của ta, đối nghịch là hướng Bắc tức hướng tay trái của ta. (Tại Ân khư bốc từ dĩ tá dụng nam vi phương vị từ- nam thị giả tá nghĩa - 在殷墟卜辭已借用南為方位詞 - 南是假借義).

-Giáp cốt văn nói thêm rằng: Phương nam với đất đai trù mật phì nhiêu, hằng năm thu hoạch sản vật phong phú. Do đó, Nam 南 vừa dùng để chỉ tên vùng đất, vừa dùng để chỉ cho cúng tế phẩm. (Nam thổ thụ niên, thổ địa nam phương đắc hảo thụ thành, hựu dụng tác địa danh, hựu dụng tác tế phẩm - 南土受年土地南方得好受成又用作地名又用作祭品).

-Trên Kim văn, sách Lâm Thư, Tán Thị Bàn minh chí nói: Vượt qua Hiến thủy, bước theo hướng nam, đi thẳng sẽ gặp một hồ nước lớn, chính là vùng Giang Hoài phương nam. (Tự Hiến thủy thiệp, dĩ nam, chí vu đại hồ… 臨書,散氏盤銘誌: 自㶐水涉以南至于大湖…). Chữ Hiến 㶐 (không rõ địa danh) xưa kia tương đương nghĩa chữ Du (水+ 攸 là dòng nước chảy xiết).

-Thuyết văn giải tự, bộ Thảo 草, Hứa Thận nói: Nam, cây cỏ khi đến nơi đây tức phương nam thì trổ xanh tươi, cành lá sum suê… (Nam, thảo mộc chí nam phương, hữu chi nhiệm dã - 南草木至南方有枝任也).

-Hán Thư Luật Lịch Chí nói: Mặt trời ở phương nam, nhờ khí dương thịnh nên môi trường sống thích hợp cho sự sinh sôi nuôi dưỡng vật… ý nói các loại cây cỏ ở phương nam. (Thái dương giả, nam phương, nam nhiệm dã, dưỡng khí nhiệm dưỡng vật… vân thảo mộc chí nam phương, nam dã- 漢書律歷誌曰:太陽者南方南任也養氣任養物…雲草木至南方南也).

-Sách Quảng Vận nói: Nam, thuộc xứ nóng, cũng là tên gọi của một loại trái cây - thật không

Hình minh họa: Trần Thế Thi

rõ muốn chỉ loại trái cây nào? (Nam, hỏa phương, diệc quả danh - 廣韻曰: 南火方亦果名).

-Sách Lâm Hải Dị Vật Chí nói: Phần nhiều ở phương nam, có loại trái cây, quả lớn như ngón tay cái, sắc tím, vị ngọt, giống như trái mơ. (Đa nam, tử đại như chỉ tử sắc, vị cam, tự mai.(臨海異物誌曰:多南子大如指紫色味甘似梅).

-Tấn Thư, Can Bửu, sách Sưu Thần Ký nói: Ra khỏi nhà, trông về phương nam - hàm nghĩa an lành. (Xuất hộ vọng nam - 晉書, 干寶, 搜神記曰: 出戶南望).

§ Về ý nghĩa chiết tự:

Chữ Nam 南 bao gồm từng bộ phận cấu thành mang những ý nghĩa triết lý như sau:

~ Bộ Triệt 屮 (rêu), bộ Thảo 草 (cây cỏ), bộ bát ¥ (đảo ngược): Biểu thị cây cỏ và nhạc khí ở phương nam.

~ Bộ Thập 十: Biểu thị mười phương tức toàn thể vũ trụ. Chẳng hạn, Thập phương chư Phật, ám chỉ các vị Phật hiện hữu khắp nơi. Chữ này (kết hợp nét ngang nét dọc) là nhịp cầu giữa con người và vũ trụ, giữa cõi Ta-bà hữu hạn và miền cực lạc vô biên.

~ Bộ Can 干: Chỉ hệ thống Thập can trong triết lý Âm Dương để xem số mệnh con người. Thiên can bàn về trật tự vũ trụ trong sự tuần hoàn của thời gian.

~ Bộ Quynh 冖, gợi lên miền đất giới hạn thế giới trần gian mà nhà Phật gọi là Ta-bà. Nơi con người được sinh ra và được nuôi dưỡng từ đó, trải qua sinh lão bệnh tử.

Như thế, Nam 南 mang nghĩa bao quát toàn thể vũ trụ, vạn vật, kể cả con đường của con người. Nếu ai đó chịu tu tâm dưỡng tánh thuần thành, biết đâu có thể vượt thoát giới hạn thế giới trần gian, hướng đến Nam Thiên Môn 南天門 tức Cổng Trời trong văn hoá tu tiên của Đạo gia.

Nói đến đây, ông Lý ngừng lời, đón tách trà nóng từ nơi tay của Tân, lễ phép mời ông. Nhân đó, ông Tư ngồi nghe cũng thích thú góp phần:

-Về ý nghĩa văn hoá của Phương Nam.

Trong triết lý của Nho gia, một số sử sách xưa nay được ghi lại như sau:

-Kinh Dịch, Thuyết quái nói: Bậc thánh xoay mặt về phương nam lắng nghe thiên hạ, hướng tới trí sáng suốt mà thiết lập trật tự xã hội. (Thánh nhân nam diện nhi thính thiên hạ, hướng minh nhi trị - 聖人南面而聽天下向明而治).

-Lễ Ký, Minh Đường Vị nói: Thiên tử dựa lưng vào ngai vàng, hướng mặt về phương nam mà tạo lập trị vì. (Thiên tử phụ phủ y nam diện nhi lập - 天子負斧依南面而立).

-Sử Ký, Tần Thuỷ Hoàng bổn kỷ, Tư Mã Thiên nói: Tần Thuỷ Hoàng thâu tóm Lục quốc (Hàn, Triệu, Yên, Nguỵ, Sở, Tề) xong, đặt hiệu hoàng đế, ngồi hướng mặt về phương nam xưng đế để tỏ quyền uy thống trị và biểu thị nhận thiên mệnh. (Tần Thuỷ Hoàng nãi tịnh thiên hạ, lập hiệu Hoàng đế - Nam diện xưng đế, Nam diện nhi tọa - 秦始皇乃並天下立號皇帝南面稱帝南面而坐).

-Lễ Ký, Chuy Y, Khổng Tử nói: Người phương nam có câu nói: Người mà không có ý chí bền bĩ, thì không thể làm thầy bói toán. (Nam nhân hữu ngôn viết: Nhân nhi vô hằng, bất khả dĩ vi bốc phệ - 禮記, 緇衣: 南人有言曰: 人而無恒不可以為卜筮).

-Dương Hùng Truyện, thượng nói: Hãy lên núi Chuyên Loan (vốn ở phía Nam Cung cam tuyền 南宮甘泉) mà đến cổng Trời. (Đăng Chuyên Loan nhi hồng thiên môn hề - 登椽欒而羾天門兮).

-Đạo gia Trang Tử, trong Đạo Chích cũng nói: Phàm người có phẩm đức (tức cái Một thiện nhân) này, cũng đủ xoay mặt về phương nam xưng Cô. (Phàm nhân hữu thử nhất đức, túc dĩ nam diện xưng cô hỹ - 盜蹠: 凡人有此一德足以南面稱孤矣). Cô 孤 ở đây là tiếng tự xưng khiêm nhường của các bậc vương hầu thời xưa.

-Kinh Thi với văn hoá triều đình, trong chùm nhạc thơ Chu Nam, Triệu (Thiệu) Nam về Phong, Nhã, hay Tụng đề cập khá nhiều chữ Nam 南 (㚢), chẳng hạn Nam phong (gió Nam) tức Khải phong xuất phát từ phương nam:

Khải phong tự nam, 凱風自南
Xuy bỉ cúc tâm. 吹彼棘心
Cúc tâm yêu yêu, 棘心夭夭
Mẫu thị cù lao. 母氏劬勞

Tạm dịch:

Gió nam man mác xa đưa,
Thổi qua gai thảo tâm ưa thiện lành.
Người cây xinh đẹp, danh thành,
Nhớ chăng công khó mẹ dành chăm cho.

-Liên quan chữ Nam 南 (phương nam) và chữ Nam 男 (chỉ nam giới) đồng âm, và đồng nghĩa theo một số sách xưa.

a/ Tả Truyện, Chiêu Công thập tam niên nói: Chữ xưa khi viết 男, phần nhiều cũng dùng chữ 男 thay cho chữ 南 này. (Cổ tự tác nam 男, diệc đa dụng tác thử nam 南 - 古字作男亦多用作此)..

b/ Khổng Tử Gia Ngữ, Chính Luận nói: Xưa kia chữ 男 dùng làm chữ 南 (Nam tác nam - 男作南).

c/ Hán Bạch Thư thông tá cũng nói: Xưa kia Nam còn chỉ cho một tước vị - Công, hầu, bá, tử, nam. Thường dùng 男 thay cho 南, (漢帛書曰: 官爵名公侯伯子男 - 男作南).

Tân nghe đến đây, thích quá liền xin phép góp lời:

-Dạ thưa! Liên quan các chữ 南,穀,男,舟,胥,鐘… mà bác Lý và ba đã diễn nghĩa, con thấy từ những chữ ấy biểu thị (thể hiện) như một bức tranh đầy màu sắc, phảng phất hương vị cuộc sống vui tươi từ hoa thơm, trái ngọt cho đến ý tưởng … xuất phát từ phương nam 南, gần như là nơi "đất lành chim đậu" để con người có thể "an cư lạc nghiệp". Bởi đất đai màu mỡ, khí hậu ôn hòa; cây cao bóng mát, ngũ cốc 穀 phong phú (lúa gié, lúa nếp, lúa tắc, lúa tẻ, đậu), nam nhân 男 nên việc canh nông dễ dàng: thuyền bè 舟 xuôi ngược trên sông hồ biển cả thuận tiện trong việc buôn bán hay chài lưới. Còn âm nhạc phương Nam thì người đảm trách chuông trống tức Tư lại 胥鼓鐘南 có dịp hòa tấu Nhã nhạc, Nam nhạc với những khúc ca réo rắt du dương. Từ những sự kiện trên, nhìn lại lịch sử, sinh hoạt con người phương Nam vừa được thiên nhiên ưu đãi lại có văn hóa nở rộ đã góp phần không nhỏ trong tiến trình văn minh loài người khi con người từ lúc sơ khai đến khi biết trang sức làm đẹp, cải thiện trang phục thanh nhã, "văn ngôn từ chương" khởi phát, xã hội phát triển làm cho ngày một thêm khởi sắc rực rỡ. Lại thêm nữa, màu đỏ thuộc hành hỏa là màu của phương Nam.

Lam Ngọc đứng dậy pha tiếp bình trà nóng mời mọi người, Tân chợt nhìn thấy trên cổ tay cô có vòng chuỗi in chữ Nam Mô A Di Đà Phật liền hỏi thêm ông Lý về chữ Nam trong Phật giáo, ông Lý gật đầu điềm đạm giảng giải:

-Chữ Nam với âm Nam 南 còn có âm Na 那 hoặc Mô 摩, thường đọc là Nam Mô 南無 (那謨), nguyên là Namas 曩謨塞 xuất phát từ phiên âm Phạn ngữ của Ấn Độ, mỗi âm mang ý nghĩa riêng, phản ảnh khía cạnh văn hóa tâm linh khác nhau. Khi cúi đầu xưng tụng chữ này trước Phật và trong lúc niệm Phật nghĩa là "quy y", "quy mệnh", chí tâm đảnh lễ" hướng tới Phật, Pháp, Tăng tam bảo, biểu đạt tinh thần quy thuận phụng hiến. Chẳng hạn,

Nam mô A Di Đà Phật hay Nam mô Quán Thế Âm Bồ Tát là lời kính lễ các vị Phật và Bồ Tát thể hiện lòng thành và mong cầu giải thoát. Trong ngữ cảnh này, âm Nam, âm Na nếu hiểu theo nghĩa "quả chuông" như trong Nam nhạc, thì ta có thể liên tưởng đến âm thanh của chuông chùa vang lên sáng và tối tượng trưng cho sự thức tỉnh, vô thường, khuyến khích hành trì tu tập tinh tấn, nhắc nhở con người hãy hướng về Phật Pháp. Kỳ thực, khi chuông chùa ngân tiếng xa đưa cũng giúp xua tan tà khí và dẫn dắt tâm hồn con người hướng về chánh đạo.

Ngoài ra, âm Nam và âm Na gợi lên sự kết nối ý nghĩa thiêng liêng, liên quan lời mời gọi với Nam Thiên Môn tức Cổng trời là cánh cửa dẫn đến cõi tiên, nơi các vị thần cư ngụ theo niềm tin trong văn hóa Đạo gia. Riêng thuật ngữ "Nam mô" còn mang nghĩa chỉ cho một nhánh tu tiên phái Toàn Chân của Đạo giáo gọi Nam mô phái - 南無派.

Tân để ý Lam Ngọc hình như đang có ý nghĩ thú vị gì đó muốn góp lời nên nhẹ nhàng gợi chuyện, Lam Ngọc rụt rè nhỏ nhẹ nói:

-Dạ thưa! Con từng đọc qua về thành ngữ Nam Kha Nhất Mộng (Giấc mộng Nam Kha), còn gọi là Giấc mộng hoa hoè, được Lý Công Tá đời nhà Đường thuật trong Nam Kha Ký như sau:

Xưa có chàng thư sinh Thuần Vu Phần nằm mộng thấy mình được vua nước Đại Hoè An gả công chúa, lại cho làm Thái thú quận Nam Kha, sống cuộc đời vương giả sung sướng.

Sau có giặc đến, Vu Phần cầm quân ra trận bị bại, công chúa Kim Chi, vợ của Vu Phần chết trong loạn quân. Nhà vua nghi rằng Vu Phần đầu hàng giặc, tước hết phẩm vị, đuổi làm thường dân. Vu Phần vừa oan ức, vừa bi thương, khóc lóc thảm thiết.

Tan giấc mộng thì thấy mình nằm dưới gốc cây hoè (có sách nói, điều mà gọi là Nam Kha, chẳng qua là một nhánh cây hoè ở tận phía nam) cách đó không xa là một tổ kiến lớn, hàng vạn con chạy tứ tung. Vu Phần toát mồ hôi và chép miệng: Sự biến ảo vô thường của đời người và cảnh tượng mộng và thực sao mà xa cách thế!

Trong văn học nước nhà, Nguyễn Gia Thiều đã mượn tích này viết trong Cung Oán Ngâm Khúc:

Giấc Nam Kha khéo bất bình,
Bừng con mắt dậy thấy mình tay không.

Nguyễn Du, trong Đoạn Trường Tân Thanh cũng có câu:

Tiếng sen sẽ động giấc hoè,
Bóng trăng đã xế hoa lê lại gần.

Hai ông mỉm cười tán thưởng. Lam Ngọc dứt lời, bưng khay bánh phục linh tự làm mời cả nhà. Hương trà thơm, vị ngon thanh dịu của bánh làm ai cũng hân hoan. Tân phấn chấn cao giọng nói:

-Thưa bác Lý, thưa ba! Chữ Nam mà nãy giờ mình đàm luận làm con nhớ đến một bài thơ xuất thần của anh hùng dân tộc nước ta Lý Thường Kiệt, lời thơ hùng hồn dõng dạc ấy góp phần làm nức lòng binh sĩ, giúp hăng hái chống giặc ngoại xâm:

Nam quốc sơn hà Nam đế cư, 南國山河南帝居
Tuyệt nhiên định phận tại thiên thư. 裁然定分在天書
Như hà nghịch lỗ lai xâm phạm, 如何逆虜來侵犯
Nhữ đẳng hành khang thủ bại hư. 汝等行看取敗虛

Dịch nghĩa:

Sông núi nước Nam vua Nam ngự,
Rõ ràng được viết tại sách trời.
Cớ sao lũ giặc sang xâm chiếm,
Các ngươi sẽ thảm bại tơi bời.

Cả nhà lặng đi, đồng quay về phương Nam xa xôi, vua Nam ngày nay không còn nữa, nhưng âm ba của DĨ NHÃ DĨ NAM dường như còn phảng phất đâu đây! ■

THƠ
Phạm Văn Quang

AN

Biết Khổ, Vô ngã, Vô thường
Giữa Tam pháp ấn, mà dường đâu hay
Du như hỏa trạch, cõi này
Vô an Tam giới[1]... Còn say luân hồi!

Tùy duyên vạn sự, vậy thôi
Đâu riêng Dục giới? Sắc, rồi cùng Không
Thành, trụ, dị, diệt xoay vòng
Tham, sân, si với mưu mong, ích gì...?

Chắp tay lạy Phật từ bi
Nhẹ bàn chân bước, cõi A Di Đà... ./.

(lanh.ktq)

[1] Lời Kinh Pháp Hoa

Phan Hưng Nhơn

BÀN VỀ NHỮNG HỌ CỦA NGƯỜI VIỆT NAM

HỌ *là gia tộc do một ông tổ gây ra. Người cùng một gia tộc gọi là người cùng họ.*

Đến khoảng giữa thời gian từ 4000 năm trước đây là thời kỳ Tổ Tiên người Việt Nam quy tụ ở các bộ lạc để xây dựng nền tảng dân tộc cùng nền tảng văn hóa Việt Nam. Con người thời bấy giờ đã sống theo từng làng xã, tập hợp theo quan hệ máu mủ, xóm giềng. Khái niệm về họ và làng đã ra đời. Những người cùng một gia tộc sống chung dưới sự lãnh đạo của một phụ nữ lớn tuổi khỏe mạnh, sáng suốt của chế độ mẫu hệ. Tất cả con cháu trong họ đều tùy thuộc người phụ nữ đứng đầu gia tộc. Tên của người này trở thành danh xưng chung của gia tộc cũng như địa phương mà họ cư trú.

Như thế đến thời này danh xưng của những gia tộc hay Họ đã có và thuộc ngôn ngữ Việt-Mường xưa.

Địa điểm cư trú chung của toàn gia tộc được gọi là CHẠ, về sau gọi là làng (Từ đó mới có những từ ngữ "chung chạ" hay "ăn chung ở chạ").

Đến năm 179 trước Tây lịch, sau khi Triệu Đà dùng mưu chiếm được nước Âu Lạc liền sát nhập đất đai Âu Lạc vào Nam Việt, chia Âu Lạc làm 2 quận Giao Chỉ và Cửu Chân. Bạo quyền xâm lược cho tiến hành kiểm kê hộ khẩu tại đây để tiện bắt phu, bắt lính, bóc lột, thuế khóa. Toàn thể gia tộc khắp 2 quận đều được ban cho những danh xưng HỌ mới. Đó là những danh xưng thuộc đời Đường của các họ Trung Hoa. Người Việt Nam qua các đời sau vẫn mang họ Trung Hoa cho đến ngày nay trừ một thiểu số họ ở miền thượng lưu xa xôi vẫn bảo tồn được danh xưng HỌ thuộc ngôn ngữ Việt-Mường cũ.

Cho đến năm 1950 dựa theo các hồ sơ lý lịch có thể nói người Việt Nam hiện nay thuộc 134 HỌ sau đây:

An, Âu Bạc, Bạch, Bàng, Bành, Bế, Biên, Bùi, Ca, Cái, Cam, Cao, Cát, Cầm, Cấn, Cù, Chê, Chiêu, Chu, Chung, Chữ, Danh, Diệp, Doãn, Dư, Dương, Đái, Đàm, Đào, Đặng, Đèo, Đinh, Đoàn, Do, Đỗ, Đồ, Đồng, Đổng, Giang, Giáp, Hà, Hạ, Hàn, Hoa, Hoàng, Hồ, Hồng, Hùng, Hứa, Kiên, Kiều, Kiển, Kim, Kỳ, Kha, Khiên, Khiếm, Khổng, Khu, Khuất, Khương, Khưu, La Lã, Lai, Lại, Lâm, Lê, Linh, Lộ, Lợi, Lữ, Lưu, Lương, Lý, Ma, Mã, Mạc, Mai, Mạnh, Ninh, Nông, Nghiêm, Ngác, Ngô, Ngộ, Ngụy, Nguyễn, Nhan, Nhữ, Ong, Phạm, Phan, Phi, Phó, Phù, Phùng, Quách, Quan, Quản, Sơn, Sử, Tạ, Tăng, Tiên, Tô, Tôn, Tống, Tường, Thạch, Thái, Thang, Thành, Thẩm, Thân, Thiều, Thục, Trà, Trang, Trần, Triệu, Trình, Trịnh, Trưng, Trương, Ung, Uông, Uyển, Ưng, Vạn, Văn, Vi, Viêm, Vũ, Vương.

Thời gian đầu tên một người bất kể nam nữ đều đệm chữ THỊ, TRẦN THỊ ĐOÀN có nghĩa là tên ĐOÀN thuộc họ Trần, vì chữ THỊ ở đây lúc ấy chỉ có nghĩa là HỌ, nhưng về sau các triều đình phong kiến chịu nặng ảnh hưởng của Hán Nho có vẻ trọng nam hơn đã áp đặt từ đó chữ THỊ đi kèm với danh xưng họ để đệm tên của phụ nữ.

Phó cho con NGUYỄN THỊ ĐÀO
Nước trong leo lẻo cắm sào đợi ai ?
(Bà Huyện Thanh Quan)

Nghiên cứu danh sách các họ trên đây nhiều người không khỏi ngạc nhiên sao các dòng họ không phát triển đồng đều, có họ thì quá đông, có họ thì quá ít. Ví dụ đi đâu cũng thường gặp họ Nguyễn. Giở niên giám điện thoại cũng thấy danh sách dài của những người họ Nguyễn. Sự kiện đó có nhiều lý do nhưng lý do chính là do trong lịch sử Việt Nam cổ trung đại có những biến động chính trị đã tạo ra những lần thay tên đổi họ mang tầm vóc quốc gia không chỉ làm thay đổi số phận một đôi dòng họ mà có khi cả vận mệnh một dân tộc.

• Đổi họ LÝ ra họ NGUYỄN

Trần Thủ Độ ép vua Lý Huệ Tông (1211-1224) nhường ngôi cho con gái mới 6 tuổi là Lý Chiêu Hoàng (124-125). Trần Thủ Độ lại sắp đặt cho cháu mình là Trần Cảnh mới 8 tuổi cưới Lý Chiêu Hoàng sau đó lại ép Lý Chiêu Hoàng nhường ngôi cho Trần Cảnh tức Trần Thái Tông.

Để vừa củng cố vị trí cho nhà Trần vừa đồng thời vĩnh viễn xóa hết dấu vết họ Lý để tránh nguy cơ bị các trung thần tiền triều âm mưu chống đối. Trần Thủ Độ khởi đầu tìm cách tiêu diệt tất cả dòng họ Lý. Việc đầu tiên là bức tử được Lý Huệ Tông. Cùng thời Trần Thủ Độ ra lệnh đem các cung nhân và con gái nhà họ Lý gả cho Tù trưởng các bộ tộc ở các vùng thượng du xa xôi. Tháng tư năm 1232, lấy cớ kiêng húy ông nội của Trần Thái Tông tên là Trần Lý, Trần Thủ Độ đưa ra biện pháp quyết liệt buộc TẤT CẢ NHỮNG AI ĐANG MANG HỌ LÝ PHẢI ĐỔI THÀNH HỌ NGUYỄN. Mục đích là để nhân dân không còn tưởng nhớ đến nhà Lý nữa và để các trung thần nhà Lý không tìm được tôn thất nhà Lý để dấy lên chống nhà Trần.

Cuối năm 232, tôn thất nhà Lý đang tập trung làm lễ tế tổ tiên ở thôn Thái Đường xã Hoa Lâm (tỉnh Bắc Ninh), Trần Thủ Độ ra lệnh chôn sống tất cả con cháu nhà họ Lý. Sau cuộc thanh trừng khủng khiếp này con cháu còn sót lại của nhà Lý đều mai danh ẩn tích sống lẩn khuất trong dân gian để tránh bị truy lùng tiêu diệt. Cũng có người tìm cách trốn ra khỏi nước. Đặc biệt là Hoàng tử Lý Long Tường con trai của Lý Anh Tông, năm 1226, đã cùng đoàn tùy tùng vượt biển sang định cư lập nghiệp ở Nam Triều Tiên (Đại Hàn).

• Họ Trần đổi sang họ Trịnh

Năm 1428, Lê Lợi lên ngôi hoàng đế lập ra nhà Hậu Lê. Lê Lợi đã khôn khéo ban chức tước và quốc tính (họ của nhà vua) cho các khai quốc công thần. Việc cho đổi họ các bậc công thần sang họ nhà vua của Lê Thái Tổ thực chất là một thủ đoạn chính trị nhằm ràng buộc các công thần với nhà Lê và thỏa mãn lòng dạ nghi của ông.

Năm 1460, vua Lê Thánh Tông hạ chiếu ra lệnh đổi tên những họ nào đã phạm vào chữ húy của Cung Từ Hoàng Thái Hậu (vợ Lê Thái Tổ), có tên húy là Phan Ngọc Trần, nên bất cứ ai có họ Trần phải đổi sang họ Trịnh; có người đặt câu hỏi tại sao thời Lê Thái Tổ rồi đến Lê Thái Tông, Lê Nhân Tông các vua không kỵ húy bà Cung Từ mà mãi đến Lê Thánh Tông mới dùng cách kỵ húy này? Phải chăng vì những biến động ở triều đình: Lê Thái Tông bất đắc kỳ tử năm 1442, và Lê Nhân Tông bị Lê Nghi Dân giết năm 1459?

• Họ Mạc bị đổi thành nhiều họ khác

Năm 1593, sau khi Trịnh Tùng chiếm được Thăng Long, trung hưng được nhà Lê, thì con cháu họ Mạc tẩu tán khắp nước, một số lên Cao Bằng, một số chạy vào Thanh Hóa, Nghệ An để tránh bị truy lùng tiêu diệt, con cháu họ Mạc phải đổi tên đổi họ.

• Họ NGUYỄN ngày càng đông

Những cuộc biến động chính trị trong nước đã làm cho họ Nguyễn phát triển mạnh theo thời gian, một nhánh của họ Nguyễn ở Gia Miếu, ngoại trang Thanh Hóa, được tiêu biểu bởi Nguyễn Bặc, Nguyễn Bặc bạn chí thân từ thuở hàn vi của Đinh Bộ Lĩnh. Năm 968 Đinh Tiên Hoàng lên ngôi thì Nguyễn Bặc được phong Định Quốc Công. Năm 979, Đinh Tiên Hoàng bị ám sát, Nguyễn Bặc bắt giết ngay thích khách là Đỗ Thích và tôn phò Vệ Vương Đinh Toản lên ngôi. Lê Hoàn phản nhà Đinh, Nguyễn Bặc cầm quân chống đối đánh Lê Hoàn nhưng không may bị Lê Hoàn giết. Tuy vậy theo THẾ PHẢ của dòng họ này thì dòng họ này thường có những người giữ những chức vị cao sang trong các triều đại về sau. Nhưng từ thế kỷ XVI, dòng họ này lót thêm chữ PHÚC. Tương truyền rằng khi sắp sinh, vợ của Nguyễn Hoàng nằm mộng thấy thần linh cho một tờ giấy viết đầy chữ PHÚC. Có người đề nghị bà lấy chữ PHÚC đặt tên cho con thì Bà trả lời rằng: “Nếu đặt tên cho con thì chỉ một người được phúc chi bằng lấy chữ Phúc đặt làm chữ lót thì dòng họ có nhiều người được hưởng phúc. Từ đó dòng họ Nguyễn ở Gia Miêu trở thành họ Nguyễn Phúc.

Thời điểm cực thịnh của họ Nguyễn Phúc là thời năm 1802, Nguyễn Phúc Ánh, tức vua Gia Long, lên ngôi, cai trị một đất nước thống nhất rộng lớn.

Đầu thời nhà Nguyễn cũng có nhiều trường hợp phong quốc tính (họ nhà vua cho một số công thần) nên số lượng người mang họ Nguyễn cũng gia tăng. Nhưng vì các vua nhà Nguyễn rất đông con nên một Tôn Nhơn Phủ được thành lập để cai quản con em hoàng tộc. Vua Minh Mạng còn soạn bài ĐẾ HỆ THI và 10 bài PHIÊN HỆ để làm chữ lót cho con cháu họ Nguyễn Phúc phân định thứ bậc các thế hệ từ đời Minh Mạng về sau:

Miên, Hường, Ưng, Bửu, Vĩnh,
Bảo, Quý, Định, Long, Tường,
Hiền, Năng, Kham, Kế, Truất,
Thế, Thụy, Quốc, Gia, Xương.

Năm 1945, Hoàng đế Bảo Đại (Nguyễn Phúc Vĩnh Thụy) thoái vị chấm dứt triều đại nhà Nguyễn. ■

Tiểu Lục Thần Phong

CHUNG MỘT GIẤC MƠ[1]

Giấc mơ đó là gì?

Rất giản dị nhưng cũng gian nan vất vả vô cùng, thậm chí phải trả giá bằng máu và nước mắt. Giấc mơ ấy không phải tự nhiên mà có, nó phải trả giá bằng sự hy sinh của bao thế hệ. Giấc mơ ấy không phải chỉ hôm nay mà vốn đã bao đời và sẽ còn mãi mãi về sau. Giấc mơ ấy không chỉ riêng của tiến sĩ Martin Luther King ((1929-1968)), không chỉ riêng của người Mỹ da màu mà còn là giấc mơ của tất cả các dân tộc trên trái đất này. Giấc mơ ấy chính là nhân quyền, bình đẳng, tự do, phẩm giá con người.

Những từ ngữ này tuy ngắn gọn, nhỏ bé nhưng đã trải qua một thời gian dài và phải trả giá rất lớn mới có thể đạt đến được. Người Mỹ cũng có câu danh ngôn "Freedom is not free", tự do không phải là của miễn phí, phải đấu tranh mới có được. Dân quyền, bình đẳng là niềm hạnh phúc lớn nhất của con người. Hạnh phúc phải đấu tranh chứ không ai đem đến biếu, thậm chí phải hy sinh mới có thể có được. Tiến sĩ Martin Luther King đã trả giá cho hạnh phúc của mọi người bằng chính sinh mạng của mình. Ông đã đứng lên kêu gọi mọi người tranh đấu bất bạo động. Ông nối tiếp con đường bất bạo động của ngài Mahatma Gandhi. Nhờ sự dấn thân của ông và phong trào đấu tranh đòi bình đẳng, dân quyền mà chính phủ đã dẹp bỏ những luật kỳ thị, phân biệt chủng tộc như luật Jim Crow.

Martin Luther King là Thủ lĩnh dân quyền lớn nhất của nước Mỹ, tầm ảnh hưởng không chỉ nước Mỹ mà còn cả thế giới. Phong trào tranh đấu chống lại sự bất công, phân biệt chủng tộc không chỉ đem lại bình đẳng cho người Mỹ gốc Phi mà còn đem lại sự bình đẳng cho cả các sắc dân thiểu số, dân Á châu sống trên đất Mỹ. Martin Luther King làm cuộc cách mạng lớn lao đánh thức lương tri của người Mỹ, làm thay đổi nhận thức của nhiều thành phần dân chúng trong xã hội, thức tỉnh mọi người về giá trị và thân phận của con người. Cái giá trị nhân sinh căn bản mà Hiến pháp Mỹ đã từng tuyên bố: "Mọi người sinh ra đều có quyền bình đẳng, quyền tự do và mưu cầu hạnh phúc".

Nguồn hình: Pinterest, paint by Alternative Poster

Martin Luther King là một Mục sư, một con người có lòng nhân ái bao la, một chiến binh dũng cảm. Công cuộc tranh đấu bất bạo động chống lại sự phân biệt chủng tộc, đòi hỏi quyền bình đẳng, quyền dân sự khởi đầu khi bà Rosa Parks bị bắt vì không chịu nhường ghế trên xe buýt cho người đàn ông da trắng. Cuộc tranh đấu tẩy chay xe buýt kéo dài 385 ngày và cuối cùng chính quyền phải bãi bỏ việc phân biệt chủng tộc trên xe buýt. Khi phong trào tẩy chay xe buýt lên cao, một đám đông người da trắng hung dữ cầm vũ khí kéo đến nhà ông. Ông bình tĩnh tuyên bố: "Chúng ta phải yêu thương những người anh em da trắng bất kể là họ đã làm gì đối với chúng ta" thật can đảm và rộng lượng biết bao!

Martin Luther King vốn xuất sắc từ nhỏ, mười lăm tuổi đã vào học Đại học Morehouse (trường Đại học dành riêng cho người da đen). Ông nổi tiếng với tài hùng biện, khi làm lãnh tụ của phong trào phản kháng bất bạo động để đấu tranh cho sự bình đẳng trong quyền dân sự ông gặp phải sự thách thức từ những nhóm SNCC của James Foreman cực đoan muốn tranh đấu bạo động,

1 Tưởng Niệm lần thứ 58 ngày mất của Mục sư Martin Luther King, 04.04.1968 – BBT VG

Geneva, tháng 5 năm 1967: Sau bữa sáng, Tiến sĩ Martin Luther King và Thiền sư Thích Nhất Hạnh xuất hiện trong buổi họp báo. Trên tay họ là bản tuyên bố dài một trang với thông điệp: "Những người bị chúng ta giết cũng chính là anh em của mình." – Hình tư liệu Trang nhà Làng Mai

dùng vũ lực.

Cuộc tuần hành vĩ đại ở Washington DC năm 1963 có lẽ là cuộc tụ tập đông đảo nhất từ trước cho đến thời điểm ấy, quy tụ hơn 250.000 người đủ các thành phần dân chúng và các sắc tộc khác nhau. Tại đây Martin Luther King đã đọc bài diễn văn bất hủ "Tôi Có Một Giấc Mơ", đây là bài diễn văn rất hay, nổi tiếng và được tìm đọc, trích dẫn nhiều nhất trong lịch sử Hoa Kỳ. Bài diễn văn đi vào lịch sử và khiến cho tên tuổi ông trở nên bất tử.

"...Tôi có một giấc mơ, chân lý này trọn vẹn, ấy là mọi người sinh ra đều bình đẳng...

Tôi có một giấc mơ... sống trong một đất nước mà chúng ta không còn bị đánh giá bằng màu da mà bằng tính cách"

Trong những năm tháng chiến tranh Việt Nam, ông bày tỏ quan điểm nghi ngờ về cuộc chiến và ra sức cổ vũ đấu tranh cho hòa bình. Ông cũng đã gặp và thảo luận với thiền sư Thích Nhất Hạnh về cuộc chiến, về nhân quyền và nhiều vấn đề khác. Martin Luther King không chỉ tranh đấu cho dân quyền, đói nghèo, công ăn việc làm của tầng lớp người nghèo ở Mỹ mà còn tranh đấu và thúc đẩy nhân quyền, chống đói nghèo ở nhiều nước khác. Ông và tổ chức SCLC thúc đẩy phong trào "chiến dịch cho dân nghèo" đòi hỏi công bằng trong kinh tế cho các thành phần nghèo khổ thuộc lớp dưới của xã hội. Việc dấn thân tranh đấu dù là bất bạo động đã khiến ông bị chính phủ bắt bỏ tù, bị các thành phần cực hữu căm thù, các thế lực thượng đẳng phân biệt chủng tộc muốn triệt hạ ông. Ông hoàn toàn ý thức được điều này nhưng không hề lung lay hay lùi bước. Ông cũng tiên đoán được cái kết và dường như đã chuẩn bị sẵn. Trong một lần phát biểu trước đám đông quần chúng, lời ông thấm đượm vẻ tiên tri: "... Người ta đang bàn tán về những lời đe dọa... Tôi cũng như mọi người, tôi muốn được sống lâu, sống thọ là quý báu, nhưng hiện nay tôi không còn quan tâm... Tôi không lo lắng gì nữa. Tôi không sợ hãi. Mắt tôi đã ngắm xem sự vinh hiển của Chúa". Và điều gì đến đã đến, một tên cực hữu đã nã súng vào ông. Ông nằm xuống để cho tự do bay lên, bình đẳng giữa mọi người, hòa bình cho tất cả.

Với các nỗ lực hết mình tranh đấu bất bạo động vì bình đẳng, chống phân biệt chủng tộc... mà ông được vinh dự nhận giải Nobel Hòa Bình năm 1964. Năm 1977, Tổng thống Jimmy Carter trân trọng truy tặng ông huân chương Tự Do. Năm 1986, lần đầu tiên cử hành ngày quốc lễ Martin Luther King vào ngày thứ Hai thứ ba trong tháng giêng và đến năm 2000 thì lễ Martin Luther King được thực hiện trên cả 50 tiểu bang. Năm 2004 được tưởng thưởng huy chương vàng quốc hội.

Martin Luther King đã hiến dâng đời mình cho cộng đồng người Mỹ gốc Phi, cho các cộng đồng thiểu số ở Mỹ. Ông dấn thân tranh đấu bất bạo động, làm thủ lĩnh phong trào dân quyền đòi bình đẳng cho mọi người, đấu tranh cho tự do, cho hòa bình. Martin Luther King là một nhân vật lẫy lừng trong lịch sử hiện đại của nước Mỹ. Tạp chí Time cũng đã bình chọn ông đứng hàng thứ sáu trong danh sách một trăm người có ảnh hưởng nhất trong thế kỷ. Đài Discovery và AOL bình chọn Martin Luther King đứng hàng thứ ba trong danh sách những người Mỹ vĩ đại nhất. ■

Ất Lăng thành, 01/26

WHO - Tổ chức Y tế Thế giới *định nghĩa tình trạng sức khỏe tốt là: "Sức khỏe không chỉ đơn thuần là không mắc bệnh hay tật nguyền, mà là trạng thái toàn diện về thể chất, tinh thần và giao tiếp xã hội" – "Health is a state of complete physical, mental and social well-being and not merely the absence of disease or infirmity".*

ẤY CHÍNH LÀ TRẠNG THÁI THÂN TÂM AN LẠC

Bác Sĩ Trương Ngọc Thanh

ALZHEIMER-DEMENZ & NIỀM HY VỌNG MỚI TRONG ĐIỀU TRỊ VỚI KHÁNG THỂ CHỐNG LẠI APOLIPOPROTEINE

Mùa Đông 2026 năm nay đến muộn và thật lạnh. Trở lại thủ đô Berlin trong cái rét tháng giêng vào ngày cuối tuần, phố xá đã đông mà các con đường chính ở Charlottenburg lại bị phong tỏa vì nhóm người Palestine và những cảm tình viên của họ đang tổ chức cuộc biểu tình tuần hành với đầy sắc cờ cho dải Gaza và sự tồn tại của dân tộc khốn khó này trong cuộc chiến với Israel. Vội vã càng làm tăng nỗi lo sợ không đến kịp dự giờ khai mạc Hội Nghị Satellite-BRAINSTORM SUMMIT lần thứ 2, vào ngày 24.01.2026, có sự kết nối liên vùng và trực tuyến trên toàn Cộng Hòa Liên Bang Đức.

Trong nhóm đại diện Vùng Berlin-Hannover tôi có may mắn được mời tham dự. Nơi đây chúng tôi được kết nối Online với các Đại học và các trung tâm nghiên cứu hàng đầu về Bệnh Alzheimer-Demenz. Được nghe tường trình và thuyết trình về những tiến bộ y học và điều trị bệnh này trên toàn thế giới và cùng thảo luận, lắng nghe những ý kiến hàng đầu của những chuyên gia thế giới đặt tiêu chỉ khuôn thước cho việc điều trị, qua kinh nghiệm mà họ đã thu nhặt được qua những năm dài nghiên cứu bệnh học và điều trị dược học.

►ĐÃ CÓ THUỐC ĐIỀU TRỊ KHỎI BỆNH ALZHEIMER KHÔNG?

Câu trả lời thật ngắn gọn là: không có.

Thuốc chỉ có tác dụng làm chậm sự tiến triển qua giai đoạn xấu và kìm hãm sự phát triển tồi tệ về nhận thức nơi bệnh nhân.

Như chúng ta đã biết, trong não bộ của chúng ta có đến hàng hơn 100 tỷ tế bào thần kinh và các xung truyền thân kinh với các nhiệm vụ khác nhau. Một khi tế bào thần kinh não đã bị già chết hay bị hủy hoại thì cơ hội tái tạo sẽ không có nữa.

Não bộ của các bệnh nhân Alzheimer có xuất hiện nhiều mảng cứng như vôi dưới dạng Amyloid-Plaques, do các Beta-Amyloid Aß 40 và 42 kết tủa tạo thành và dần phá hủy các tế bào thần kinh vùng chất xám của não bộ.

Trước đây các bệnh nhân Alzheimer được điều trị với Donepezil, Galantamin hoặc Rivastigmin. Nhưng tác dụng của các dược chất này đều không khả quan.

►KISUNLA® (Donanemab) & LEQUENBI® (Lecanemab)

Hai dược chất này chỉ có tác dụng ngăn hoặc làm chậm lại các giai đoạn tiến triển xấu hơn ở các bệnh nhân Demenz. Thuốc không có khả năng làm lành và khỏi bệnh Alzheimer.

Kisunla® và Lequenbi® là Monoklonale Antikörper, dạng protein, được dùng điều trị bệnh nhân Alzheimer-Demenz trong giai đoạn đầu (MCI tương ứng CDR-GS=0,5), khi bệnh mới vừa chớm bệnh mất trí, giảm trí nhớ và mất khả năng suy luận cũng như nhận thức ở dạng nhẹ.

Hiện tại việc điều trị với 2 dược chất này chỉ được thực hiện ở trong những Alzheimer trung tâm thuộc các trường Đại học có kinh nghiệm theo dõi và phản ứng cấp cứu kịp thời khi có biến chứng. Do chi phí điều trị cao nên các nơi này phải lý giải và kết luận rõ ràng về bệnh tình các bệnh nhân này, để họ hội đủ các điều kiện cần thiết để được các hãng bảo hiểm đồng ý chi trả chi phí điều trị.

** LEQUENBI®:* là dược phẩm đầu tiên thuộc nhóm kháng thể đã đưa vào điều trị bệnh Alzheimer từ tháng 9.2025 tại Đức và Áo. Dược chất có tên Lecanemab.

Thuốc do hãng dược phẩm Eisai Nhật Bản nghiên cứu từ năm 2005. Đến năm 2014 có sự tham dự đồng hành của BioArctic trong thương mại và trong việc làm thủ tục cho phép điều trị. Ở Hoa Kỳ thuốc đã được cho phép sử dụng từ năm 2023.

Thuốc chỉ dùng cho các bệnh nhân trong cơ

thể không có Gen ApoE4 và các biến thể của Gen này. Thuốc kết tủa với các dạng Amyloid hòa tan hoặc không hòa tan (Plaque) trong não bộ. Liên kết này sẽ hoạt hóa hệ thống kháng thể trong cá thể bệnh nhân. Lequenbi được truyền vào tĩnh mạch, thời gian vô hạn định, theo chu kỳ 2 tuần 1 lần. Qua theo dõi, thuốc không có nhiều có hiệu quả khả quan ở nữ giới như đối với nam giới.

Giá thuốc 24.000 € cho mỗi năm điều trị, chưa kể các phí tổn liên quan khác.

Thuốc có thời gian bán hủy trong cơ thể từ 2 đến 3 ngày.

** KISUNLA®*

1. Cơ chế tác dụng: Kisunla® với dược chất Donanemab là kháng thể đơn nhóm do Lilly nghiên cứu và đã được đưa vào điều trị đầu tiên vào tháng 7.2024 tại Hoa Kỳ. Đã được phê chuẩn ở Âu Châu và bắt đầu được chi trả cho phép điều trị bệnh nhân từ tháng 11.2025 tại CHLB Đức.

Đây là Protein-Kháng Thể sẽ gắn kết với Amyolid-beta kết tủa thành mảng Plaque ở não bộ, tìm thấy ở những bệnh nhân. Các kết tủa này sẽ hoạt hóa các vi tế bào thần kinh Microglia của hệ thống miễn nhiễm nơi não bộ. Microglia đã được hoạt hóa sẽ đảm nhiệm chức năng làm tiêu hủy dần các mảng Plaque Amyloid-beta.

Thời gian bán hủy của thuốc kéo dài từ 11 đến 12 ngày.

2. Điều kiện để được điều trị:

Kisunla không có hiệu quả tác dụng ở những bệnh nhân Alzheimer trong các giai đoạn tiến triển xa và xấu.

Nhóm thuốc này ***chỉ có tác dụng làm chậm*** tiến trình phát triển xấu và chỉ cho phép sử dụng cho các bệnh nhân Alzheimer ở giai đoạn đầu hay giai đoạn mới chớm bệnh.

Để được điều trị các bệnh nhân này phải được xác định trong não bộ của họ có các mảng tích tụ Amyloid beta rất đặc trưng qua các phương pháp định bệnh bệnh như: Amyloid PET-CT/ PET-MRT (**P**ositronen **E**missions **T**omographie) hoặc xét nghiệm Amyloid có hiện diện trong dịch não tủy. Và họ không có mang các gen di truyền ApoE4-Homozygote, do các phản ứng với thuốc khi điều trị, dẫn đến nguy hiểm tử vong.

Thuốc không được cho phép điều trị ở những nhóm sau:

- Những người bị hoặc đã bị xuất huyết não, dù ở dạng micro hoặc não bộ bị sưng do phù nề (qua MRT để nhận biết).

- Những người đã bị đông máu, hoặc dùng thuốc chống đông máu.

- Bệnh nhân có huyết áp cao cấp độ 3 trở lên và không được điều trị đúng mức.

- Những người mà vùng trắng não bộ của họ bị hư hại.

Thuốc được điều trị qua dạng dung dịch truyền vào tĩnh mạch, mỗi tuần 1 lần, kéo dài 1 tiếng, bệnh nhân sau đó phải được theo dõi vì phản ứng thuốc như nhức đầu chóng mặt, buồn nôn, nóng sốt, mất nhận thức trong vòng 6 tiếng.

Trước mỗi lần điều trị và trong lúc điều trị bệnh nhân phải được chụp MRT để loại bỏ phản ứng phụ của thuốc như não sưng phù nề hoặc xuất huyết não, xét nghiệm dịch não tủy.

Chi phí thuốc điều trị là 240.000 € cho mỗi năm cộng thêm với chi phí MRT, PET-CT, Labor... đi kèm, ước tính chi phí kèm theo này lên đến 100.000 € mỗi năm. Thời gian điều trị kéo dài hằng nhiều năm, cho đến khi trong não bộ không còn những mảng Amyloid Plaque nữa.

Dù bệnh nhân được điều trị bằng dược chất, nhưng các điều trị phụ trợ như các phương pháp tâm sinh lý, vật lý điều trị, nghe nhạc và sự cộng tác của những thân nhân trong gia đình của các bệnh nhân là điều không thể thiếu.

Trong bài viết này chúng tôi xin được phép không nhắc lại các chi tiết về triệu chứng, phân loại, nguyên nhân, điều trị, ... vì đã được đề cập và mô tả chi tiết trong một số báo Viên Giác đã lâu.)■

Minden & Hamburg 01.2026

Các Infografik về Y khoa thường thức của nhóm Bác sĩ CN St (Đức)

NGHIÊN CỨU NÃO BỘ

Ở độ tuổi này não của bạn đạt trạng thái tốt nhất

- Trước đây, các nhà khoa học cho rằng não đạt hiệu suất tối đa vào khoảng 25 tuổi.

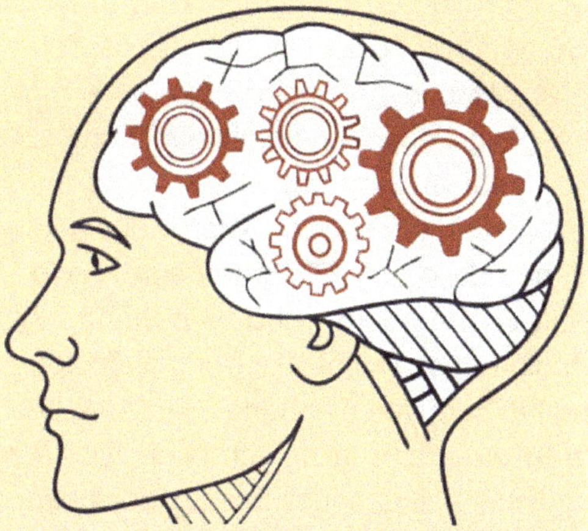

NGÀY NAY, NGƯỜI TA BIẾT:

- Chỉ đến **khoảng 32 tuổi**, não mới đạt hiệu quả hoạt động cao nhất, sau đó bước vào một giai đoạn ổn định kéo dài.
- Cho đến **khoảng 66 tuổi**, hiệu suất não và trí nhớ nhìn chung vẫn duy trì ổn định.
  Sau đó, các kết nối thần kinh trong não bắt đầu suy giảm dần.

QUAN TRỌNG: Vận động thể chất giúp duy trì sự minh mẫn của não khi về già. Chủ yếu vận động sẽ làm tăng lưu thông máu, tạo ra tế bào thần kinh mới, bảo vệ lớp Myelin và duy trì khối lượng não.

Nguồn: Mousley et al. (2025), Gogtay (2004), Salthouse (2009), Hartshorne et al. (2015), Ding et al. (2025), Quarks, ARD

SHCĐ

HÀNH VI TIÊU DÙNG

Vì sao Stress có thể làm bạn tăng cảm giác thèm rượu

- Khi bị Stress, vùng **vỏ não đảo bên trái** (linke Inselrinde) trong não hoạt động mạnh hơn.
  → Hoạt động của vùng này **càng mạnh** thì **cảm giác thèm rượu** càng cao.

ĐIỀU NÀY CÓ NGHĨA:

- **Mức độ thèm rượu** – vd. sau một cuộc cãi vã hoặc một ngày đầy áp lực – khác nhau ở mỗi người.
- Và **càng tiếp xúc lâu** với các "**kích thích liên quan đến rượu**" trong lúc căng thẳng (vd. đi ngang qua các quán bar), thì cảm giác thèm rượu càng tăng.
- Nói cách khác, Stress không chỉ ảnh hưởng đến tâm trạng mà còn có thể làm tăng nhu cầu tìm đến rượu, đặc biệt khi chúng ta tiếp xúc với các yếu tố gợi nhớ đến việc uống rượu.

Nguồn: Bach et al. 2024, Patrick Bach (ZI Mannheim), Quarks, ARD

SHCĐ

Thích Như Điển

CHUYẾN HÀNH TRÌNH HAI THÁNG

Từ giữa tháng 3 đến đầu tháng 5-2026

Tục ngữ Đức có câu:"Ende Gut, alles Gut". Có nghĩa là: "Cuối cùng tốt, tất cả đều tốt". Đây có thể là chuyện đương nhiên của một sự kiện, một công việc; nhưng mỗi người trong chúng ta, không phải ai cũng gặp được những chuyện thuận buồm xuôi gió như vậy. Riêng tôi, người viết bài này, nay đã ở tuổi 77, 78 trải qua không biết bao nhiêu phong sương cùng năm tháng; nhưng nếu tính bình quân ở mọi việc trong cuộc sống thì đạt được thuận duyên ở ngưỡng cửa trên 90%, chỉ có độ trên dưới 10% là nghịch cảnh. Đó là một vận may như nhiều người thường nói hoặc giả có nhiều vị Sư ngoại quốc đã cho rằng: "You are lucky Monk". (Thầy là ông Thầy tu may mắn). Điều ấy có thể đúng. Bởi lẽ tất cả chúng ta, dù Tăng hay tục, ai sinh ra trên đời này cũng đều do kết quả của chuỗi nhân duyên nhiều đời, nhiều kiếp tạo thành, chứ chẳng phải một ngày, một tháng hay một năm.

Những chuyến đi dài hay ngắn ngày như vậy hầu như không phải do chính tôi sắp đặt, mà do nhân duyên đưa đẩy để thành tựu. Yếu tố này vô cùng quan trọng như người đời vẫn thường nói là: Thiên thời, địa lợi, nhân hòa. Tôi vốn sinh ra từ trong một gia đình nông dân xứ Quảng, nhưng không biết cầm cuốc cuốc đất, mà chỉ cầm bút để viết văn và dịch Kinh, viết sách. Mạng tôi là mạng tích lịch hỏa, nên trồng bao nhiêu cây cũng chết, mặc dầu tôi vẫn tưới nước đều đặn. Có lẽ cây không chấp nhận tôi, chứ không phải tôi không có tâm với cây cỏ. Thay vào đó với tôi về đào tạo uốn nắn một con người, người đó dầu đang ở bất cứ trạng thái hay hoàn cảnh nào đi chăng nữa, khi đã qua sự tôi luyện của tôi, người ấy đều trở thành pháp khí của Thiền Môn. Quan niệm của tôi là: Học trò, đệ tử phải theo Thầy, chứ Thầy không theo học trò. Do vậy sự đào tạo của tôi hơi khắc nghiệt. Tôi thường hay bảo rằng: "Nếu một hòn sắt đem nung ở 500 đến 1.000 độ, chỉ có thể mang đi chế thành những cây đinh, cây vít. Cũng sắt ấy, nếu đem nung trên 1.000 độ có thể sẽ dùng làm những linh kiện của Computer. Ở nhiệt độ cao hơn nữa, nếu chịu đựng được, sắt ấy sẽ trở thành những linh kiện của máy bay, xe hơi v.v... Nếu người nào chấp nhận được những thử thách này thì người ấy sẽ thành công.

Tôi không phải là người tài giỏi, nhưng là người chịu sự giáo dục của Nhật Bản và của Đức, nên có vẻ hơi cực đoan một chút so với những người được đào tạo ở những xứ tự do khác. Nếu ai đó có cơ hội học hành và làm việc tại Nhật Bản cũng như ở Đức sẽ dễ chấp nhận việc tôi vừa trình bày. Để có được một con người hữu dụng, chính bản thân tôi cũng đã phải chấp nhận những sự tôi luyện như vậy từ khi mới vào chùa cho đến nay (1964-2026) cũng đã trên 62 năm rồi. Thời gian cứ lặng lẽ trôi, tôi càng ngày càng già và cái bịnh, cái chết đang chờ mình trước ngưỡng cửa của tử sinh, nhưng tôi rất vui khi đối diện với thực tế này. Và hôm nay tôi sẽ viết về ba sự kiện tiêu biểu của một hành trình, kéo dài trong vòng hai tháng cùng với chư Tôn Đức Tăng từ 6 đến 8 vị và trải qua 8 địa phương chính như: San Jose, Santa Ana, Dallas, Oklahoma, Houston, Boston, Virginia và Jacksonville....

Điều đặc biệt ở Houston có 2 sự kiện nổi bật. Đó là lễ chúc thọ 100 tuổi của Trưởng Lão Hòa Thượng Thích Chơn Điền vào tối ngày 25.4.2026 (thứ Bảy); và ngày 27.4.2026 (thứ Hai) thăm viếng và sinh hoạt tại Thiền Viện Trúc Lâm. Nhưng tại sao lại đặc biệt?

Ca dao xứ Huế có câu:

"Trăm năm trước thì ta chẳng có
Trăm năm sau có cũng như không
Cuộc đời sắc sắc không không
Trăm năm còn lại tấm lòng từ bi"

Đúng như vậy! Dầu ai đó có sống hơn 100 tuổi đi nữa, nếu có người hỏi rằng: Trước đây 100 năm Cụ là gì? Cụ từ đâu đến? Chắc Cụ chỉ mỉm cười.

Và nếu hỏi tiếp: Sau 100 năm Cụ sẽ còn lại gì? Và Cụ sẽ đi về đâu? Chắc Cụ cũng chỉ mỉm cười... Tất cả chỉ là hư ảo, điều còn lại chỉ là tấm lòng Từ Bi của một con người trên cõi thế mà thôi. Trưởng Lão Hòa Thượng Thích Chơn Điền là như vậy!

Trưởng lão Hòa Thượng Thích Chơn Điền sinh năm 1927 ở miền Bắc Việt Nam, đến đầu thập niên 50, vào khoảng 1953-1954 Ngài vào miền Trung để tầm sư học đạo, đến đúng chốn Tổ Long Tuyền ở Hội An, nhận Ngài Phổ Thoại làm Bổn Sư và xuất gia tu học từ đó. Sau khi thọ Sa Di, Ngài được Bổn Sư cho vào Nam tu học. Khóa đầu của Đại Học Vạn Hạnh vào năm 1964, Ngài đã tham học tại đó; đến năm 1968 Ngài ra trường lớp đầu tiên Cử nhân Phật Học của Viện Đại Học Vạn Hạnh ở Sài Gòn. Sau năm 1975 Ngài đi tỵ nạn sang Hoa Kỳ và lập Chùa Quan Âm ở Houston để tu niệm. Trong hiện tại Ngài được sự hỗ trợ của Thượng Tọa Thích Trí Hiền, Trụ Trì Tu Viện Phước Đức ở Houston và chư

Tăng Ni tại đó thỉnh Ngài về để cưu mang, chăm sóc cho Sư Ông lúc tuổi già. Hành động này không phải ai cũng có thể thực hiện được; nên với danh nghĩa là cháu, chắt của Sư Ông trong môn phong pháp phái Chúc Thánh, Long Tuyền và Viên Giác xin niệm ân Thượng Tọa Trí Hiền và chư Tăng Ni Tu Viện Phước Đức không ít.

Sư Phụ tôi là Sư Huynh của Trưởng lão, nên trong môn phong pháp phái tôi gọi Ngài bằng Sư Thúc; những học trò, đệ tử của tôi như Thầy Hạnh Tấn, Hạnh Bảo, Hạnh Định, Hạnh Giới v.v... gọi Ngài là Sư Ông. Sư Ông Chơn Điền rất chuyên tu và thực học, nên khi gặp các cháu trong Đạo, Sư Ông hay khảo bài, do vậy Thầy, Cô nào cũng ngại; nhưng nếu chịu gần gũi Sư Ông thì học hỏi được rất nhiều.

Nhân chuyến Hoằng Pháp Hoa Kỳ lần này, chúng tôi đề nghị Thượng Tọa Trí Hiền nên tổ chức lễ mừng Khánh tuế 100 tuổi cho Sư Ông Chơn Điền vào tối ngày 25.4.2026 (thứ Bảy), nhân ở đây có tổ chức khóa tu Bát Quan Trai cho các Phật Tử tại địa phương. Thầy ấy đã hoan hỷ và chương trình đã được thực hiện. Vào lúc 19:00 tối hôm đó tứ chúng đã sẵn sàng nghinh đón Sư Ông Trưởng lão lên Chánh Điện Tu Viện Phước Đức để dự tiệc đại thọ. Nhìn tôn dung của Trưởng lão vẫn còn mạnh khoẻ, da mặt hồng hào, những chiếc răng được nhuộm đen từ thuở xa xưa vẫn còn hiện hữu qua cả 100 năm, hình như mới rụng chỉ vài chiếc, đúng là bất khả tư nghì. Chỉ có điều Sư Ông đã lãng tai, mạnh ai nấy nói và mạnh ai nấy nghe.

Nội dung bữa mừng thọ là tuyên dương công đức của Sư Ông qua lời chúc tụng trích đoạn của Thượng Tọa Thích Nguyên Tạng gửi đến từ Úc. Sau đó Thầy Thiện Trí và ĐH Thiện Thủy ngâm những bài thơ với bút danh Ngốc Tử, do chính Sư Ông làm ở một thuở xa xưa, bây giờ nghe lại vẫn cảm thấy ấm lòng. Trí Thọ là một Phật Tử cũng đã dâng lên một bài thơ và hát một bài tân nhạc để cúng dường Sư Ông. Bánh khánh tuế được đặt ngay chính giữa bàn Sư Ông ngồi và Ngài đã tự tay mình cắt bánh với nụ cười hiền hoà tỏa rạng, sau khi đã nhận những món quà lưu niệm từ tứ chúng hôm đó.

Nội dung tiệc chúc thọ để nói lên tấm lòng của những thế hệ kế thừa Tông Môn Pháp Phái và tình Đời, lẽ Đạo. Bây giờ Trưởng Lão còn hiện tiền, dâng lên Ngài với tấm lòng cung kính để biểu trưng cho lòng thành của đàn hậu học; chứ một mai đây Ngài sẽ ra đi về với Phật, nếu chúng ta có đến đây để tưởng niệm và hồi tưởng đến Ngài, chắc

Trưởng lão HT Thích Minh Đạt (ngồi giữa) cùng HT Thích Như Điển (trái), HT Thích Bổn Đạt (phải) trong lễ cung thỉnh Tăng trưởng Hội đồng Giáo phẩm Trung ương GHPGVNTN

Ngài cũng không thể cảm nhận được những hình ảnh thân thương này như lúc còn sanh tiền. Do vậy sau khi thực hiện được việc này Phái Đoàn Hoằng Pháp của chúng tôi rất hoan hỷ.

Kế tiếp vào ngày 27 tháng 4 năm 2026 (thứ Hai) một ngày ý nghĩa của việc truyền thừa, kế tục từ thế hệ này qua thế hệ khác. Từ người phương Đông đến người phương Tây. Từ lòng tin này đến lòng tin khác... không bị ngăn cản bởi rào cản của ngôn ngữ, phong tục và tập quán của mỗi quốc gia cùng đến dưới mái Chùa Trúc Lâm tại Houston, USA; nơi Thầy Thiện Phẩm đang Trụ Trì. Cách đây hơn 10 năm về trước, Thầy Hạnh Phẩm chính là Cậu Chín (Uncle Nine), sau khi nghe Kinh Thủ Lăng Nghiêm do Phái Đoàn Hoằng Pháp của chúng tôi trì tụng vào mỗi buổi sáng tại Trúc Lâm, người Thầy bói nổi tiếng tại đây đã xin quy y Tam Bảo. Đó là nhân duyên thuở ban đầu. Rồi một hai năm sau Thầy ấy xin xuất gia và thọ Sa Di rồi Bồ Tát giới tại gia. Mỗi lần như thế tôi đều thỉnh ý Trưởng Lão Thích Chơn Điền cố vấn và Ngài đã hoan hỷ dạy rằng: Ngay từ thời Đức Phật còn tại thế, đa phần những vị Đại Đệ Tử của Đức Phật cũng từ phía ngoại đạo trở về quy y với Đức Phật, vậy ta cũng chẳng nên hẹp hòi. Hãy cứ cho chú ấy thọ giới.

Thời gian trôi qua nhanh, ngày lại qua ngày, tháng lại qua tháng, năm lại qua năm… nhiều người Mỹ và người Mễ cảm thấu ân đức và đạo hạnh của Thầy Thiện Phẩm nên muốn xuất gia với Thầy ấy. Tôi có thưa với Ngài Chơn Điền và Ngài có bảo rằng: "Nếu như vậy phải cho Chú ấy thọ Đại Giới mới nhận đệ tử xuất gia được. Điều quan trọng hơn là phải nghỉ nghề bói toán…". Thầy Thiện Phẩm chính thức đã nghỉ việc bói toán ở cửa hàng và dọn về Chùa Trúc Lâm để tu niệm; thế nhưng người ái mộ Chú ấy vẫn cứ tìm đến nơi để học Đạo và chữa bịnh. Những lần sau Phái Đoàn Hoằng Pháp của chúng tôi đến trú ngụ tại đây, đã truyền Tỳ Kheo giới cho Thầy Thiện Phẩm và tôi cho Pháp Tự là Hạnh Hoa, Pháp Hiệu là Giác Liên (trong ý nghĩa của Cửu, Phẩm, Liên, Hoa). Điều đặc biệt của Thầy ấy là có thể nói 12 ngôn ngữ hoàn hảo không cần đến thông dịch viên như: tiếng Việt, Hoa (Quang Thoại, Triều Châu, Quảng Đông, Phúc Kiến) Anh, Tây Ban Nha, Lào, Thái , Miên v.v… Cứ mỗi ngày thứ Hai tổ chức lễ mà có đến một hay hai ngàn, có khi lên đến 3 hay 4.000 người Mỹ, người Mễ tham dự thì phải nói rằng ở xứ Mỹ này ít thấy được điều đó.

Hiện tại có độ gần 20 Thầy, Cô người Việt Nam đến xin tá túc tại Chùa Trúc Lâm và dưới 50 Tăng Ni người Mỹ và người Mễ đã xuất gia với Thầy Hạnh Hoa. Do vậy kỳ này tôi đã cử Thầy Trừng Sỹ, Thầy Hạnh Giới và Thầy Thiện Trí phụ trách giảng dạy tiếng Anh phần cung cách Thiền Môn cho những môn sinh mới xuất gia học đạo ấy. Thầy Hạnh Bảo giảng tiếng Hoa. Còn tôi nói cả tiếng Việt lẫn Anh ngữ cũng như Hòa Thượng Thích Thông Triết, Thượng Tọa Thích Thánh Trí, Thượng Tọa Thích Hạnh Định. Lần này Thầy Vạn Hải và Bùi Khoa tổ chức rất nhịp nhàng, nên kết quả thật là đáng ghi nhớ. Đặc biệt Tăng Ni tại bổn tự đã đi vào nề nếp tu học, có chỗ ăn, chỗ ngủ đầy đủ, nên việc tu học đã khá chững chạc với những bước chân chập chững lúc ban đầu khi mới vào nhập chúng để tu học.

Sự kiện quan trọng thứ ba trong chuyến đi này là cung thỉnh Trưởng Lão Hòa Thượng Thích Minh Đạt Viện Chủ Chùa Quang Nghiêm tại Stockton, Bắc California, Hoa Kỳ vào ngôi vị Tăng Trưởng của Giáo Hội Phật Giáo Việt Nam Thống Nhất cho cả trong lẫn ngoài nước vào ngày 1.5.2026 (thứ Sáu), hôm đó nhằm ngày Rằm tháng Ba năm Bính Ngọ. Hòa Thượng Thích Bổn Đạt đến từ Canada và chúng tôi đến từ Đức, đại diện cho thành viên của Hội Đồng Trưởng Lão Viện Tăng Thống GHPGVNTN qua sự ủy thác tại quê nhà, đích thân đến Chùa Quang Nghiêm để cung thỉnh Ôn. Đây là công việc thể hiện sự cung kỉnh trình thưa trực tiếp, nên chúng tôi phải thân hành đến Chùa Quang Nghiêm để đảnh lễ Ngài (xin xem thêm bài tường trình của Phật Tử Tâm Thường Định Bạch Xuân Phẻ) có đăng trên các trang nhà vào ngày 3.5.2026 vừa qua.

Ngài rất từ bi và hoan hỷ chấp nhận lời thỉnh cầu của Giáo Hội cả trong lẫn ngoài nước về việc đăng lâm Pháp Tịch Tăng Trưởng của GHPGVNTN, nên chúng tôi ai nấy đều cảm niệm thâm ân của Ngài, mặc dầu nay Ngài đã 86 tuổi và ở Hoa Kỳ trên 40 năm vẫn chưa có một lần nào về thăm lại chùa xưa, chốn cũ. Ngài xuất thân từ Phật Học Viện Huệ Nghiêm, một khóa với Hòa Thượng Thích Bảo Lạc, hiện đang ở Úc. Đúng là nhân duyên trùng trùng duyên khởi và trùng trùng biến hiện là vậy.

Biết nói và viết gì đây cho hết những tâm tư còn đọng lại khi Phái Đoàn Hoằng Pháp đã đi qua nhiều Tiểu Bang, nhiều chùa, nhiều lớp học, nhiều tư gia … trong suốt 8 tuần lễ vừa qua. Chúng tôi xin đại diện cho những thành viên trong Phái Đoàn Hoằng Pháp kỳ này gồm: Hòa Thượng Thích Thông Triết, Thượng Tọa Thích Hạnh Đức, Thượng Tọa Thích Trừng Sỹ, Thượng Tọa Thích Hạnh Bảo, Thượng Tọa Thích Thánh Trí, Thượng Tọa Thích Hạnh Định, Thượng Tọa Thích Hạnh Giới, Thượng Tọa Thích Thiện Trí…. và chư Tăng tại các trú xứ ở các địa phương nói trên đã trợ duyên cho chúng tôi không ít, nên mới có được kết quả của một chuyến đi đầy đủ ý nghĩa như vậy.

Xin thành tâm chắp hai tay lại và xin nói hai chữ: "NIỆM ÂN" sâu xa và chân thành nhất đến với các chùa, Hội, chư Tăng, Ni và Phật tử đã hỗ trợ cho chuyến đi đầy ý nghĩa này. ■

Viết xong vào lúc 10 giờ sáng ngày 5 tháng 5 năm 2026 tại Chùa Hải Đức, Jacksonville, miền Bắc Tiểu Bang Florida thuộc Hiệp Chủng Quốc Hoa Kỳ.

Thích Thiện Thuận

TRƯỞNG LÃO HÒA THƯỢNG THÍCH NHƯ ĐIỂN,

NGỌN ĐÈN CHÁNH PHÁP KHÔNG BAO GIỜ TẮT - BÀI HỌC VỀ SỰ BIẾT ƠN VÀ TINH THẦN DẤN THÂN

Có những con người mà sự hiện diện của họ dường như chỉ để minh chứng cho sức sống bất diệt của Chánh pháp. Có những cuộc đời mà mỗi bước chân đi qua đều dệt nên những trang sử hoằng pháp vàng son. Một trong những bậc Tôn túc đại thụ ấy, người đã dành trọn hơn nửa thế kỷ để "hối nhân bất quyện"[1] nơi xứ người, chính là Trưởng lão Hòa thượng Thích Như Điển - Phương trượng Chùa Viên Giác (Đức quốc).

Trong chương cuối của *Kinh Hoa Nghiêm*, khi Thiện Tài Đồng Tử đảnh lễ Bồ-tát Phổ Hiền để cầu học những hạnh nguyện cuối cùng, Ngài đã được chiêm ngưỡng một cảnh giới trùng trùng duyên khởi, nơi một sợi lông cũng chứa đựng cả ba ngàn đại thiên thế giới. Hình ảnh ấy nhắc nhở chúng con rằng, sự tồn tại và đạo nghiệp của một bậc Cao tăng không bao giờ là ngẫu nhiên, mà là kết quả của vô vàn thiện duyên đã được gieo trồng từ vô lượng kiếp.

Hôm nay, khi đọc những dòng tâm sự mộc mạc nhưng chứa đựng nội lực thâm hậu của Trưởng lão Hòa thượng Thích Như Điển sau chuyến hoằng pháp dài hai tháng tại Hoa Kỳ từ tháng 3 đến tháng 5 năm 2026 (trong bài viết ngày 5/5/2026 tại Chùa Hải Đức, Jacksonville, miền Bắc tiểu bang Florida), chúng con - những thế hệ hậu học không khỏi dâng trào một niềm kính ngưỡng và biết ơn vô biên. Ngài chính là hiện thân sống động của tinh thần hoằng pháp Đại thừa: trang nghiêm, dấn thân và đầy trí tuệ.

1. Lòng biết ơn: Gốc rễ của Đạo đức và Tu hành

Bài viết của Hòa thượng mở đầu bằng một câu tục ngữ Đức: *"Ende Gut, Alles Gut"* (Cuối cùng tốt, tất cả đều tốt). Nhưng đằng sau sự "tốt đẹp" ấy không phải là sự ngẫu nhiên, mà là kết quả của một chuỗi nhân duyên nhiều đời nhiều kiếp. Dù đã ở tuổi 77-78, trải qua bao phong sương, Ngài vẫn khiêm tốn tự nhận mình là người "may mắn".

Đây chính là bài học đầu tiên về lòng biết ơn mà Hòa thượng muốn trao truyền cho thế hệ Tăng Ni trẻ chúng con. Trong *Kinh Tăng Chi*, Đức Phật hằng giáo huấn: *"Người biết ơn và đền ơn, dầu ở trong cõi đời ác này, họ vẫn được trời, người yêu kính"*[2]. Đó chính là phẩm hạnh của bậc đại nhân mà Hòa thượng đã thị hiện cho hàng hậu học chúng con noi theo. Hòa thượng đã chứng minh điều đó bằng cách đảnh lễ cung thỉnh bậc Trưởng lão Hòa thượng Thích Chơn Điền tròn 100 tuổi, hay thân hành đến đảnh lễ thỉnh Trưởng lão Hòa thượng Thích Minh Đạt vào ngôi vị Tăng Trưởng. Ngài không bao giờ quên gốc rễ, quên ơn giáo dưỡng của Thầy Tổ và sự trợ duyên của Tăng đoàn.

Là Tăng Ni trẻ, chúng ta cần hiểu rằng, lòng biết ơn không phải là sự yếu đuối, mà là gốc rễ vững chãi nhất để cây từ bi nảy mầm và phát triển. Như Thiền sư Lâm Tế từng dạy: *"Biết ơn là đại dũng"*[3]. Nếu không có lòng biết ơn đối với Thầy Tổ, Giáo hội và chúng sinh, thì mọi sự cống hiến của chúng ta sẽ dễ dàng rơi vào bẫy của hư danh và bản ngã.

2. Tinh thần dấn thân: Như chim nhạn bay qua trời Không, không để lại dấu vết

Hòa thượng tự nhận mạng mình là "Tích lịch hỏa" (lửa sấm sét), trồng cây cây chết, nhưng lại có tâm nguyện hoài bão "đào tạo uốn nắn một con người". Quan điểm giáo dục của Ngài khắc nghiệt như lửa nung sắt thép, với niềm tin sắt đá: dẫu sắt ấy có bị nung đến nhiệt độ nào, khi qua sự tôi luyện của Ngài, nó đều trở thành pháp khí mầu nhiệm của Thiền Môn.

Đó chính là tinh thần **dấn thân vô ngã** của một vị Bồ-tát giữa đời thường. Trong *Kinh Kim Cang*, Đức Phật dạy: *"Hết thảy các pháp đều là Phật pháp"*. Hòa thượng không phân biệt công việc, địa phương, hay ngôn ngữ. Dù tuổi cao, bệnh tật và cái chết đang chờ, Ngài vẫn "rất vui khi đối diện với thực tế này" và tiếp tục dấn thân hoằng pháp, không một chút nệ công, không một chút tính toán.

Hành động của Ngài gợi cho chúng ta nhớ đến hình ảnh chim nhạn bay qua trời không mà Thiền sư Hương Hải[4] thường ví von: nhạn bay không có ý

1 **Hối nhân bất quyện** (誨人不倦): Dạy dỗ, truyền đạt kiến thức cho người khác một cách tận tâm, không biết mệt mỏi hay chán nản. Đây là một phần trong câu danh ngôn nổi tiếng trong thiên *Thuật Nhi* (述而) tác phẩm *Luận Ngữ* (論語) của Khổng Tử: "學而不厭, 誨人不倦/ Học nhi bất yếm, hối nhân bất quyện" (Học không biết chán, dạy không biết mệt).

2 Kinh Tăng Chi Bộ, Chương II, Phẩm Tâm, phần Người Biết Ơn: Đức Phật khẳng định bậc thiện tri thức chính là người biết ân và báo ân, dẫu sống trong thời kỳ mạt pháp hay cõi đời ngũ trược ác thế, người có đức hạnh tri ân sẽ luôn được chư thiên hộ trì và loài người kính ngưỡng.

3 Thiền sư Lâm Tế đề cao hình ảnh "vô vị chân nhân" (người chân thật không vị thứ). Để đạt đến sự tự tại này, hành giả phải có cái "đại dũng" để nhìn thẳng vào sự thật, biết ơn những nhân duyên đã nhào nặn nên bản thể mà không bị chúng trói buộc.

4 Thiền sư Hương Hải (1628 - 1715), tục gọi là Tổ Cầu,

Hình: HT Thích Như Điển đang tụng Kinh tại Chánh điện Chùa Viên Giác Hannover. HT là hành giả hành trì tinh tấn thời Công Phu Khuya (Lăng Nghiêm-Thập Chú), liên tục từ ngày xuất gia (1964) đến nay không bỏ sót một thời. Ảnh: Tư liệu Báo Viên Giác.

để lại bóng, nước không có ý giữ lại hình nhạn. Hòa thượng dấn thân phụng sự nhưng không bám chấp vào kết quả, không tô vẽ danh tiếng, đúng như tinh thần *"Dĩ vô sở đắc, vô sở đắc cố"* (Vì không có chỗ đắc, nên không có gì để đắc) của *Kinh Tâm Kinh*. Sự dấn thân của Ngài là lời nhắc nhở đanh thép: Tu hành là để phục vụ, không phải để được phục vụ.

3. "Hối nhân bất quyện": Khi tình thương vượt qua mọi rào cản ngôn ngữ

Một điển tích đẹp nhất trong bài viết là câu chuyện về Thầy Hạnh Hoa (cựu thầy bói nói thông thạo 12 ngôn ngữ) xin quy y rồi xuất gia. Khi chư Tăng e ngại, Trưởng lão Hòa thượng Thích Chơn Điền đã từ bi dạy rằng: *"Ngay từ thời Đức Phật còn tại thế, đa phần những vị Đại Đệ Tử cũng từ phía ngoại đạo trở về... vậy ta cũng chẳng nên hẹp hòi".*

Đây chính là tinh thần "Hối nhân bất quyện" (dạy người không biết mệt mỏi) của chư vị Bồ-tát. *Kinh Pháp Hoa* dạy rằng Phật tánh vốn bình đẳng trong mọi chúng sinh, chỉ vì vô minh che lấp mà tạm thời đi chệch đường. Hòa thượng đã kế thừa trọn vẹn lòng từ bi ấy. Ngài không chỉ hoằng pháp cho người Việt, mà còn nỗ lực truyền giới, giảng dạy cho hàng chục Tăng Ni người Mỹ, người Mễ - những người dẫu khác biệt về ngôn ngữ, văn hóa nhưng lại cùng một khát khao tầm cầu giáo pháp.

Chính nhờ tình thương và sự dấn thân không mệt mỏi này mà ngọn đèn Chánh pháp đã được lan tỏa đến những vùng đất xa xôi, vượt qua mọi rào cản địa lý và ngôn ngữ. Hòa thượng đã trở thành một biểu tượng của sự dung hợp, dấn thân và phụng sự viễn xứ.

Chuyến hoằng pháp của Hòa thượng kết thúc, nhưng dư âm của hạnh nguyện Bồ-tát thì còn mãi. Ngài chính là ngọn hải đăng soi sáng con đường phụng sự cho thế hệ trẻ chúng ta. Đạo nghiệp của Hòa thượng chính là hiện thân cho lý tưởng cao đẹp như thi nhân xưa từng ca ngợi: "Con tằm đến chết mới nhả hết tơ, ngọn nến thành tro mới cạn dòng lệ"[5].

Giống như con tằm quý, Hòa thượng đã rút hết những sợi tơ trí tuệ và tâm huyết của mình để dệt nên tấm thảm Chánh pháp tại phương Tây. Ngài không quản ngại thân tứ đại đã mỏi mệt, vẫn miệt mài viết sách, dịch kinh và đào tạo tăng tài. Ngài đã sống một cuộc đời như ngọn nến dâng đời ánh sáng, lấy sự dấn thân phụng sự làm lẽ sống, lấy hành trình "hối nhân bất quyện" làm niềm vui trên lộ trình giải thoát.

Thế hệ Tăng Ni trẻ chúng con sẽ luôn giữ vững ngọn đèn chánh niệm trong tim, học theo lòng biết ơn và tinh thần dấn thân không biết mệt mỏi của Trưởng lão Hòa thượng Thích Như Điển trở thành nguồn động lực, ngọn hải đăng soi sáng con đường tu học và phụng sự của chúng con, xứng đáng là những sứ giả Như Lai, đem ánh sáng Phật pháp làm lợi lạc cho nhân sinh. ■

(Vạn Thiện, ngày 05 tháng 5 năm 2026
Hậu học Thích Thiện Thuận)

---

là một thiền sư Việt Nam ở thời Hậu Lê. Ngài và thiền sư Chân Nguyên là hai người đi đầu trong công cuộc phục hưng phái thiền Trúc Lâm đã có từ thời Nhà Trần.

5 Lý Thương Ẩn (李商隱 813 - 858) là một trong những nhà thơ lớn nhất của văn học Trung Quốc sống vào đời Vãn Đường có viết trong bài Vô Đề 1: 春蠶到死絲方盡/蠟炬成灰淚始乾 - *Xuân tàm đáo tử ty phương tận / Lạp cự thành khôi lệ thủy can"* (Con tằm đến chết mới nhả hết tơ, ngọn nến cháy thành tro mới cạn dòng lệ). Hình ảnh này tôn vinh trọn vẹn hạnh nguyện "vị pháp vong thân", dâng hiến cho đạo pháp và nhân sinh đến hơi thở cuối cùng của Hòa thượng.

Chúc Thanh

LỢI ÍCH CỦA PHÁP MÔN NIỆM PHẬT

Pháp môn niệm phật bắt nguồn từ quan niệm và thực tiễn hành trì của pháp môn Thiên Thai Tông Tự ngàn xưa.

Người Trung Hoa khi xưa tôn thờ Phật Pháp Tăng theo quan niệm Thiên Thai Tông của tổ sáng lập Trí Nghi, sau đó, qua bao thay đổi qua bao triều đại, tới tổ Trí Khải, người Hoa tôn thờ ngài là đại sư Trí Khải. Đại sư Trí Khải sáng lập sáng tỏ hơn, khúc triết hơn học thuyết Thiên Thai Tông.

Từ đó các trường phái của Phật giáo đồng thời có điểm tựa vững vàng có giáo pháp chuyển mình và phát khởi mạnh mẽ.

Đại sư Trí Khải kết hợp tư tưởng đại thừa với triết học nhân sinh, bổ túc thêm quan niệm nho giáo và đạo giáo tạo nên một hệ thống tư tưởng đạo, sống rất hoàn chỉnh. Đạo đời dung hợp. Đạo đi vào đời và đời hành đạo sáng suốt nghiêm chỉnh theo tôn chỉ chỉ quán, đó là phương pháp tu tập quan trọng nhứt. Trong Thiên Thai Tông, cũng như trong Tịnh Độ Tông sau này, việc niệm phật là một phương pháp trợ duyên và cũng là pháp môn tu tập trọng yêu nhứt.

Thiên Thai Tông tự ngàn ngàn xưa của đại sư Trí Khải là một hệ thống giáo lý quy mô, có tính triết học cao siêu, qua rất nhiều kỷ nguyên, luôn tập trung chủ yếu vào nghiên cứu giáo nghĩa và giáo pháp và pháp nghĩa.

Trong bối cảnh xã hội, cộng đồng, đại chúng, có lúc, từ khó hiểu nổi, đại chúng coi như Thiên Thai Tông có phần mơ hồ, khó thực hiện. Phương pháp quán tâm có lẽ khó hành trì và phần nào bị lu mờ trước sự khai mở mạnh mẽ của thiền tông.

Từ đó tư tưởng tịnh độ của Thiên Thai Tông dần dần được thâm nhập vào hệ thống tư tưởng của Tịnh Độ Tông một cách vững vàng thoải mái và phát khởi rộng rãi trong quần chúng phật tử khắp nơi.

Pháp môn niệm Phật ngày nay và cũng tự ngàn xưa khi thâm nhập vào đại chúng Phật giáo, một khi chuyển biến, và được phổ biến, được xem như đặc trưng chung của Phật giáo, không còn mang dấu ấn biệt lập của Thiên Thai Tông... đó là quy luật thay đổi không ngừng của vạn vật và của cả tư tưởng cho quy hợp với đời sống và thời đại nhân sinh.

Quan điểm Niệm Phật phù hợp với lý, sự và cơ duyên trong mọi hoàn cảnh xã hội.

Ngày nay, trong một xã hội đầy biến động, biến động không ngừng, làm sao để chúng ta không bị ngoại cảnh chi phối?

Hình minh họa: AI / Internet

Thưa, pháp môn niệm Phật bây giờ được coi như một phương tiện quan trọng giúp Phật tử chấm dứt mọi vọng tưởng khổ sở, hiển lộ diệu trí và quán sát công đức của Như Lai.

Hay nói cách khác, chỉ quán đây chính là phương pháp tối thượng giúp người tu hành, hành giả đạt được trí tuệ bát nhã. Rồi hành giả đồng thời được an trú trong diệu trí an lạc đó.

Như Lai đi tự thuở nào,
Bổn lai vô xứ biết đâu con cầu?
Cửa thiền mở ngỏ từ lâu,
Hai đầu vô trụ cửa không con vào!

Thưa là ngày nay chúng ta vướng mắc nhiều tham ái vật chất, quy tụ bởi tham sân si, thường mắc phải những bệnh lý về thể chất và tinh thần như mất ngủ, lo âu, căng thẳng, mà nguyên nhân không đơn thuần xuất phát từ môi trường rối loạn bên ngoài, mà có lúc chúng liên quan đến những chướng ngại nội tại như phiền não chướng và sở tri chướng, quả vậy, một người hiểu biết nhiều, có lúc cũng khổ đau vì những quan sát nhận biết từ xung quanh bản thân chúng ta là một con người nhập thế tục... không phải là một vô hình hay một vật thể, một đầu đạn bay lơ lửng trong không gian.

Theo Ma Ha chỉ quán, thân và tâm là một thể thống nhất, có sự tác động qua lại lẫn nhau. Trạng thái của thần thể ta phản ảnh mức độ thanh tịnh hay ô nhiễm của tâm thức... khi chiến tranh bùng nổ ồ ạt, đầu óc con người nhiều ít bất an, có lúc vui buồn vơ vẩn mặc dù chiến tranh không sát gần một bên dù vô tâm đến mấy, ta cũng có lúc chạnh lòng nghĩ tới con người trong binh đao khói đạn hiểm nguy khôn lường! Và có người tự sâu thẳm thầm kín niệm: «Nam mô thanh tịnh đại hải chúng bồ tát!»

Khi tâm thanh tịnh nhờ quá trình tu tập, thân thể con người sẽ chuyển hóa tương ứng. Hiện tượng bệnh tật, lo, buồn, khổ, là do những biểu hiện của sự chuyển hóa giữa thân và tâm.

Để đạt được niệm Phật tam muội, người tu tập cần điều hòa thân tâm, tích lũy tư lương là những hiểu biết vào đạo, đồng thời sử dụng chánh niệm và trí tuệ có được đó, vận dụng áp dụng vào đời sống hàng ngày, như ăn, mặc, ở, đi đứng, đối thoại nhằm làm tốt hơn là cải thiện chất lượng cuộc sống.

Dưới tầm nhìn của giáo dục, pháp môn niệm Phật có thể được coi là một phương pháp giáo dục thẩm thấu, trong đó toàn bộ thân và tâm của hành giả được hòa nhập vào môi trường tu tập; giúp phát triển nội lực một cách tự nhiên và thoải mái.

Pháp môn niệm Phật trong Tịnh Độ Tông nhấn mạnh hai yếu tố:

1. Kiểm soát thân tâm, người đang niệm Phật cần đối trị là xua đuổi tránh xa các phiền não nội tại, cũng tránh để môi trường bên ngoài tác động đến sự tĩnh lặng của tâm thức, có nghĩa là không quan tâm đến các sự việc xảy ra bên cạnh và xung quanh ta.

2. Chọn lựa một môi trường phù hợp, vì môi trường này có thể là trợ duyên, mà cũng có thể là chướng ngại cho quá trình tu tập.

Vậy Ma Ha chỉ quán không đơn thuần coi nặng việc trì đọc danh hiệu các vị phật, mà bên cạnh, điểm cốt tủy hơn, là để cốt chuyển hóa nội tâm, giúp người trị tụng đạt đến nhất tâm bất loạn, từ đó hướng về tịnh độ và chân lý.

Bên cạnh hai yếu tố chánh đó, ngoại lực cũng đóng vai trò quan trọng trong pháp môn Niệm Phật.

Ngoại lực ở đây bao gồm môi trường tu tập, là nơi hỗ trợ cho người tu học mau đạt đến nhất tâm.

Còn có các phương pháp: Thường hành Niệm Phật, là Niệm Phật khi đi; Thường tọa Niệm Phật là niệm Phật khi ngồi.

Nói tóm lược, đạt tới nhất tâm bất loạn, là để thành tựu tịnh độ, đó là trọng tâm của pháp môn niệm Phật, mục đích ráo riết và tối hậu trong quá trình học Phật và tu tập của hành giả. ■

Xin chân thành tri ân tác giả Thanh Thảo qua các tài liệu:

A Di Đà kinh sở; San định chỉ quán; Tư tưởng tịnh độ của học giả Lê Hữu Tuấn - Paris vào mùa xuân 2026

Nguyên Đạo Văn Công Tuấn

ĐÔI DÉP DƯỚI CHÂN THÁP ĐẠI GIÁC

Những năm trước khi đại dịch Covid-19 xảy ra, tôi thường dành khoảng ba tuần trong các kỳ nghỉ hằng năm để đến Bồ Đề Đạo Tràng Ấn Độ. Làm được mấy lần như vậy thì con virus SARS-CoV-2 mò đến nên phải ngưng. Đi chỉ vì thấy mình cần đi mà không phải vì mục đích gì. Cũng không phải để cầu xin điều gì.

Bồ Đề Đạo Tràng vào những tháng cuối năm thời tiết tốt thì rất đông khách hành hương từ khắp nơi trên thế giới đổ về, nhưng không ồn ào theo kiểu người ta vẫn quen thấy ở các lễ hội. Có hôm có cả ngàn người. Đông người, nhưng trầm mặc. Ai cũng đi chậm, nói nhỏ. Ai cũng có vẻ đang giữ trong lòng mình một điều gì đó, không muốn để rơi rớt. Nắng tuy có gắt nhưng không khó chịu, có khi có gió nhẹ. Mấy cây bồ đề già đứng yên, tán rộng, như đã đứng đó rất lâu – đã vào hàng cổ thụ. Chúng đứng đó đủ lâu để không còn thắc mắc gì về kẻ đến người đi.

Mỗi ngày, tôi vào Tháp Đại Giác nhiều lần (thì đến đây cũng chỉ vì mục đích đó) - và ở lại đó suốt thời gian. Sáng sớm, khi trời còn lành lạnh. Trưa, lúc nắng đứng bóng. Chiều, và rất thường, cả buổi tối. Lễ bái, kinh hành, ngồi thiền, trì kinh. Lặp đi lặp lại, đến lúc không còn nghĩ mình đang "tu" nữa, chỉ còn thân thể và tâm trí tự biết phải cúi xuống, phải đứng lên, phải ngồi yên, phải bước chân đi theo nhịp bước kinh hành.

Có buổi ngồi rất yên, nhưng cũng có buổi ngồi đó mà lòng không chịu ngồi. Có lúc vừa nhắm mắt đã nghĩ tới chuyện nhà, chuyện xưa, chuyện chưa xong. Tôi học dần cách không đuổi theo mấy ý nghĩ đó. Thiền ngữ có câu: "Tâm như khỉ chuyền cành." Mình không bắt nó đứng yên, chỉ nhìn nó chuyền. Khi đã mệt rồi, nó tự dừng. Chỉ cần mình còn ngồi yên đó, là qua một buổi và những nguồn suối an lạc có thể sẽ tự quay lại.

Quy định của khu vực Đại Tháp là khi ra vào thì mọi khách hành hương phải để giày dép ở cổng, chỉ đi chân không vào. Vì ra vào nhiều lần trong ngày nên tôi không để dép ở dãy kệ chung gần cổng. Khách hành hương đông, có khi đi từng đoàn, lúc ra về giày dép hay bị xốc tung. Tìm dép xong là mất luôn cái yên bình lúc nãy. Tôi bèn tìm một góc hàng rào cây hơi khuất, để dép ở đó. Làm vậy để khi bước ra, xỏ dép vào mà lòng mình vẫn còn giữ được chút bình yên.

Và ở góc hàng rào cây ấy, một hôm tôi nhìn thấy một đôi dép…

Gọi là "đôi dép" là để cho có chữ mà gọi, chứ thực ra mỗi chiếc một kiểu. Một chiếc sẫm màu, quai sờn gần đứt. Chiếc kia nhạt hơn, dáng khác hẳn. Cả hai đều rách, rách theo kiểu đã rách nát từ lâu. Rách tới mức không còn cảm giác tội nghiệp, mà giống như đã quen với phận mình vậy rồi.

Điều làm tôi để ý không phải vì dép rách, mà vì dép được đặt rất ngay ngắn và cẩn thận. Không quăng bậy, không bỏ đại, như thể người mang nó sống rất tỉnh; và biết rõ mình đang đặt dép nằm ở đâu trong cuộc đời.

Ngày đầu thấy, tôi chỉ liếc nhìn qua. Ngày thứ hai, thứ ba, đôi dép vẫn xếp nằm cẩn thận ở vị trí ấy, vẫn ngay ngắn. Chỉ thỉnh thoảng trong khoảng vài giờ vào buổi trưa nắng nóng, dép đi đâu đó trong một thời gian ngắn, rồi quay về chỗ cũ. Dần dần, tôi quen mắt. Có hôm vừa tới nơi là tôi nhìn xuống góc rào trước tiên, như một thói quen để tìm thăm nó.

Bà xã tôi cũng để ý. Có lần đứng xỏ dép ra về, bà nhìn đôi dép ấy lâu hơn rồi nói rất khẽ:

"Đường ở đây có đoạn gồ ghề, ai mang dép này chắc là đau chân lắm. Thương quá!"

Câu nói ra không biết có ai nghe không. Mấy lá bồ đề rơi nhẹ, vài chú chim vô tư hót trên cành. Và đôi dép vẫn nằm yên.

Chúng tôi không biết chủ nhân của đôi dép là ai. Một kẻ hành hương nghèo? Một người ở lại lâu ngày? Một tăng sĩ không sở hữu của cải? Hay một ai đó đã quen sống đơn giản đến mức không còn bận tâm chuyện mang gì dưới chân? Chúng tôi không biết, và nghĩ kỹ thì cũng không cần biết. Chỉ biết rằng có một người nào đó, ngày này qua ngày khác, đi trên các con đường đất gồ ghề ấy bằng một đôi dép đã rách nát.

Bà xã tôi hỏi: "Hay mình đi mua cho vị đó đôi dép khác, nghe anh?"

Tôi im lặng. Ở những nơi như thế này, lòng từ rất dễ khởi. Nhưng cũng chính ở những nơi như thế này, tôi bắt đầu học cách dè dặt với cách thể hiện tâm từ của mình. Thể hiện sao cho đúng cách, vì nó thường vội. Hằng ngày, cảnh khách đi du lịch

Hình minh họa: Trần Thế Thi

tâm linh từng đoàn, phát vội những đồng tiền lẻ cho những người ăn xin, đã gây không ít khó khăn cho những khách hành hương khác. Những cảnh hỗn loạn giành giựt tạo không biết bao nhiêu bất an cho các người tìm đến đây tu tập.

Kinh Phật có câu: "Mỗi chúng sinh đều có một nghiệp riêng." Mình không sống đời người khác, không xỏ đôi dép người khác vào chân. Nhiều khi, cái mình nghĩ là khổ, chưa chắc là cái khổ của kẻ kia. Phải hiểu thì mới thương được.

Cuối cùng, không biết nhân duyên gì đưa đẩy chúng tôi vẫn ra chợ. Có lẽ lúc đó, cái xót đã vô tình thắng cái dè dặt. Chợ nhỏ, đông đúc, đủ thứ âm thanh. Chúng tôi chọn một đôi dép đơn giản, không quá đắt cũng không quá đẹp, nhưng dễ mang. Một đôi dép rất bình thường, rồi mang về đặt dưới đôi dép cũ. Viết vội mấy dòng ngắn cúng dường. Không ký tên, không giải thích. Rồi đi.

Hôm đó, lòng nhẹ tênh. Nhẹ theo kiểu đã làm xong một việc mà mình nghĩ là nên làm, không cần ai biết, không cần ai cảm ơn.

Hôm sau quay lại, đôi dép cũ vẫn còn. Đôi dép mới được đặt nằm kế bên, cũng thật ngay ngắn. Y như cũ. Tôi đứng nhìn một chút rồi đi vào Tháp.

Ngày kế tiếp nữa, vẫn vậy.

Trong lòng tôi lúc ấy dâng lên một cảm giác lạ. Không buồn, không thất vọng nhưng trống rỗng, kèm theo chút hụt hẫng. Giống như khi mình đưa tay ra bắt, mà không có ai nắm trả.

Bà xã tôi bèn buộc hai đôi dép lại với nhau.

Rồi ngày sau đó chúng tôi rời Bồ Đề Đạo Tràng. Đến lúc phải quay về Âu châu.

Câu chuyện dừng lại ở đó. Không biết người ấy có mang dép mới hay không? Không biết đôi dép cũ có bị bỏ lại không?

Trên đời có những chuyện không có đoạn kết lại theo mình rất lâu. Về sau, mỗi lần nhớ lại, tôi không còn nghĩ nhiều đến chuyện cho hay không cho. Tôi nghĩ nhiều hơn đến cách mình nhìn người khác.

Tôi đã nhìn từ chỗ của tôi. Thấy dép rách thì nghĩ tới chân đau. Nhưng biết đâu, với người kia, đôi dép ấy đã đủ. Biết đâu, họ không cần một đôi khác. Hoặc cái đau ấy không phải là điều họ bận tâm.

Tôi từng được học từ câu nói, ý là: "Người giàu có nhất là người biết đủ." Nhưng mình thường chỉ hiểu câu đó cho chính mình, ít khi chịu tin rằng người khác cũng có một mức đủ rất riêng biệt. Không phải ai cũng cần được cứu theo cách mình nghĩ.

Phàm phu như tôi, hay đo lòng người bằng lòng mình. Thấy thiếu là muốn bù, thấy khổ là muốn làm cho bớt khổ. Nhưng không phải lúc nào cái mình cho cũng là cái người ta cần. Có khi, cái mình cho chỉ làm người khác càng lúng túng. Rồi cái khổ lại khổ thêm…

***

Hôm nay, tình cờ đọc một bài viết. Chuyện kể về một người con mua đôi giày mới tặng mẹ. Giày cũ đã mòn gót, nên người con sợ mẹ trượt té. Nhưng mẹ nhìn đôi giày mới, rồi giày cũ và lắc đầu: "Giày này mẹ còn xài được, mang đã quen chân."

Chỉ vì câu nói ấy làm tôi nhớ lại đôi dép dưới Tháp Đại Giác ở Ấn Độ.

Cũng là giày dép. Cũng là lòng thương. Cũng là một sự từ chối rất nhẹ. Nhẹ đến mức nếu không chịu lắng lòng, người ta sẽ không nghe ra. Không biết chừng đâu lại sinh ra phiền giận.

Tôi đã hiểu thêm ra một chút: Có những người giữ cái cũ không phải vì thiếu, mà vì cảm thấy đã đủ, đã hài lòng. Không phải vì họ không biết cái mới tốt hơn, mà vì cái cũ vẫn còn dùng được, và đã dùng quen.

Mình thương theo cách của mình. Người khác sống theo cách của họ. Hai điều đó, nhiều khi không gặp nhau. Giờ nghĩ lại, tôi không còn thắc mắc đôi dép năm ấy ra sao. Người kia có mang dép mới hay không, không còn quan trọng. Quan trọng là từ đó, mình biết dừng lại sớm hơn, trước khi muốn gò, muốn sửa cuộc đời ai.

Đôi dép cũ vẫn nằm đó, trong ký ức tôi. Nó còn đó như một lời nhắc nhở, rất nhẹ: *Cái "đủ" của người khác rất nhiều khi không trùng với cái "đủ" của mình.*

Thương yêu không đồng nghĩa với việc can thiệp quá nhiều vào. Biết giữ đủ một khoảng cách thân thiện thích hợp cũng là một ứng xử đầy trí tuệ.

Kể cả trong đời sống thường nhật… ■

(Kiel, 04/2026. Mùa Phật Đản Pl. 2570)

Hoa Lan

HÀNH HƯƠNG XỨ PHẬT TÌNH QUÊ 2025

Khoảng hơn mười một năm về trước vào năm 2014, tôi được viếng thăm xứ Phật cùng phái đoàn hành hương Ấn Độ của tác giả cuốn "*Xứ Phật Tình Quê*", Thích Hạnh Nguyện. Chuyến đi ấy chỉ có 2 tuần và tập trung tại Bắc-Ấn và Nepal với 4 thánh tích của Đức Phật được gọi là Tứ động tâm. Nếu không được Thầy Hạnh Nguyện tặng cho cuốn sách ấy, chắc tôi đã hài lòng cho câu nói: "*Trong đời một người Phật tử phải một lần viếng thăm xứ Phật*", nhưng trong cuốn sách ấy ở phần hai lại tả rõ các hang động điêu khắc tinh xảo các pho tượng Phật và Bồ Tát, nằm sâu trong các quần thể núi đá, một kỳ quan của thế giới có một không hai trong lịch sử loài người chứ không riêng gì Phật giáo. Tôi đâm ra mơ tưởng đến những thánh tích của vùng Nam-Ấn, nhưng chờ đợi mãi chẳng có phái đoàn hành hương nào chịu chơi đến độ dẫn đi xuyên Ấn từ Nam lên Bắc đến 3 tuần.

Nhưng rồi duyên lành cũng đến, tôi được tham dự chuyến "*Hành hương Ấn Độ 2025*" do chính tác giả thứ hai của cẩm nang du lịch Ấn Độ "Xứ Phật Tình Quê", Thích Hạnh Tấn, với pháp hiệu Vô Thức, người không phân biệt, Trưởng đoàn hướng dẫn 26 vị già trẻ lớn bé từ 3 quốc gia của Âu-Châu như Đức, Pháp, Thụy-Sĩ làm chuyến hành hương xuyên Ấn từ ngày 21 tháng 11 năm 2025 đến ngày 10 tháng 12 cùng năm. Ôi, chỉ cần đọc tờ chương trình ghi rõ các thánh tích sẽ được ghé qua thôi, cũng đủ làm hồn tôi bay lên tận... lên tận đâu nhỉ ? Nếu lên tận mây xanh thì bèo quá! Còn lên cung trời Đao-Lợi thì quá xa, với không tới! Thôi, chỉ cần giữ hồn lâng lâng, mỉm cười hạnh phúc là đủ rồi !

May mắn thay Giác Chánh, một Huynh trưởng của Gia đình Phật tử Chánh Niệm, cùng chùa nhà Linh Thứu sẽ có tên đầu tiên trong danh sách, vì làm Thị giả cho Thầy Trưởng đoàn, tôi chỉ cần bám càng theo Giác Chánh là yên tâm mọi việc. Thật thế! Trước ngày đi vài tháng anh chàng đã tập hợp được 8 vị "*Lão làng*" chuyên hành hương Ấn-Độ, cùng soạn thảo một Cẩm nang dày 80 trang, trong đó trình bày đầy đủ các dữ kiện về văn hóa, tôn giáo, ẩm thực xứ "Cà-ri-nị", cùng hình ảnh các Thánh tích đoàn sẽ đi qua, đổi qua file pdf gửi vào nhóm cho mọi người tham khảo trước.

Trước thời gian khởi hành một tháng, Thầy Trưởng đoàn hướng dẫn mọi người làm Visa vào Ấn Độ và Nepal theo diện e-visa. Ôi thôi! Thật là trần ai khoai củ, đoạn trường ai có qua cầu mới hay! Tuy Server của Ấn với Software hiện đại, nhưng bị quá tải và cúp điện dài dài, nên các tay IT thứ thiệt của đoàn còn thở dốc huống gì các cụ nam phụ lão ấu của đoàn.

Tuy nhiên nhờ hồng ân chư Phật và những câu niệm Phật chí thành, tất cả đều thoát qua khổ nạn đầu tiên vào xứ Phật.

Trước ngày đi một tuần, Thầy Trưởng đoàn còn triệu tập các vị trong đoàn cùng lên Zoom lúc 20 giờ, để nhận diện nhau xem mày ngang mũi dọc ra sao ? Có thắc mắc điều gì ? Visa hai nước đã in ra giấy chưa ? Đây là cơ hội cuối cùng, mọi người đã cùng nhau chia sẻ, giúp đỡ, trước giờ khởi hành.

Thứ Sáu ngày 21 tháng 12 năm 2025 là ngày xuất phát khởi hành, cho dù ai kia có bay từ Đức, Pháp hay Thụy-Sĩ cũng phải gặp nhau tại phi trường Mumbai. Thật phí tiền cho khách sạn Kohinoor-Continental ở Mumbai 4 sao đẹp đẽ này, chỉ nghỉ ngơi được vài tiếng đã lo sửa soạn va-li kéo ra xe buýt để bắt đầu cuộc hành hương trên xứ Ấn trong vòng 20 ngày của phái đoàn Thầy Hạnh Tấn.

► **Ngày 01 - Thứ bảy, 22.12.2025:** ngày đầu tiên tại Nam-Ấn, sau khi dùng điểm tâm một cách thần tốc, phái đoàn đã có mặt đầy đủ trên chiếc xe buýt tối tân của công ty du lịch Siddhartha-Travel, mỗi người được phát cho một dây đeo có máy nghe gắn vào lỗ tai, để nhận chỉ thị mệnh lệnh lẫn lời thuyết minh của Trưởng đoàn.

. Hang Kanheri: Quần thể hang động Phật giáo lớn nhất và cổ xưa nhất Ấn Độ, gồm 109 hang động.

. Buổi chiều đoàn ghé thăm *Cổng Ấn Độ* ở cảng Mumbai, "*Chiếc vương miện trên bờ biển Ấn Độ*".

Đáp chuyến bay từ Mumbai đến Aurangabad, đoàn được đưa về khách sạn The Fern-Residency, vì thời điểm tháng 11 là mùa cưới ở Ấn Độ nên đoàn được tận mắt chứng kiến cảnh chú rể mặc áo cưới sặc sỡ ngồi trên lưng ngựa sửa soạn đi bắt cóc cô dâu về với kèn trống cờ quạt ầm ĩ.

► **Ngày 02 - Chủ nhật, 23.11.2025:**

Hang Ajanta là một quần thể gồm 30 hang động được khoét đục vào vách núi hình móng ngựa.

► **Ngày 03 - Thứ Hai, 24.11.2025:**

Hang Ellora là một quần thể gồm 34 hang động được chạm khắc trực tiếp vào dãy núi Charanandri. Ellora là nơi 3 tôn giáo cùng tồn tại: *Phật giáo, Ấn-Độ giáo và Kỳ-Na giáo.*

► **Ngày 04 - Thứ Ba, 25.11.2025:**

Đến Varanasi đoàn nghỉ tại Hotel Pinnacle-Inn, đoàn đã viếng thăm Bảo tàng khảo cổ Sarnath, nơi lưu giữ tinh hoa Phật giáo.

► **Ngày 05 - Thứ Tư, 26.11.2025:** đoàn viếng thăm Tháp Chuyển Pháp Luân, Thầy Trưởng đoàn hướng dẫn mọi người đọc một thời kinh rồi đi kinh hành một vòng quanh Tháp.

Buổi chiều đoàn đến thăm ngôi Chùa Đại Lộc của Thượng tọa Thích Tường Quang ở Sarnath.

► **Ngày 06 - Thứ Năm, 27.11.2025:** Từ 5 giờ 30 sáng đoàn đã khởi hành đi thuyền trên sông Hằng, một dòng sông linh thiêng có một không hai trong lịch sử loài người, vừa tắm giặt, vừa uống nước bên cạnh các tử thi trôi lềnh bềnh trên sông nước, mà nước vẫn trong veo nhờ lớp cát dưới đáy sông như câu nói "*hằng hà sa số như cát dưới sông Hằng*".

Sau buổi lễ phóng sanh đầy sương gió trên sông Hằng, đoàn trở về khách sạn dùng điểm tâm rồi rời địa danh Chuyển Pháp Luân đến Bodh-Gaya.

Đoàn trọ tại khách sạn Residency ở Bodh-Gaya, được tiếp đón nồng hậu với trà nước và khăn quàng trắng, vì đó là khách sạn của ông chủ công ty du lịch Siddhartha-Travel. Sau khi dùng cơm tối, Thầy trò đi bộ ra Điện Thờ Bồ-Đề-Đạo-Tràng. Đây là một trong những thánh tích quan trọng nhất của Phật giáo.

► **Ngày 07 - Thứ Sáu, 28.11.2025:** từ 4 giờ 45 sáng, đoàn đã chỉnh tề đứng xếp hàng chờ khám xét tại cổng lúc 5 giờ. Đoàn chúng tôi cũng tìm được một chỗ sau cây Bồ Đề để dâng hoa, tụng một thời Kinh Thành Đạo.

Sau thời công phu khuya tại Bồ-Đề-Đạo-Tràng, đoàn ra phía sau dâng cúng 1.000 phần điểm tâm cho các Tăng đoàn tu tập tại đây, dưới bảng hiệu "*Việt Nam Group - Offer Sangha Breakfast*", do sự phối hợp của Thầy Hạnh Tuệ, Sư Đệ của Thầy Hạnh Tấn tổ chức với sự đóng góp tịnh tài của đoàn chúng tôi.

Sau đó đoàn lững thững những bước chân thảnh thơi về khách sạn ăn sáng, để tiếp tục hành trình khai phá hang Dungeshwari, nơi Thái tử Tất-Đạt-Đa thiền định và thực hành khổ hạnh trong hang động.

Sông Ni-Liên-Thiền, chính tại dòng sông này Đức Phật đã tắm gội, rũ sạch lớp áo tu hành khổ hạnh cực đoan, thọ nhận bát cháo sữa của nàng Sujata và lập lời thề với chiếc bình bát trôi ngược dòng.

► **Ngày 08 - Thứ Bảy, 29.11.2025:** Từ 5 giờ sáng tại Bồ-Đề-Đạo-Tràng chúng tôi gồm 21 Giới tử đã được Thầy Hạnh Tấn trao truyền 8 Giới. Tuy đã Thọ Bát nhiều lần, nhưng chưa bao giờ được thọ ở chốn linh thiêng như thế!

. Tại Bodh-Gaya đoàn viếng thăm ngôi Chùa Linh Sơn của Ni Sư Trí Hân, rồi chùa Tây-Tạng, Bhutan, Nepal, Thái, Miến-Điện và chùa Nhật. Mỗi ngôi chùa đều mang một sắc thái riêng của quốc gia họ về đạo Phật.

Một buổi viếng thăm ngôi Bảo điện mang tên "*Trung Tâm Viên Giác*" ở Bồ-Đề-Đạo-Tràng thật bồi hồi cho Thầy trưởng đoàn, vì đây là về chùa chứ không phải viếng thăm! Nhớ ngày nào Thầy Hạnh Tấn cùng Sư Huynh của mình là Thầy Hạnh Nguyện, đã rong ruổi khắp xứ Ấn bằng xe Túc-Túc, có đoạn tam bộ nhất bái, hạnh nguyện đốt ngón tay cúng dường Chư Phật để xây dựng ngôi Tam Bảo, dưới sự bảo trợ của Sư Phụ Thích Như Điển tại Tổ đình Viên-Giác. Bây giờ đã hơn 20 năm, ngôi chùa đã chịu nhiều tang thương của định luật vô thường, tượng 18 vị A-La-Hán đã bị gió thổi vỡ mất một Vị, nhưng nghe đâu đầu năm 2026 Hòa Thượng Sư Phụ sẽ sang tận nơi để tìm kế sách tu sửa lại.

► **Ngày 09 - Chủ Nhật. 30.11.2025:** Sau khi xả giới Bát Quan Trai, đoàn từ giã thánh địa Bodh-Gaya đi đến thành Vương-Xá thăm *Nhà tù vua Tần-Bà-Sa-La*, *Trúc-Lâm Tịnh Xá*, *Hồ nước Kalandaka*, *Động Thất-Diệp*, *Tàn tích Nalanda*.

► **Ngày 10 - Thứ Hai, 01.12.2025:** Đảnh lễ lên núi Linh Thứu với Tam bộ nhất bái từ chân núi lên tới tận đỉnh. Buổi chiều đoàn thăm viếng *Tháp Hòa bình thế giới*. Sau đó đoàn đến viếng thăm nơi thờ Ngài Huyền Trang, gọi là Xuan-Zang Memorial Hall một khuôn viên rất đẹp.

► **Ngày 11 - Thứ Ba, 02.12.2025:** đoàn giã từ thành Vương-Xá đến Tỳ-xá-li, trọ tại khách sạn The Vaishali-Residency.

Viếng thăm *Hương thất Thế tôn*, *Tháp thờ Tôn giả A-Nan*.

Buổi chiều đoàn viếng thăm Chùa Việt nam Tháp Di Tích Tổ Kiều-Đàm-Di và trường học khoảng 2.000 học sinh tiểu học người Ấn. Một phấn đấu phi thường của vài Sư Cô Việt-Nam đã xả thân cho một nền giáo dục thật èo uột nơi xứ Phật. Tuy Phật sự đa đoan, thức ăn khô khó kiếm tại đây, nhưng đoàn đã được nhà Chùa đãi một chầu bún riêu ngon khó quên với dĩa rau sống quí giá trồng trong vườn Chùa.

► **Ngày 12 - Thứ Tư, 03.12.2025:** đến Câu-Thi-Na nơi Đức-Phật nhập Niết bàn.

Buổi chiều đoàn ghé thăm trường Trung học Linh Sơn và Chùa Linh Sơn tại Kushinagar.

► **Ngày 13 - Thứ Năm, 04.12.2025:** đến Lumbini hành trình đã bước vào quê mẹ của Đức Phật và là nơi Đản sanh của Ngài. Tại vườn

Lumbini, nơi có đền thờ Hoàng hậu Maya-Devi, *Hồ Puskarini, Cột đá Asoka.*

Buổi chiều đoàn viếng thăm ngôi chùa AN Việt-Nam Phật-Quốc-Tự tại Lumbini của Thầy Huyền Diệu.

► **Ngày 14 - Thứ Sáu, 05.12.2025:** đoàn viếng thăm thành Ca-Tỳ-La-Vệ, kinh đô của vương quốc Shakya, do vua Tịnh-Phạn trị vì. Thái tử Tất-Đạt-Đa đã sinh sống ở đây 19 năm trước khi xuất gia.

► **Ngày 15 - Thứ Bảy, 06.12.2025:** đến Xá-Vệ-Thành trọ tại Hotel The Sravasti-Residency.

Thành Xá-Vệ là thủ đô của vương quốc Kosala cổ đại do vua Ba-Tư-Nặc trị vì.

. *Vườn Cấp-Cô-Độc và Tu viện Kỳ-Viên.*

. *Căn phòng hương thất* của Đức Phật.

. *Giếng nước thiêng liêng.*

. *Động ngài Vô-Não* (Angulimala): Người đã "*Bỏ đồ đao xuống thành Phật*".

► **Ngày 16 - Chủ Nhật, 07-12-2025:** Đến Agra vào chiều tối. Đoàn trọ tại Hotel The Fern rất đẹp giữa một trung tâm hào nhoáng, thủ phủ của du khách quốc tế là nơi có Taj-Mahal, một "*Lâu đài tình yêu*" được xây bằng ngọc thạch trắng.

Đây là ngày thảnh thơi nên Thầy trưởng đoàn đi nghỉ sớm, cho phép mọi người tự do khai phá thành phố ban đêm. Các bạn trẻ có Simcard rủ mọi người đi thăm tòa lâu đài này, chỉ cách Hotel chưa tới 2 cây số. Một lời rủ rê quyến rũ khiến tất cả mọi người cùng hưởng ứng đi hết 21 vị không chừa một ai trừ Thầy trưởng đoàn.

Thật là một quyết định táo bạo nhớ đời, không đi không biết thế nào là đời sống người dân Ấn Độ, nó nghèo nàn và bẩn thỉu giữa một rừng khách sạn 5 sao đầy ánh đèn lấp lánh.

Theo lời chỉ dẫn của Google-Map, chúng tôi bước vào những con hẻm tối thui đầy rác rưởi, mùi ống cống lộ thiên đến rợn người, trong khi dòng người chen chúc nhau không ít, quà bánh hàng hóa mời chào inh ỏi. Dưới ánh sáng lờ mờ của chiếc điện thoại di động, chúng tôi tập trung ngó xuống đất để đi những bước chân chánh niệm, mong tránh giẫm phải *mìn* của những động vật hữu tình, vô tình vương vãi khắp nơi. Chỉ một đoạn đường ngắn thôi, mà tưởng như là thiên thu vạn dặm!

► **Ngày 17 - Thứ Hai, 08.12.2025:** ► Ngày viếng thăm các thắng tích kỳ quan của Hồi giáo Ba-Tư, như Pháo đài Agra, lăng mộ Taj-Mahal.

Đến New-Delhi, giã từ những lăng tẩm tuyệt vời được xây dựng trên máu người hay những bàn tay của hai chục ngàn nghệ nhân đã bị vị vua si tình chặt bỏ. Đoàn trọ tại khách sạn cuối cùng Deventure-Sarovar-Portico ở New-Delhi, tối mai đoàn đã phải chia tay, kết thúc cho chuyến hành hương 20 ngày rong ruổi trên đất Phật.

► **Ngày 18 - Thứ Ba, 09.12.2025:**

Ấy khoan! Vẫn còn một ngày dài trên thành phố lớn, đông dân nhất nhì thế giới. Vâng, thành phố này có rất nhiều di tích lịch sử, viện bảo tàng Phật giáo và nhiều thánh tích vĩ đại mới được xây dựng.

. Swaminarayan-Akshardham, đó là một quần thể đền thờ Hindu giáo cực kỳ nổi tiếng và đồ sộ nhất thế giới tại New-Delhi.

. **Viện bảo tàng quốc gia**, có một pho tượng nổi bật, tượng Bồ Tát Di-Lặc (Maitreya) với nghệ thuật Gandhara, là sự kết hợp độc đáo giữa mỹ thuật Ấn-Độ và Hy-Lạp cổ đại. Ngài không có bụng phệ hay cười hỉ hả như Phật Di-Lặc Trung hoa. Để phân biệt, hãy nhìn vào 2 điểm:

. *Chiếc bình nước* bên tay trái.

. *Kiểu tóc và trang sức:* tóc búi cao thành nơ trên đỉnh đầu trông giống như một chiếc vương miện tự nhiên.

Kết: Một vài nhận xét của người viết về chuyến hành hương trên đất Phật:

. Sau khi đi khắp các từng cây số từ Nam-Ấn đến Trung-Ấn rồi Bắc-Ấn, người viết chỉ thấy một chữ NGHÈO to tướng dán lên người dân Ấn-Độ. Thật đau lòng cho người dân xứ Phật, đã gần 2.600 năm trôi qua mà cuộc sống và giai cấp vẫn chẳng khá lên tí nào. Các trẻ em Ấn-Độ lớn lên trong những khu Slum tồi tàn như ổ chuột, không được đi học, chỉ đi xin tiền du khách hành hương. Không khí bụi bặm và ô nhiễm đến độ, các cây cối hai bên đường không giữ được màu xanh của Chlorophyll mà đổi sang màu trắng đục của bụi đường.

. Tuy nhiên có một nghịch lý đáng yêu, đa số dân chúng Ấn-Độ sống trong nghèo khó, nhưng họ chấp nhận cuộc sống như đã có, họ vui vẻ, sống hiền hòa chung với chó, mèo, heo mọi, gà và cả với các con bò linh thiêng đi nghênh ngang ngoài đường phố. Đời sống của họ rất chậm rãi, không có chữ stress trong đầu, không có tình trạng căng thẳng nên rất ít cãi nhau. Điều này ngược lại với các quốc gia tân tiến giàu có khác trên thế giới.

Để trả lời câu hỏi: "*Đức Phật là lịch sử hay huyền thoại?*". Câu trả lời tuy dễ nhưng cần qua trải nghiệm sống của 20 ngày hành hương trên đất Phật. Nếu không được nhìn tận mắt, sờ bằng tay, ngửi không khí thanh tịnh và linh thiêng của từng

Xem tiếp trang 73

Nguyên Trí – Nguyễn Thị Diệu Hạnh

BA MƯƠI NĂM –

TIẾNG CHUÔNG GỌI VỀ KHÓA TU HỌC GIA ĐÌNH PHẬT TỬ ĐỨC QUỐC LẦN THỨ 30

Khi những nụ Tulip đầu mùa bắt đầu hé nở, những sợi nắng vàng dịu dàng bắt đầu rải lên vạn vật một chút hơi ấm sau những ngày đông giá lạnh, nước Đức lại bước vào những ngày nghỉ lễ Phục sinh, một trong những dịp nghỉ quan trọng nhất của năm. Ở ngoài kia, phố sá bày đầy những quả trứng màu, những chú thỏ trắng, những cành cây khô được trang hoàng như báo tin mùa mới đã về, thì cùng lúc đó, những chiếc áo Lam lại bắt đầu hội tụ về Tổ đình Viên Giác. Khóa tu học thường niên của Gia Đình Phật Tử Đức Quốc lại mở ra như một cuộc hẹn đã quen, mà mỗi năm gặp lại vẫn nguyên một niềm vui mới.

Năm nay, cuộc hẹn ấy đã tròn ba mươi tuổi.

Ba mươi năm là chiều dài của một thế hệ. Ba mươi năm đủ để một em Đồng niên ngày nào nay có thể trở thành phụ huynh. Ba mươi năm đủ để một đoàn sinh từng được anh chị hướng dẫn nay trở thành Huynh trưởng, đứng trước lớp học, nhìn các em như ngày xưa chính mình từng được nhìn. Ba mươi năm đủ để một hạt giống gieo xuống trong im lặng có thể trở thành bóng mát cho nhiều người.

Và hành trình ba mươi năm khóa tu học, không phải năm nào cũng dễ. Có những khóa tu bắt đầu bằng nỗi lo: lo quá đông học viên mà lại thiếu nhân sự, phòng ốc; có khi lại là nỗi lo thiếu vắng học viên về tham dự như lúc đúng vào giai đoạn cả thế giới vừa trải qua cơn khủng hoảng dịch bệnh. Giữa bao kỷ niệm và hồi ức đó, khi Lam Viên Đức Quốc cùng hòa vui trong lời hát mừng buổi lễ kỷ niệm khóa tu học tròn 30 tuổi, thì đó không chỉ là âm thanh của niềm vui thành tựu mà còn là tiếng lòng tri ân gửi đến những nhân duyên thật hy hữu để cùng nhắc nhở nhau rằng: „Ba mươi năm không chỉ là chiều dài của một hành trình, mà còn là chiều sâu của một lời nguyện. Lời nguyện ấy không to tát, nhưng bền bỉ: nguyện giữ cho tuổi trẻ một con đường trở về với Phật pháp, với văn hóa Việt, với tình Lam và với chính mình".

• Mối duyên lành từ một hạt giống nhỏ

Mọi truyền thống lớn đều có thể bắt đầu từ một hạt giống rất nhỏ. Khóa tu học thường niên của GĐPT Đức Quốc cũng vậy. Ngày ấy, chỉ bắt đầu bằng mong muốn được ngồi lại tu học chung của hai đơn vị Chánh Niệm và Chánh Dũng tại Berlin trong kỳ nghỉ lễ. Nhưng rồi tin lan ra, đơn vị này gọi đơn vị kia, người này rủ người kia, và một dự định ban đầu rất đơn sơ đã mở ra thành một cuộc gặp gỡ rộng lớn hơn dự tính, rồi địa điểm được thay đổi về Tổ Đình Viên Giác. Với khóa tu đầu tiên năm 1997 chỉ trên dưới khoảng 100 người với vỏn vẹn hai lớp học, rồi cứ thế âm thầm lớn dần thành một chương trình tu học thường kỳ của toàn Gia Đình Phật Tử Đức Quốc phát triển thành tám lớp học, kéo dài suốt ba thập kỷ mà cao điểm có khi con số tham dự vượt quá 400 học viên.

• Năm Cánh Sen – Biểu Hiện Của Sự Tương Tức

Nhìn vào huy hiệu hoa sen trắng của Gia Đình Phật Tử, ta thấy năm cánh sen phía trên tượng trưng cho năm hạnh của người Phật tử: tinh tấn, thanh tịnh, từ bi, hỷ xả, trí tuệ. Nhưng nếu nhìn sâu hơn vào sinh hoạt của khóa tu, ta cũng có thể thấy năm cánh sen ấy đang hiện ra bằng những hình hài rất sống động, biểu hiện của nguyên lý tương tức:

Ngành Đồng, là gốc rễ tươi non của ngành Thiếu. Ngành Thiếu là tương lai của ngành Thanh. Ngành Thanh là nơi ươm mầm cho những Huynh trưởng kế thừa. Và những bậc phụ huynh, những người đưa con đến chùa, chính là mặt đất hiền hòa nuôi dưỡng trọn vẹn cả khu vườn Lam. Không có phụ huynh đưa con em đến sinh hoạt, tu học thì Huynh trưởng cũng không có môi trường để hành hoạt đúng với vai trò và trọng trách của mình. Chúng ta có mặt trong nhau, nương tựa nhau mà lớn lên. Khóa tu vì vậy không chỉ là bốn ngày gặp gỡ. Nó là nơi những dòng chảy âm thầm từ các đơn vị địa phương gặp nhau, tụ lại thành một con sông lớn hơn. Những buổi sinh hoạt nhỏ ở từng đơn vị địa phương nuôi gốc, còn khóa tu thường niên cho các em thấy rằng mình không chỉ thuộc về một đơn vị, mà thuộc về cả một đại gia đình rộng lớn.

• Phật, Pháp, Tăng – Ba cánh sen nâng đỡ

Một bông hoa không thể đứng vững nếu không có đài hoa nâng đỡ. Dưới năm cánh sen trắng là ba cánh sen của Phật, Pháp, Tăng.

Năm giờ rưỡi sáng, tiếng chuông công phu khuya điểm nhịp. Khuôn viên chùa vẫn còn chìm trong làn sương sớm và không gian tĩnh mịch.

Nhưng trên chánh điện, giữa những bồ đoàn của người lớn, bất ngờ thay có những em ngành Thiếu, ngành Thanh tự nguyện ngồi thiền, dù bài chú Lăng Nghiêm đọc rất nhanh, các em chưa thể theo kịp. Nhưng các em đang cùng hòa mình trong năng lượng của Phật, năng lượng của Đạo tràng. ***Phật*** đang hiện diện trong từng bước kinh hành, trong ánh sáng của đêm hoa đăng mầu nhiệm.

HT Hoằng Khai và TT Hạnh Tấn cắt bánh mừng 30 Năm Khóa Tu Học GĐPT Đức Quốc

Pháp không chỉ ở trong những trang sách, trên bục giảng. Pháp có mặt trong bữa cơm chánh niệm, trong nụ cười nhường nhịn, trong sự nâng đỡ lúc làm việc chung. Và ***Tăng*** chính là sự hiện diện của quý Thầy, quý Sư Cô giảng sư. Các ngài là những bài học sống động nhất, dạy các em bằng thân giáo, bằng sự tĩnh lặng và từ ái. Nhờ ba cánh sen nâng đỡ ấy, tuổi trẻ Việt Nam tại Đức không bị bơ vơ hay bị đánh bật khỏi gốc rễ giữa những cơn bão của đời sống hiện đại.

• Khu vườn Lam và kho báu Pháp

Xã hội phương Tây dạy các em cách thành công, cách chạy nhanh, cách cạnh tranh. Nhưng khóa tu lại trao cho các em một món quà cần thiết hơn nữa cho đời sống hiện tại: *Khả năng dừng lại.*

Dừng lại để thở. Dừng lại để nghe. Dừng lại để thấy mình và người bên cạnh.

Khóa tu chính là một cộng đồng rộng hơn của các GĐPT, giống như một khu vườn lớn. Trong khu vườn ấy có nhiều hạt giống, hoa thơm và cây cỏ cùng nương nhau để trưởng thành và phát triển.

**Ngành Đồng là hình ảnh của mầm non:* Nơi các em đến với đạo Phật bằng đôi mắt trong veo, bằng niềm vui chắp tay xá Phật và sự ấm áp của gia đình thứ hai.

**Ngành Thiếu đại diện cho cây non đã bắt đầu vươn cao và nhiều giao động, hoài nghi.* Phật pháp ở đây không phải là triết lý cao siêu, mà là phương pháp để các em nhận diện cơn giận, biết cách sử dụng tự do có trách nhiệm, biết thương mình và thương người mà không đánh mất phương hướng.

**Ngành Thanh là màu xanh của cây cành vững chãi trước những cơn gió lớn.* Đó là khi các em đứng trước những ngã rẽ cuộc đời, khóa tu là nơi để hỏi: *Ta muốn trở thành ai? Ta có thể bay cao bay xa trong xã hội Đức mà vẫn giữ được gốc rễ của mình không?*

Và chính ở đây, tinh thần Gia Đình Phật Tử bộc lộ chiều sâu của mình. GĐPT không chỉ đào tạo các em biết sinh hoạt, biết hát, biết chơi, biết tổ chức. GĐPT hướng đến việc đào luyện những con người biết sống có lý tưởng, biết phụng sự, biết đem tinh thần Phật pháp vào đời sống. Một người trẻ được giáo dục trong tinh thần ấy không nhất thiết phải trở thành người nổi bật giữa đám đông, nhưng cần trở thành người có nội lực, có hướng đi, có khả năng thương yêu và có trách nhiệm với cộng đồng. Để làm được điều đó, ngay từ những năm đầu thành lập GĐPT, các bậc tiền bối đã lựa chọn các đề tài Phật pháp cốt lõi sắp xếp thành một chương trình tu học căn bản cho cả ba ngành và để lại cho hậu thế một bộ tài liệu tu học GĐPT được lưu truyền bao nhiêu năm qua. Dựa trên tài liệu này, chương trình khóa tu học được thiết kế và triển khai đi vào chiều sâu thực hành sao cho thích ứng với thời đại và tâm lý giới trẻ hôm nay. Đặc biệt, từ nhiều năm lại đây, khóa tu luôn chọn một chủ đề cụ thể làm chiếc la bàn để hướng mọi sự tu học trong bốn ngày có sự chú tâm và tập trung nhất quán.

• Đêm văn nghệ và sự sáng tạo của tuổi trẻ

Ba mươi năm qua, chương trình tu học chưa từng là một khuôn mẫu cứng nhắc. Tùy vào điều kiện thời tiết mùa Phục sinh, số lượng học viên tham dự, nhu cầu từng lứa tuổi, các anh chị Huynh trưởng lại uyển chuyển điểm xuyết thêm một vài nội dung mới. Dẫu vậy, trải qua bao khóa học, bên cạnh những giờ rèn trau Phật pháp, vẫn có những hoạt động đã trở thành rường cột vững chãi. Đó là những giờ kinh hành niệm Phật, là đêm cúng dường hoa đăng tĩnh lặng trong ánh nến rực sáng được truyền trao, là giờ thể thao rộn rã tiếng cười luôn khiến cho ngành Thanh và ngành Thiếu háo hức trông chờ. Nhưng có lẽ chương trình hấp dẫn nhất chính là đêm văn nghệ, luôn được diễn ra vào tối chủ nhật của khóa. Đây là một trong những nét đặc biệt nhất của khóa tu học GĐPT Đức Quốc: các tiết mục được tập cấp tốc ngay trong những ngày tu học, thời gian không nhiều, điều kiện không dư dả, nhưng đêm diễn nào hầu như cũng để lại bất ngờ.

Điều đáng khen là các em không chỉ biểu diễn cho vui. Trong những màn múa, hoạt cảnh, ca khúc, kịch ngắn hay trình diễn hiện đại, luôn có một điều gì đó của Phật pháp được gửi vào rất tự nhiên. Dĩ nhiên khi bàn thảo về nội dung luôn có sự đồng hành của các Anh chị Ủy viên ngành. Có khi là câu chuyện về những mẩu chuyện đạo, về tình gia đình, về sự biết ơn, về lòng từ, về sự tỉnh thức giữa đời sống công nghệ. Có khi là một ý tưởng rất mới, rất trẻ, rất hợp với nhịp sống hôm nay, nhưng vẫn giữ được nét đạo. Chính điều này làm cho đêm văn nghệ không chỉ là "giải trí". Nó là nơi sức sáng tạo của tuổi trẻ được mở ra, và cũng là nơi các em học cách đem chất liệu Phật pháp vào ngôn ngữ của thế hệ mình.

Có lẽ vì thế mà đêm văn nghệ luôn để lại dư âm rất lâu. Người xem không chỉ nhớ một tiết mục hay, mà còn nhớ sự cố gắng của các em. Ngộ nghĩnh và dễ thương nhất là các tiết mục của các em Oanh Vũ, với vị đạo diễn đầy sáng tạo và vô cùng kiên nhẫn không ngoài ai khác hơn là các anh chị trưởng phụ trách ngành Đồng. Đêm văn nghệ, theo một nghĩa nào đó, là bài thuyết pháp bằng âm nhạc, có ánh đèn sân khấu, có nụ cười và sức sống của tuổi trẻ.

• Gốc rễ và đôi cánh

Người trẻ lớn lên tại Đức có nhiều cơ hội, nhưng cũng có nhiều thử thách riêng. Các em học bằng tiếng Đức, suy nghĩ trong môi trường Đức, lớn lên trong xã hội đa văn hóa. Điều ấy rất quý. Nhưng đi cùng với nó là câu hỏi về căn tính, về nguồn cội, về ngôn ngữ, về một chỗ đứng nội tâm giữa nhiều dòng chảy khác nhau.

Khóa tu không buộc các em phải chọn giữa xã hội mình đang sống và truyền thống mình được thừa hưởng. Khóa tu chỉ nhẹ nhàng trao cho các em hai điều: gốc rễ và đôi cánh. Gốc rễ để biết mình đến từ đâu. Đôi cánh để bước vào đời mà không mặc cảm, không lạc hướng. Nếu giáo dục hiện đại giúp các em đi nhanh hơn, thì giáo dục Phật pháp giúp các em đi vững hơn. Nếu thế giới hôm nay cho các em rất nhiều thông tin, thì khóa tu trao cho các em khả năng dừng lại để nghe chính mình.

Đó là món quà lớn của bốn ngày tu học: không phải làm cho người trẻ rời xa đời sống, mà giúp các em bước vào đời sống với nhiều hiểu biết, thương yêu và nội lực hơn.

• Tiếng chuông còn ngân

Khóa tu lần thứ 30 vì vậy không chỉ là dấu mốc để nhìn lại quá khứ, mà còn là lời mời gọi chúng ta nhìn về tương lai. Trong thời đại mới, vai trò của Huynh trưởng càng có nhiều thử thách hơn. Người Huynh trưởng hôm nay không chỉ cần biết truyền đạt Phật pháp, mà còn cần hiểu tâm lý tuổi trẻ từng thế hệ, hiểu bối cảnh đa văn hóa, hiểu ngôn ngữ của thế hệ số, biết lắng nghe những câu hỏi có khi rất khác với thế hệ trước. Các em hôm nay không dễ chấp nhận một điều chỉ vì "ngày xưa là như vậy". Các em muốn hiểu ý nghĩa. Các em cần được đối thoại. Các em cần thấy rằng Phật pháp không phải là điều xa lạ với đời sống của mình. Vì thế, Huynh trưởng không chỉ là người giữ truyền thống, mà còn là người phiên dịch truyền thống sang ngôn ngữ của hiện tại.

Rồi khóa tu nào cũng sẽ khép lại, trên mặt vật lý. Các em trở về trường lớp, bài vở, điện thoại, mạng xã hội, những bận rộn thường ngày của đời sống tại Đức. Phụ huynh trở về với công việc. Huynh trưởng trở về với những trách nhiệm riêng. Nhưng giá trị của khóa tu học không dừng lại ở đó, mà mời gọi một sự tiếp nối sâu sắc: Nó tiếp tục trong cách các em sống thiện lành, biết ơn hơn, vững vàng hơn giữa đời. Nó tiếp tục trong những buổi sinh hoạt địa phương hằng tháng, nơi các em lại học tiếng Việt, học Phật pháp, sinh hoạt thanh niên và văn nghệ. Nó tiếp tục trong từng gia đình, khi cha mẹ và con cái biết nói với nhau bằng sự hiểu biết nhiều hơn. Nó tiếp tục trong từng Huynh trưởng, khi lý tưởng Lam vẫn hâm nóng tâm nguyện phụng sự bằng sự kiên nhẫn và tinh tấn.

Ba mươi năm, một tiếng chuông gọi về. Từ tiếng chuông ấy, biết bao thế hệ đã tìm thấy con đường trở về với Phật pháp, với văn hóa Việt, với tình Lam và với chính mình. Và nếu những hạt giống ấy vẫn tiếp tục được gieo xuống bằng tình thương, trí tuệ và sự bền bỉ, thì ba mươi năm tới sẽ không chỉ là sự tiếp nối của một truyền thống, mà là sự nở hoa của một lời nguyện: đem ánh sáng Phật pháp soi đường cho tuổi trẻ, ngay giữa lòng thời đại mới. ■

THẾ HỆ 2+

TIẾNG LÒNG TUỔI TRẺ HẢI NGOẠI

Nguyen Hoai Niem

Sommerferien

(Original in Deutsch)

Während andere mit ihren Eltern im Sommer Urlaub in Frankreich, Italien, Spanien machten,

fuhren wir in unregelmäßigen Abständen nach Amerika und Vietnam.

In 13 Jahren Schulzeit waren es zwei Mal Vietnam und drei Mal die USA.

Jeweils fünf Tickets für interkontinentale Langstreckenflüge.

Akribisches Wirtschaften machte es möglich.

Schulkameradinnen staunten voller Neid, dass ich in den USA war.

Dabei flogen wir in die Länder nicht für Nationalparktouren oder Strandurlaub.

Wir besuchten Familie.

Menschen, die mir vertraut sein sollten,

sich für mich als Kind aber nie so anfühlten.

Häufig war mir das lästig als Kind irgendwo hingefahren zu werden.

"Sag Hallo, das ist cô Lan...",

"Das ist chú Phiệt...",

"Das ist em Philipp, Cousin 2. Grades väterlicherseits, von Opa die jüngere Schwester, der dritte Sohn der ersten Tochter.

Obwohl er älter ist als du, muss er dich mit chị ansprechen."

Erst im Alter lernte ich Wert und Preis zu verstehen.

Während andere Urlaub machten,

lebten wir kurzzeitig in einer Realität,

die unter anderen Lebensumständen Alltag wäre.

Von uns zur Familie in die USA: Luftlinie 6.486 km - 9.413 km

Von uns zur Familie in Vietnam: Luftlinie 9.660 km

Wie schwer war es für euch, mẹ, bố, Eltern und Geschwister nur alle paar Jahre zu sehen?

Erst recht,

in Zeiten vor Internettelefonie und Nachrichtenapps?

In Zeiten, als man einander Briefe zu Weihnachten schrieb?

In Zeiten, als ihr in irgendwelchen Läden Telefonkarten gekauft habt, um kurz ins Ausland telefonieren zu können.

Chuyên mục "THẾ HỆ 2+: TIẾNG LÒNG TUỔI TRẺ HẢI NGOẠI"

(bắt đầu từ Viên Giác 271 - Tháng 2/2026 – Thế Hùng phụ trách)

Thế hệ 2+ Việt Nam sinh trưởng ở hải ngoại, lớn lên giữa nhiều nền văn hóa khác nhau nhưng vẫn mang trong tâm cội nguồn văn hóa và những giá trị nhân bản Việt. Chuyên mục này của Tạp Chí Viên Giác mong giới thiệu những tâm tư tuổi trẻ hải ngoại – những cảm nhận, suy tư và trải nghiệm liên quan đến văn hóa, tôn giáo, đời sống và bản sắc Việt trong bối cảnh thế giới rộng mở. Khung bài viết: khoảng 800–1500 chữ (có thể dài hơn khi cần thiết). Chúng tôi cũng hoan nghênh những sáng tác thuộc các thể loại khác như thơ, nhạc, hội họa. Bài gửi, xin vui lòng ghi rõ họ tên, nơi cư trú và vài dòng giới thiệu ngắn về tác giả. Ngôn ngữ: tốt nhất là tiếng Việt; trong trường hợp không tiện viết tiếng Việt, có thể gửi bằng tiếng Đức hoặc tiếng Anh, Viên Giác sẽ hỗ trợ chuyển sang Việt ngữ.

** Kurzinfo (Deutsch)*

THẾ HỆ 2+: Junge Stimmen aus der vietnamesischen Diaspora

Beiträge zu Kultur, Buddhismus und vietnamesischer Identität sind herzlich willkommen.

Textlänge: 800–1500 Wörter (bei Bedarf länger). Auch andere Beiträge wie Lyrik, Musik oder bildnerische Arbeiten sind willkommen. Bitte Name, Wohnort und eine kurze Autorenangabe beifügen. *Sprache*: nach Möglichkeit Vietnamesisch; falls nicht möglich, gerne Deutsch oder Englisch – wir übernehmen die Übersetzung ins Vietnamesische.

** Short Notice (English)*

THẾ HỆ 2+: Voices of Young Vietnamese Abroad

We welcome contributions and reflections on culture, Buddhism and Vietnamese identity.

Length: 800–1500 words (longer if necessary). Other forms such as poetry, music or visual arts are also welcome. Please include your name, place of residence and a brief author's bio. *Language*: preferably Vietnamese; if this is not possible, German or English is fine – we will translate into Vietnamese.

Nguyễn Hoài Niệm
Việt dịch: Thế Hùng

Nghỉ Hè

Trong khi những đứa trẻ khác
Cùng ba mẹ đi nghỉ hè ở Pháp, Ý hay Tây Ban Nha,
Chúng tôi thỉnh thoảng đi sang Mỹ và Việt Nam.
Trong 13 năm học, hai lần về Việt Nam, ba lần đi Mỹ.
Mỗi chuyến, năm vé máy bay dài liên lục địa,
Nhờ việc tính toán chi tiêu tỉ mỉ, từng khoản một, mới có thể thực hiện được.
Bạn học nhìn tôi với ánh mắt ghen tị.
Nhưng chúng tôi không đến đó để tham quan công viên quốc gia hay nghỉ biển.
Chúng tôi đi thăm gia đình.
Những con người lẽ ra phải thân thuộc với tôi,
Nhưng khi còn nhỏ, tôi chưa bao giờ thực sự cảm thấy như vậy.
Tôi còn cảm thấy phiền khi bị dẫn đi khắp nơi.
"Chào đi, đây là cô Lan…",
"Đây là chú Phiệt…",
"Đây là Philipp, em họ đời thứ hai bên nội, con trai thứ ba của con gái đầu lòng của em gái ông nội. Dù lớn tuổi hơn nhưng nó vẫn phải gọi con là chị".
Chỉ đến khi trưởng thành, tôi mới học được cách hiểu giá trị và cái giá của những điều ấy.
Trong khi người khác đi nghỉ dưỡng,
Thì chúng tôi tạm thời sống trong một thực tại mà dưới những hoàn cảnh sống khác, đó đã là đời thường.
Khoảng cách từ nhà chúng tôi đến gia đình ở Mỹ đường chim bay là: 6.486 km – 9.413 km.
Từ nhà chúng tôi đến gia đình ở Việt Nam đường chim bay: 9.660 km.
Khó khăn đến mức nào đối với ba và mẹ tôi - khi chỉ được gặp cha mẹ và anh chị em của mình vài năm một lần?
Huống chi là trong thời kỳ chưa có gọi điện qua Internet hay ứng dụng nhắn tin?
Thời kỳ mà người ta còn gửi thư cho nhau vào mỗi dịp Giáng Sinh.
Thời kỳ phải mua thẻ điện thoại ở cửa hàng chỉ để có thể gọi một cuộc ngắn ngủi ra nước ngoài… ■

Zur Autorin: *Hoài Niệm Nguyễn, geboren 1988, floh als Kind gemeinsam mit ihrer Familie aus Südvietnam nach Deutschland. Sie wuchs in einer Kleinstadt in Norddeutschland auf. Seit 2023 lebt und arbeitet sie in Berlin.*

Về tác giả: *Nguyễn Hoài Niệm, sinh năm 1988, đã cùng gia đình vượt biên từ miền Nam Việt Nam đến Đức lúc còn nhỏ. Cô lớn lên ở một thị trấn nhỏ tại miền Bắc nước Đức; từ 2023 sống và làm việc tại Berlin.*

Ngô Văn Thu

CHIẾC HẢI BÀN KỲ DIỆU

(tiếp theo VG272 & hết)

♦ Nắng đã lên cao trên đỉnh đầu

Từng đàn cá voi xuất hiện vờn lượn quanh tàu. Nỗi kinh hoàng của tôi là sợ chúng đâm thẳng vào tàu, tàu sẽ tan xác, vì chúng lượn với tốc độ nhanh khủng khiếp, nhưng thật tài tình cả đàn mấy chục con lách mình trước mũi tàu như tia chớp, biến mất vào lòng biển. Vài phút sau lại kéo đến như đùa giỡn với chúng tôi, tạo một cảm giác thích thú nhẹ nhàng giúp êm dịu phần nào nỗi lo âu căng thẳng trong mấy ngày qua. Kinh nghiệm cho biết, gặp được cá voi là điềm lành! Cá voi thường cứu người lâm nạn ngoài biển nên dân chài lưới thường gọi "Ông" để tỏ lòng tôn kính. Khi gặp được cá voi bị chết tấp vào bờ, làng chài phải làm ma chay chôn cất, đội khăn tang với tất cả lòng thành tâm khi "Ông Lụy". Thuở nhỏ vì ở vùng biển nên tôi thường được xem cảnh này. Vui đáo để!

Nước biển xanh màu ngọc bích, chỉ dấu độ sâu của lòng biển đáng kể. Tàu chở khẳm, có thể bỏ chân ra rửa. Chưa biết số người trên tàu bao nhiêu. Lương thực theo báo cáo đã cạn dần. Mối lo tăng cao như triều dâng. Đích đến còn mịt mờ phía trước, vì không có hải đồ nên không biết điểm đứng nơi nào trên đại dương. Chỉ còn vật duy nhất giúp chúng tôi trong mấy ngày qua là chiếc hải bàn. Theo hướng 240 độ từ Cà Mau đến Mã Lai mà tôi đã thuộc nằm lòng trong những ngày bôn ba khắp các miền để tìm đường vượt thoát.

Thỉnh thoảng, tôi phải chuyển đổi những người kiệt sức vì say sóng lên nằm trên boong để hít thở khí trời. Không thể cho lên nhiều được vì phải giữ lòng tàu cân bằng, để tránh bị lật vì trên nặng dưới nhẹ. Tàu lại lầm lũi băng mình vào bóng đêm. Đêm về là nỗi kinh hoàng cho tôi vì tầm nhìn hạn chế. Trước mắt không thể thấy xa hơn 5 mét. Với khoảng cách ngắn ngủi này làm sao tránh thoát sự va chạm nếu có. Xem như có mắt vẫn như mù. Phó thác cho ơn trên cao cả chở che.

Từ xa tôi bỗng thấy một vừng sáng hồng xuất hiện. Quái lạ! Giữa đêm đen như thế này vật chiếu sáng ấy là hiện tượng gì? Tôi tự hỏi? Tàu tôi vẫn cứ tiến dần đến. Vùng ánh sáng càng hiện rõ hơn tỏa rộng cả chân trời. Cho đến gần sáng tôi mới nhận ra, đó là một giàn khoan dầu nằm ngoài khơi thuộc lãnh hải của nước nào tôi chưa biết. Mừng quá tôi quyết định cho tàu hướng đến vì đây là chiếc phao cứu sống của tàu, sau mấy ngày lênh đênh trên biển. Từ xa nhìn vào, giàn khoan như hòn đảo sừng sững giữa biển.

Trước năm 1975 tôi đã từng nghe nói đến các mỹ danh: Giàn khoan Hai cây dừa, giàn khoan Bông hồng số 9 ở ngoài vùng biển của Việt Nam v.v... nhưng chưa tận mắt nhìn thấy, bây giờ là cơ hội cho tôi được tiếp cận và sờ mó đến nó.

Tôi đứng trên Cabin tàu, cởi áo thun trắng, xé làm hai mảnh, cầm hai tay làm dấu hiệu truyền tin cấp cứu S.O.S, trong khi tàu vẫn tiến vào giàn khoan. Qua ống dòm, quái lạ! Trên giàn khoan không có một bóng người nào xuất hiện. Tôi tự hỏi, giàn khoan bị trôi giạt trên biển chăng hay giàn khoan vô chủ, bị bỏ hoang lâu ngày, thậm chí có thể là một giàn khoan “ma”. Con tàu “ma”. Tiếng kêu thảng thốt của các oan hồn “ma” trôi trên biển mà có lần tôi đã chứng kiến và gặp phải vào năm 1985 khi tàu của tôi gặp nạn trôi trên vùng biển Trường Long Hòa, Trà Vinh. Hy vọng tàu tôi may mắn hơn trong tình cảnh này. Dù nghĩ ngợi hoang mang trong đầu, nhưng tôi vẫn cho tàu cập sát để tạm nghỉ giây lát sau một đêm hải trình đầy căng thẳng.

Bất ngờ! Trên nóc cao của giàn khoan có tiếng người gọi xuống nói những gì mà tôi không nghe được vì gió bạt mất âm thanh. Ngước nhìn lên, tôi thấy lố nhố người rất đông, vịn hành lang nhìn xuống. Có cánh tay vẫy tôi lên. Cột tàu vào trụ giàn khoan, tôi lần mò bám bậc thang leo lên, tưởng như đang leo trụ điện cao thế giữa trời, rất dễ buông tay rớt xuống lúc nào không hay, vì đã mấy ngày ngất ngây với sóng nước, nay thì chơi vơi giữa lưng trời. Gió thổi mạnh, lạnh buốt thấu xương. Tôi cắn răng chịu đựng, ôm từng bậc thang bò lên. Khi đến bậc thang trên cùng, tôi cảm thấy có mấy bàn tay níu lấy tôi kéo vào sàn. Quá kinh hoàng và quá mệt, tôi nằm ngất lịm. Bên tai tôi nghe những tiếng nói lao xao, rồi có người đỡ tôi dậy, cho uống một ly trà nóng pha đường, tỉnh người. Sau đó được dìu qua văn phòng hỏi chuyện. Đầu tiên tôi được biết đây là giàn khoan dầu của hãng Esso Mỹ đang hoạt động ngoài khơi của Malaysia (tôi mừng thầm trong bụng là mình đã đến được Mã Lai). Người đầu tiên tôi được tiếp xúc là một người to con như một cái tủ lạnh, mặt lạnh như tiền. Ông ta không nói chuyện trực tiếp với tôi mà phải qua trung gian một người khác. Mặc dù ông nói tiếng Anh. Qua người đó ông hỏi tôi cần gì? Tôi trả lời: “Xin ông cứu vớt tàu chúng tôi...”

Ông bảo: “Đã nghe các trại tỵ nạn vùng ĐNA có lệnh đóng cửa chưa?”

Tôi trả lời:

- Đã nghe.

- Nghe rồi sao còn đi?

Tôi nói: “Vì không thể ở với CS được nên phải đi.”

Nguồn hình: Chụp từ Youtube của Viện Bảo Tàng Di Sản Người Việt, CA Hoa Kỳ. Tác giả, cựu Thiếu tá VNCH Ngô Văn Thu cầm trên tay chiếc hải bàn quen thuộc, hiện lưu giữ tại Bảo Tàng này.

Ông ta nói là ông ta rất tiếc không thể vớt chúng tôi được. Nghe đến đây tôi cảm thấy choáng váng, thất vọng, vì gặp phải cái “phao” xì hơi, vậy mà vẫn tìm đến với lòng tràn đầy hy vọng.

Thấy không thể thuyết phục được, tôi bèn chuyển qua hướng khác, tôi xin sự giúp đỡ của ông. Ông ta hỏi tôi cần gì?

Tôi năn nỉ: “Xin được cung cấp thực phẩm, nước uống, dầu... đủ để đến Mã Lai.”

Ông đồng ý ngay không do dự. Thế là một vòi bơm dầu, một vòi bơm nước được thòng xuống tàu làm công việc “nhân đạo” đó.

Tôi ngỏ lời cám ơn và hỏi câu hỏi cuối: “Xin cho biết thời tiết của vùng này ra sao?”

Tiếng đáp lạnh lùng: “Không biết.”

Tôi không tin như vậy. Vì họ đang sống giữa trời bao la, lại sẵn phương tiện tối tân trong tay mà bảo không biết. Quả là dối gạt! Quay ra cầu thang bò xuống tàu mình. Bỗng một tiếng kêu giật lùi: “Hãy chờ!”

Tôi dừng lại. Một người quàng qua bụng tôi một dây nịt to bảng (loại dành cho công nhân leo trèo) và móc vào sau lưng một dây cáp (cable) kéo từ trục quay nâng, bốc hàng. Tôi hỏi người phụ trách: “Các ông làm gì tôi đây?”

Người kia đáp: “Safety, Safety! (an toàn, an toàn!)”

Nhìn lại tôi giờ này, chả khác nào con chuồn chuồn mà ngày còn nhỏ đùa nghịch bắt nó, lấy chỉ cột ngang hông và đầu mối dây kia cột vào thanh tre mỏng rồi quay cho nó bay, thích thú với trò đùa nghịch này. Bây giờ tôi phải trả nghiệp báo như con chuồn chuồn! (Tạo nghiệp, phải trả nghiệp, theo luật nhân quả của nhà Phật!). Nhìn từ giàn khoan xuống tàu mình, tôi ái ngại cho thân phận quá bé bỏng của "cái gọi là con tàu"! Nó không lớn hơn mặt bàn 12 chỗ ngồi. Bò từ từ xuống từng nấc thang, tay tôi có phần mất tự chủ vì ngộp với độ cao từ trên nhìn xuống. May thay! Quanh tôi đã có dây an toàn đeo vào người. Nếu không có bùa hộ mạng này, tôi sẽ rớt tõm xuống biển dễ dàng, vì quá lạnh, và vì quá sợ.

Rời trụ giàn khoan, tàu có phần "khẳm" vì đã được tiếp tế. Sóng mạnh hơn, gió căng hơn, nguy hiểm rình rập từng phút từng giây trước mắt. Mọi người trên giàn khoan nhìn theo đầy ái ngại vì con tàu của tôi đang đong đưa số mạng mong manh trên biển. Hai chiếc tàu cá của ngư dân Mã Lai cột tàu núp sóng, thấy tàu tôi ra đi họ cũng đi theo khoảng xa 50 mét. Họ đưa tay ra dấu: Có nhẫn vàng đưa, họ sẽ kéo, Tôi báo cho mọi người trên tàu biết, nhưng không ai hưởng ứng (có lẽ vàng giấu hơi kỹ)!

Đến 5 giờ chiều. Từ xa, trên vòm trời bỗng có 2 chấm đen xuất hiện. Thoáng chốc, 2 chiếc máy bay loại chiến đấu Skyrader xé gió lao vào hướng tàu tôi. Tôi không biết chuyện gì sẽ xảy ra? Tại sao lại có máy bay chiến đấu bay đâm trực chỉ vào hướng tàu tôi. Tôi không biết chuyện gỉ sẽ xảy ra? Tại sao lại có máy bay chiến đấu bay đâm trực chỉ vào hướng tàu tôi lúc này? Ai biết được sau tiếng gầm rú vang trời ấy, nó ẩn chứa những âm mưu gì? Tôi chỉ biết chuẩn bị tinh thần để đón nhận "tặng phẩm" từ chúng ban cho. Có thể một tràng súng đại liên hoặc một quả bom nặng ký để: "Một lần thôi, vĩnh viễn chào nhau". Tôi hiểu rằng giờ này tàu tôi đang xâm nhập trái phép vào hải phận của quốc gia Mã Lai, đáng tội nhận chịu sự trừng phạt đó!

Thế nhưng, khác với những gì tôi nghĩ quẩn trong đầu vì khủng hoảng và tuyệt vọng, 2 chiếc máy bay (có lẽ được giàn khoan báo) lượn quanh tàu 2 vòng như tỏ dấu đón chào rồi bay mất hút về hướng 240 độ (hướng tôi phải đến). Một ngụ ý chỉ hướng cho tàu đi. Cả tàu lên tinh thần, vẫy tay chào theo trước nghĩa cử đẹp của 2 chiếc chiến đấu cơ đó. Nhưng niềm hy vọng chỉ lóe sáng trong giây lát rồi phụt tắt.

Nhìn từ xa tôi thấy từng cuộn mây đen phủ kín một góc trời, báo hiệu điềm chẳng lành sắp xảy đến. Chắc chắn sẽ có bão! Đúng vậy, đến 1 giờ đêm gió bắt đầu thổi mạnh, hất tung những gì trên sàn tàu xuống biển. Tôi bảo mọi người rút hết xuống hầm, đậy nắp, tránh bão. Sấm chớp nổ vang trời, những tia chớp cực mạnh tưởng chừng như xé tàu tôi thành từng mảnh. Sóng đập vào mạn tàu như trống đánh liên hồi nghe thật khủng khiếp. Mưa tuôn như thác đổ. Tàu chao lắc, hất tung người từ thành bên này bật qua bên kia, không chút thương xót. Tôi ôm chặt hải bàn trong người, không để mất nó, vì nhờ nó mà tàu tôi mới tìm được hướng đến đây. Lòng thầm niệm Phật Bà Quán Thế Âm để xin Ngài cứu độ trong cơn nguy khốn. Tôi xin Ngài cho chúng tôi sống. Vì chúng tôi đã vượt qua chặn đường 4 ngày, 4 đêm gian nan. Chỉ còn giây phút cuối của cuộc hành trình nữa mà thôi. Nguyện xin cứu độ! Nguyện xin cứu độ!

Như cảm kích lời cầu xin đầy thống thiết của tôi, dấu hiệu an lành đến. Gió đã chuyển hướng sau 30 phút vùi dập con tàu. Biển vẫn còn động mạnh, nhưng cơn nguy nan vì sóng gió gây ra đã giảm cường độ. Bầu trời vẫn đậm đặc màu đen tang tóc thê lương. Mấy ai thấu hiểu được nỗi lòng của người ra đi trong giờ phút này. Vẫn biết ra đi là chấp nhận tất cả rủi ro. Nhưng mấy ai không ham sống sợ chết. Biển cả vốn vô tình và hung hãn. Nhưng lòng người thì vô cảm và nham hiểm với đồng loại nhiều hơn. Trước khi rời giàn khoan, tôi có hỏi thời tiết quanh vùng. Được trả lời không biết, chắc rằng họ đã biết có bão, nhưng không muốn ôm lấy "cục nợ" nên họ phó mặc cho chúng tôi ra đi. Biển có vùi thây bằng ấy người trên con tàu mà họ đã thấy, cũng chẳng làm họ nao lòng, vì họ có mặt nơi đây chỉ để tìm vàng đen, quý giá hơn là tìm chúng tôi. Việc cột dây cho tôi leo xuống ở giàn khoan không tử tế gì. Nếu tôi rơi xuống biển, ai là người sẽ điều khiển tàu đi khỏi vùng trách nhiệm của họ, ác độc là chỗ đó!

Quả hải bàn cho thấy tàu đã chệch hướng vì bão đã xô giạt khá xa. Thật may mắn, nếu không có báu vật này, chắc tàu đã trôi vào chốn vô định.

Phải mất mấy tiếng đồng hồ sau tàu mới vào đúng hướng đi. Đến 6 giờ sáng, qua ống dòm tôi thấy xa xa có lấp lánh ánh đèn. Mừng thầm trong bụng, vì biết rằng tàu sắp đến một hải đảo hay vùng đất liền nào đó của Mã Lai.

7 giờ sáng thì quang cảnh trong đất liền hiện rõ dần. Khi tàu còn cách bờ 100m, tôi cho tàu giảm tốc độ rồi dừng lại. Để thăm dò bờ biển có địa thế nào hiểm trở hay không trước khi cho tàu đâm vào. Tôi kêu gọi 4 thanh niên bơi giỏi tình nguyện bơi theo hình rẻ quạt vào bờ để tìm xem có đá ngầm không? Được đáp ứng rất dễ thương của 4 em trai khỏe mạnh. Sau khi bơi vào bờ rồi bơi trở ra, họ bảo với tôi: "Tốt quá chú ơi! Bờ biển cát lài, không có đá ngầm."

Yên chí, tôi cho tàu tiến vào từ từ. Khi độ sâu ngang đến bụng, tôi cho lệnh tất cả đàn ông và đàn bà trên tàu đều phải rời tàu lội vào bờ (ngoại trừ những người quá yếu). Những người khỏe mạnh sẵn sàng tiếp cứu đoàn người khi lội vào bờ. Ai cũng khoan khoái kêu lên: “Mát quá chú ơi! Mát quá chú ơi!”

Đúng vậy! Sau 4 ngày 5 đêm nằm bẹp dí trong lòng tàu, nay được hít thở khí trời, lại tiếp xúc với nước, cộng với tâm lý, chính họ được đích thân “đổ bộ” vào bờ của đất nước Tự Do. (Không phải cuộc đổ bộ đầy chết chóc như cuộc đổ bộ ở Normandie, Pháp, trong Đệ nhị thế chiến), thì bảo sao mà không sung sướng cho được?

Khi mọi người đã vào trên bãi cát, tàu nhẹ hẳn lên. Tôi cho liệng hết vũ khí xuống biển để tránh thảm họa bị kết tội “cướp biển hoặc tội xâm nhập một quốc gia có vũ khí”, và tống hết ga cho tàu đâm vào bờ. Biết chắc tàu đã mắc cạn, tôi tháo gỡ hải bàn, vật trân quý nhất bỏ vào túi vải đeo trước ngực, đồng thời cho lệnh phá hủy tàu bằng mọi giá để tàu không còn sử dụng được nữa. Kinh nghiệm xương máu cho biết, các nước chủ nhà sẽ bắt thuyền nhân xuống tàu của mình, nếu tàu còn dùng được kéo ra biển, chặt dây cho trôi để nhận cái chết thê thảm sau đó.

Bái tạ con tàu lần chót, tuy là vật vô tri, nhưng nhờ nó đã chịu thương, chịu khó ôm ấp, gồng mình, chống chọi với bão tố phong ba, đưa chúng tôi qua đây. Tạ ơn người! Tạ ơn người!

Trong khi mọi người nghỉ ngơi trên bãi cát, tôi tìm đến hướng có nhà để nhờ họ thông báo cho Cảnh sát biết, có thuyền nhân đến. Tôi tiếp xúc được với mấy cụ già Mã Lai đang tập thể dục buổi sáng. Vì nơi đây là một Trại Dưỡng Lão thuộc tiểu bang Terengganu Malaysia.

1 giờ sau, Cảnh sát đến. Việc đầu tiên họ hỏi, chúng tôi từ đâu đến? Đến bằng cách nào? Có ai đưa không? Có bao nhiêu người cùng đi? Đến đây thì họ cho đếm số người. Nam đứng riêng, nữ đứng riêng. Trẻ con trai gái cũng đứng riêng. Tổng cộng con số làm tôi choáng váng mặt mày: 149 người!

Thật khiếp đảm”! Thảo nào tàu trườn lướt quá

KÊU GỌI ĐÓNG GÓP MỘT MÉT VUÔNG XÂY DỰNG HỌC VIÊN PHẬT GIÁO VIÊN GIÁC

Học Viện Phật Giáo Viên Giác sẽ là một cơ sở giảng dạy về Phật học, các Ngôn ngữ Pali, Sanskrit, Tây Tạng & Việt tại Hannover, Đức ở cấp Đại học (có giảng kèm tiếng Anh và tiếng Đức). Học viện sẽ gồm 5 tầng, mỗi tầng 1000 mét vuông.

Công trình xây dựng đang tiến hành:

► Ngày 29.04.2026: Lễ cúng Long Thần Hộ Pháp và Thổ Địa. Đào móng cho tầng hầm, dọn dẹp khối bê-tông ngầm dưới lòng đất.

► Ngày 30.5.2026: Lễ đổ bê-tông Cột trụ đầu tiên của Học Viện. Bắt đầu công đoạn xây dựng.

Chúng tôi kêu gọi quý Phật tử và đồng hương cúng dường một hay nhiều lần cho **một mét vuông xây dựng, trị giá 1.500,- Euro.**

Cúng dường xin chuyển vào tài khoản sau đây:

Người nhận: Pagode Viên Giác
Nhà Bank: Sparkasse Hannover
IBAN: DE 90 2505 0180 0910 5706 55
BIC (SWIFT-Code): SPKHDE2HXXX

chậm. Tôi lại thầm cám ơn con tàu một lần nữa. Không ngờ, chỉ vỏn vẹn 14 thước dài, máy 2, nhưng lại cưu mang trọn vẹn chúng tôi thật đầy đủ bổn phận. Không buồn phiền, không hờn giận, khi bắt nó "ôm" chúng tôi quá tải. Ai cấm được nó "lắc mình" nhận chìm chúng tôi xuống biển làm mồi cho cá vì lòng tham của con người quá độ?

Toán Cảnh sát báo cáo về đâu không biết, nửa tiếng sau, 2 chiếc nhà binh hùng hổ chạy tới. Khoảng 30 người mặc đồ rằn ri, nhảy xuống. Tay lên cò súng nghe răng rắc trong tư thế chiến đấu (uy hiếp tinh thần chúng tôi). Tôi bảo thầm trong bụng, trò này chẳng có gì hấp dẫn cả vì tôi đã là một Sĩ quan từng chiến đấu ngoài chiến trường. Họ là Cảnh sát biên phòng có nhiệm vụ canh phòng bờ biển. Thế nhưng tàu tôi đã vào đến nơi mà họ không biết, đẹp đẽ gì với trò "xáo súng uy hiếp này nữa".

Họ dàn đội hình bao vây chúng tôi vào giữa. Người chỉ huy lớn tiếng quát hỏi:

- Tài coon, tài coon? (tài công – tài công) đâu?

Tôi đưa tay trả lời:

- Tôi đây! Tôi đây!

Người chỉ huy cũng lặp lại những câu hỏi như trước. Đích thân đếm lại số người. Rồi ông ta đưa tôi xuống chỗ tàu đang nằm, đo đạc, tính toán sao đó. Cuối cùng ông hỏi tôi: "Có mấy chiếc tàu qua đây?"

Tôi bảo: "Một chiếc."

Ông bảo: "Một chiếc làm sao chở được 149 người?"

Tôi bảo: "Nếu ông không tin, xin cứ hỏi mọi người trên tàu."

(Vì trước đó đã có tàu đánh cá quốc doanh Việt Nam chở người qua đổ bên đảo rồi quay về). Họ nhìn tàu thật kỹ, chụp hình những lỗ thủng mà chúng tôi đập phá. Rồi quay qua hỏi tôi: "Tại sao đập phá tàu?". Tôi trả lời: "Tàu bị va chạm mạnh khi vào nên bể."

Có 2 sự việc: Nếu tàu còn tốt. Họ có thể bắt chúng tôi xuống và đẩy ra biển. Hoặc kéo tàu bán lại cho ngư phủ Mã Lai lấy tiền. Nhưng trước sự việc đã rồi, họ đành quay trở lên bờ, lấy dây thừng quấn quanh các cây thông thành một vòng tròn giữ chúng tôi ở giữa, chỉ chừa 2 lối ra 2 bên: nam, nữ, và bắt đầu lục soát để tìm vàng, dollars của thuyền nhân.

Từ người một, họ chải tóc, lận lưng, bẻ cong dép, há miệng (họ đã có kinh nghiệm này lâu năm trong nghề). Tiền Việt Nam còn lại bỏ vào một "xô", thuốc tây một "xô", đồ ăn một "xô". Riêng dollar và vàng được cầm trong tay họ. Tôi cũng bị qua cửa ải này, nhưng được chiếu cố nhiều hơn, vì tôi là "tài công", họ tưởng tôi là chủ tàu có nhiều vàng! Họ tìm không chừa một chỗ nào trong người: chải tóc, há miệng lật lưỡi lên xuống nhiều lần cho họ xem, nịt lưng được tháo tung làm hai mảnh. Miếng vải băng vết thương nơi tay vì bão gây nên cũng bị gỡ xuống. Chỉ còn một chiêu sau cùng mà công an Việt Nam chưa dạy họ là: dùng ngón tay trỏ thọc vào hậu môn ngoáy, để tìm vàng trông bỉ ổi và ghê tởm nữa mà thôi... Thế nhưng, điều lạ lùng, khó hiểu là chiếc hải bàn trong túi vải, tôi vẫn đeo trước ngực họ không hề đụng tới.

Chiếc hải bàn, cao 20cm, nặng 1,5kg, to bằng tô canh chứ đâu nhỏ nhoi gì. Vật nầy cũng trị giá bằng vàng, dollar, phải lùng mua mới có chứ không dễ. Quả là có phép lạ che mắt họ vậy!

Xong phần khám xét. Có lệnh, sắp hàng hai, lần lượt lên 3 xe Bus để về trại tạm trú Marrang. Nhập gia tùy tục. Lại bị khám xét trước khi vào trại. Chiếc hải bàn vẫn không bị đụng tới, thoát nạn trong kỳ diệu khó tả!

Bốn ngày ở trại. Tôi phải theo làm thông dịch bất đắc dĩ cho 2 bệnh nhân của tàu. Một người nuốt vàng vào bụng trên đường đi cho chắc ăn. Bị bón, bụng căng cứng phải đi mổ. Theo nguyên tắc, bệnh viện lấy khâu vàng 3 chỉ để làm tang chứng. Thế là tiền mất tật mang, kêu đau không thấu trời! Người bệnh thứ hai là một cô gái Sinh viên Đại học Cần Thơ, vượt biên với mẹ. Đề phòng hải tặc tấn công, cô ta mặc một lần 3 quần "sịp" cho bảo đảm. Chẳng may ngồi gần ống "bô" dưới tàu bị phỏng nặng sau mông phải chữa trị. Xem ra cách phòng chống kiểu này có phần ngây ngô tội nghiệp!

Ngày xưa, khi các quan ra trận, bà vợ ở nhà bị khóa chặt bởi giáp sắt chưa chắc đã an toàn, sá gì với mấy miếng vải mỏng đó đối với bọn hải tặc.

Bốn ngày trôi qua. Chúng tôi lần lượt xuống tàu sắt (tàu chuyên chở thực phẩm và nước uống) ra đảo Pulau Bidong, hòn đảo quá nhỏ nằm ngoài khơi thuộc hải phận tiểu bang Terengganu. Cách đất liền 2 giờ tàu chạy. Nơi đây biệt giữ thuyền nhân Việt Nam bỏ nước ra đi sau 1975.

Điều buồn cười là mỗi người được phát một phao cấp cứu theo luật biển. Chả bù với con tàu của tôi, với 149 người. Nhưng chỉ có một chiếc phao ruột xe hơi để trên nóc. Ai là người sẽ được sống khi tàu gặp nạn? May thay! Phao này đã bị bão thổi bay để mọi người cùng chết chung với nhau cho trọn tình, trọn nghĩa!

Thiếp đi trong giấc ngủ, 2 giờ sau tàu đến đảo Pulau Bidong. Bước chân lên cầu tàu Jetty (cửa ngõ vào đảo) đồng bào hay tin, tràn xuống bờ để tìm người thân, nhưng bị hàng rào an ninh ngăn chận tiếp xúc. Chúng tôi được đưa lên đồn Cảnh sát của đảo để tái diễn màn lục soát. Toàn thân đều được tìm kiếm cẩn thận. Chiếc hải bàn tôi vẫn đeo cố hữu trước ngực, thế nhưng… một lần nữa nó vẫn không bị làm phiền, không hề bị đụng đến. Tổng cộng sau 3 lần khám xét, 3 loại Cảnh sát khác nhau, 3 nơi khám khác nhau không nương tay. Nhưng nó vẫn theo bám sát lấy tôi cho đến giờ chót vào trại an toàn. Tôi tự hỏi có phải tự thân chiếc hải bàn đã có điều huyền diệu lạ lùng nào đó tỏa ra che mắt người lục soát hay không? Khi ổn định chỗ ở tại Longhouse xong, tôi tìm hốc đá gần nhà chôn giấu hải bàn cho an toàn, giấu trong nhà dễ bị tịch thu khi bị xét.

Hơn một năm sau, có Cha Hank người Mỹ ra vào đảo thường xuyên để làm công tác xã hội, lúc đó tôi làm Trưởng trại. Một dịp tôi đề cập đến chuyện hải bàn của tôi, Cha Hank bảo tôi đưa Cha đem về Mỹ giữ hộ, nếu sau này được định cư ở Mỹ Cha sẽ trao lại. Một cơ hội bằng vàng cho hải bàn thoát nạn tìm đường "định cư" trước. Tôi thầm hẹn với nó sẽ gặp lại sau. Nhưng ước hẹn này có vẻ mong manh!

Cha Hank về nghỉ phép ở Washington DC, mang theo hải bàn từ năm 1991. Tôi vẫn còn kẹt lại, vì tình hình ở đảo lúc này quá ư phức tạp… Một cơn bão thanh lọc còn khốc liệt hơn là những cơn bão biển ngoài đại dương… Tôi lao vào các cuộc tranh đấu để đòi quyền được tỵ nạn cho đồng bào.

Một biến cố xảy ra, như giọt nước tràn ly. Ngày 25.11.1990, thuyền nhân Lâm Văn Hoàng MC 381 lao mình xuống biển chết vì lời bội ước của Cao Ủy. Trước đó, gia đình của Hoàng bị cướp biển tấn công, tàu bể nát. Mọi người rơi xuống biển chết hết. Lâm Văn Hoàng may mắn vớ được tấm ván ôm trôi giạt mấy ngày đêm, được tàu dầu vớt đưa vào đảo. Cao Ủy hứa sẽ cho định cư miễn thanh lọc. Thế nhưng sau đó Lâm Văn Hoàng vẫn bị thanh lọc, và tệ hại hơn nữa còn bị đánh rớt! Quẫn bách trong đường cùng, Lâm Văn Hoàng đành trầm mình xuống biển tìm cái chết cho trọn vẹn với gia đình.

Lấy cớ này, tôi cầm đầu cuộc tranh đấu sống còn với Cao Ủy và Mã Lai. Hơn 17.000 người sôi sục hưởng ứng xuống đường biểu tình, tỏ bày thái độ phản kháng sự bất công của Cao Ủy và Mã Lai.

Sau 3 ngày làm chủ tình hình trên đảo, Cao Ủy và Cảnh sát sợ bị bắt làm con tin đã xuống tàu vào đất liền. Xác của Lâm Văn Hoàng vẫn còn quàng trước bệnh xá (sick bay) chờ đợi… Sau đó Cao Ủy cử đại diện ra điều đình. Họ cho biết: Bên tranh đấu cần gì? Chúng tôi đưa ra 3 thỉnh nguyện: (1) Xin thanh lọc công bằng; (2) Xin cho nạn nhân bị hải tặc hãm hiếp được đương nhiên định cư khỏi thanh lọc (có 12 nạn nhân); (3) Không cưỡng bách hồi hương, chỉ hồi hương tự nguyện.

Vị đại diện hứa sẽ cứu xét giải quyết, và yêu cầu bên tranh đấu làm lễ an táng Lâm Văn Hoàng vì lý do vệ sinh của đảo.

Một buổi lễ tiễn linh thật trọng thể, có sự hiện diện đầy đủ của các Tôn giáo, các Đoàn thể, kèm theo hàng chục tràng hoa rừng kết lại thật đẹp mắt. Cùng đưa tiễn có Cao Ủy, có Cảnh sát (họ đã trở lại sau khi đã nhận thỉnh nguyện thư) và hàng ngàn đồng bào theo sau sụt sùi thương cảm cho người xấu số thật cảm động!

Một tháng sau khi chôn cất Lâm Văn Hoàng, 5 giờ chiều, tôi có lệnh trình diện đồn Cảnh sát và được thông báo: "5 giờ sáng hôm sau phải có mặt tại cầu tàu Jetty để qua đất liền thăm thân nhân".

Tôi bảo: "Tôi không có ai ở nước ngoài, làm sao có người đến thăm?"

Vị chỉ huy Cảnh sát (phe tỵ nạn thường gọi là Đại Tá) tiếp: "Không có thì qua chơi!?"

Tôi bảo:

- Tại sao tôi được ưu tiên này?

- Thì cứ đi rồi sẽ biết.

Hóa ra tôi bị bắt, bị cô lập vì tội cầm đầu cuộc tranh đấu vừa qua.

Chuyện còn dài, bài khác tôi sẽ có dịp đề cập. Một chuỗi ngày đen tối diễn ra sau này. Mổ bụng, tự thiêu, đánh đập, vùi dập không nương tay trước sự ngó lơ gần như đồng thuận của Cao Ủy LHQ. Thật tội tình cho kiếp người tỵ nạn tha phương rong ruổi trên xứ người!

Trở lại chiếc hải bàn đã theo Cha Hank về Mỹ từ năm 1991. Tôi mất liên lạc từ đó. Mãi đến tháng 3 năm 1993 tôi mới đến Mỹ. Như có điềm lành báo trước, nếu chiếc hải bàn tôi không gởi theo Cha Hank đi sớm thì qua biến cố tranh đấu, tôi bị bắt rời đảo đột ngột chiếc hải bàn sẽ bị mất, vì luật ở đảo: Vào xét, ra xét, có ai muốn mang lụy vào thân để giúp tôi mang đi sau này?! Vài năm sau khi cuộc sống có phần ổn định, tôi mới dò tìm tin tức Cha Hank. Người thì bảo Cha Hank đã nghỉ hưu, người thì quả quyết bảo Cha Hank đang làm công tác xã hội ở Việt Nam. Nếu Cha ở Việt Nam thì hy vọng tìm được Cha khá cao. Vì qua những thuyền nhân bị cưỡng bức trở về sau này có người đã quen thân với Cha, nhờ họ có thể tìm được.

Song, chuyện đời có lắm bất ngờ lý thú! Năm 2007, người cho tôi tin tức về Cha Hank là anh Lâm Vi Bắc ở California (Mỹ). Cha Hank mỗi lần từ Việt Nam về Mỹ đều có ghé lại thăm nhà anh, vì anh là cựu nhân viên xã hội của Cha Hank khi còn ở đảo Pulau Bidong Mã Lai, tình thân thiết giữa Cha và anh rất gắn bó. Tôi nhờ anh làm trung gian chuyển lời thỉnh cầu của tôi muốn nhận lại chiếc hải bàn mà tôi đã nhờ Cha cất giữ hộ từ năm 1991. Đây chỉ là chuyện mơ ước vô vọng, vì đã trải qua 19 năm trời! Một thời gian khá dài với bao vật đổi sao dời, chuyện cỏn con này mấy ai còn tha thiết nghĩ đến.

Thế nhưng, lại một bất ngờ kỳ thú khác xảy ra. Ngày 12.03.2010, tôi nhận được một gói hàng UPS, có dấu bưu điện gởi từ Washington DC xuống, coi địa chỉ, với nét bút quen thuộc của Cha Hank viết ngoài thùng hàng. Mở quà ra. Nâng chiếc hải bàn lên khỏi hộp. Tôi lặng người vì bồi hồi xúc động. Đúng là vật kỷ niệm mà tôi hằng mong đợi, đã rong chơi suốt 19 năm nay mới chịu quay về với cố chủ! Hình hài và "nhan sắc" của hải bàn vẫn không thay đổi. Vẫn màu Olive tươi mát cố hữu trên mặt, vẫn thân hình tròn trịa như xưa, dù đã 19 năm trôi qua, nhưng "Em" không hề ốm o gầy mòn chút nào. "Em quả là gái trời cho đẹp"!

Thoáng chốc, dòng quá khứ hiện về rõ nét trong tôi. Ngày ra đi 1989, tính đến 2010 là 21 năm. Ngày ấy, tôi chỉ bất chợt gặp "em" dưới tàu. Thế nhưng, như định mệnh an bài, "em" và tôi sau đó khắng khít bên nhau suốt cuộc hành trình đầy gian nan, vất vả. Có lúc tim tôi và tim "em" cùng đập một nhịp để tìm sự sống. Trong cơn bão tố, tôi càng ôm ghì lấy "em" nhiều hơn nữa, vì nếu nhỡ để "em" vụt khỏi vòng tay rơi vào lòng biển thì, ai sẽ cứu tôi tìm được hướng đi đến bến bờ?!... Công ơn "em" kể sao cho xiết, nay chỉ biết dành cho "em" đôi điều thô thiển này, vinh danh "em", cảm tạ "em" dù có muộn màng…

Đón "em" về lần này, tôi dành cho "em" một nơi trang trọng nhất trong nhà để sớm hôm ra vào nhìn "em" với lòng ngưỡng phục. Tôi không biết "em" đã có phép mầu gì để thoát hiểm sau 3 lần bị lục soát không nương tay của Cảnh sát Mã Lai, để ngày nay cùng có mặt tỵ nạn với tôi ở Mỹ.[1]

Chỉ có "em" mới trả lời được câu hỏi về sự kỳ diệu này mà thôi! ■

1 *Chú thích thêm của BBT VG: Sau đó tác giả Ngô Văn Thu đã tặng chiếc hải bàn này cho* Viện Bảo Tàng Di Sản Người Việt, CA Hoa Kỳ.

TRẦN MỘNG TÚ

THÁNG TƯ NGỬA MẶT NHÌN TRỜI

Ngày hôm qua tôi dọn tủ quần áo cũ, mang ra phơi dưới nắng gió tháng Tư. Tháng Tư ở thành phố Đông Bắc Seattle năm nay rất đẹp, nắng ấm áp, màu nắng chảy trên những ngọn cây hoa đào, đẹp như có ai rót mật ong lên những chùm hoa. Mang những chiếc áo mùa đông để trong tủ lâu ngày ra phơi vào thời tiết này là đúng nhất. Những chiếc áo này thật ra là những chiếc áo không mặc tới mà vẫn muốn giữ; áo dài nội hóa của tôi mang theo khi di tản từ 1975, cái áo gilet màu xám tro của Bố, Bố qua đời từ năm 1985 vẫn giữ, áo cánh lụa của Mẹ may tay, thỉnh thoảng nhớ Mẹ tôi vẫn mang ra mặc, vài cái áo của 3 đứa con hồi còn nhỏ bà ngoại may tay cho chúng... Con gấu nhồi bông, mấy cái chăn em bé có hình con thỏ, con mèo…, bộ áo đồng phục của trẻ từ hồi chúng học mẫu giáo, tiểu học (nay chúng đã có gia đình).

Mở cái tủ quần áo cũ ra là mở cuốn sách ký ức… trang nào cũng đầy ắp kỷ niệm. Nhất là áo khăn của Bố Mẹ đã qua đời để lại.

51 năm rồi. Một thời gian nửa thế kỷ có thể là nguyên một đời người của ai đó. Tôi nhìn những chiếc áo, chiếc khăn, nhớ lại cái ngày cuối tháng Tư năm đó ngồi co ro với cha mẹ già trong lòng chiếc máy bay quân sự Hoa Kỳ. Nhớ lại như nhớ một ký ức xa lắc xa lơ mà vẫn rõ như thước phim quay chậm. Nhớ lại những ngày tháng vừa đi vừa quay đầu nhìn lại, vừa khóc tức tưởi của bao nhiêu người dân miền Nam Việt Nam.

Năm mươi năm, những con số thống kê tử trận của quân lính Nam, Bắc hai miền, nhớ lại những con số tử vong của tù cải tạo, của thuyền nhân... Những cái chết oan khiên, tức tưởi... Những cái chết của người Việt... được gọi bằng những anh hùng hay những tội đồ tùy theo góc đứng, góc nhìn.

Có những người bạn luống tuổi gặp nhau, bảo nhau hãy quên đi, đừng nhớ nữa... Con cháu chúng nó mai này, nếu muốn thì vào thư viện tìm đọc. Chúng đọc được lịch sử của Việt Nam như thế nào…? Cái lịch sử của bên "thắng" hay bên "thua" viết.

Tháng Tư của năm 2026, tôi (vẫn) nhận được, mới tuần trước, một lá thư của một Thương phế

THƠ | Trần Mộng Tú

NGỌN NÚI THÁNG TƯ

Như ngọn núi vọng phu
Tháng Tư sẽ đứng đó
Cô đơn và vững vàng

Như ngọn núi vọng phu
Người quả phụ chỉ con nhìn chiếc bóng
Tháng Tư in trên tường

Quá khứ như một tấm gương
Soi tháng Tư không bao giờ vỡ

Như ngọn núi vọng phu
Chúng ta là đứa bé
Nhìn tháng Tư tập gọi "Cha ơi"
Những người Cha đã chết ngoài khơi
Hay đã chết trong nhà tù cải tạo

Tháng Tư là mỏm núi
Trăm năm sau vẫn sẽ có những đứa trẻ tìm về
như người xưa tìm về ngọn núi "Vọng Phu"

Ta phải tin như thế
Những đứa trẻ sẽ tìm về
Để thấy Mẹ đang chỉ vào chiếc bóng tháng Tư
Bức tường quê hương không bao giờ sập
Chiếc bóng của người chết cho quê hương
Không bao giờ khuất lấp
Tháng Tư vững như tảng đá vọng phu

Ta sẽ già đi
Và sẽ qua đi
Thân xác sẽ vùi chôn đâu đó
Nhưng những mảnh linh hồn
Sẽ tìm về quê cũ
Sẽ lên núi
Xuống rừng
Ra biển
Để tìm lại cho mình một tháng Tư
Tảng đá tháng Tư sừng sững ngàn thu
Như "hòn Vọng Phu"
Trên giải giang sơn đất Việt

Đừng dùng ngôn ngữ xấu
Bôi bác thêm tháng Tư
Như hai mặt tấm huy chương của người chết trận
Mặt nào cũng có mùi máu
Mặt nào cũng lóng lánh niềm tin

Tháng Tư
Có hai người Việt Nam nằm xuống
Trên chính quê hương mình
Họ cùng tiếng nói màu da
Mỗi người phủ một lá quốc kỳ khác nhau
Và họ cùng gọi nhau là "Địch"

Như hồn núi vọng phu
Tháng Tư sẽ đứng đó
Cô đơn và vững vàng ./.

---

binh – của Quân đội VNCH – gửi từ thôn Hòa An, xã Phú Lộc, thành phố Huế.

Tôi nhớ lần cuối cùng tôi về Huế, liên lạc được một số Thương phế binh của VNCH cũng trên 20 năm rồi, bằng cách nào đó họ vẫn chuyền tay nhau địa chỉ của tôi, may mà tôi không đổi địa chỉ...

Mỗi lần nhìn thấy những tấm hình của một người đàn ông luống tuổi, quần áo xác xơ, cụt tay, hay cụt chân, ngồi trên một cái ghế đẩu, cầm cái Chứng chỉ quân ngũ của VNCH mấy chục năm về trước bằng bàn tay còn lại, lòng tôi cứ rơi ra từng mảnh. Rơi thì rơi, cũng chẳng làm sao mà làm cho những bức hình đó hồi sinh được, chân tay ở đâu mà lắp vào... Bây giờ tôi chỉ biết chuyển lá thư này đến những Hội Bảo trợ Thương phế binh của VNCH.

Tháng Tư sau 51 năm, thời gian đó vẫn không làm cho một người miền Nam thời VNCH quên được quá khứ của mình nhưng cũng vì không quên được, nên đôi khi không còn muốn ngồi đây mà kể chuyện... ngày xưa. Lòng đôi khi, như có viên đá, ai cầm ném xuống dòng sông, rơi một tiếng "tõm" nhẹ hẫng rồi chìm lỉm không cả bóng không cả tăm. Nhưng lạ lắm, tiếng rơi lạnh lùng đó vẫn để lại tiếng "gọi đò" trong trái tim người bạt xứ.

Viên sỏi chìm
mặt hồ im
Hình như tiếng sóng trong tim
gọi đò.

Tiếng sóng trong tim cứ gọi, con đò đã nát, tan tác từng mảnh ván mục, không còn mảnh nào sót lại... viên đá đã chìm lỉm đáy sông sâu.

Thôi đừng gọi nữa, chẳng còn con đò nào trên dòng sông quá khứ đó.

Tháng tư ngửa mặt nhìn trời
Nhớ xem hồng nhạn đã rơi phương nào
Cánh chim gãy sợi tóc đau
Con đò chở khẳm nỗi sầu lưu vong.
Tháng Tư, chao ơi là nhớ!

(Tháng 4 năm 2026)

Nguyên Hạnh HTD

NGÀY THÁNG *XÓT XA!*

Có những kỷ niệm tưởng rằng sẽ mờ nhạt theo tháng ngày tất tả, trôi xuôi đến tận cùng triền dốc của cơm áo xứ người. Nhưng không, mỗi khi trời đất đổi mùa thì lòng người lại bâng khuâng, ký ức lại hiện về rõ nét, dù đó là một khoảng thời gian đã qua, một ký ức đã xa... Chỉ còn lại trong tim nhưng cũng đủ xót xa lòng khi nhớ đến!

Hình ảnh bà cụ già nua ốm yếu, ngồi cô đơn trong căn chòi tranh rách nát, vào một buổi chiều âm u buồn thảm vẫn còn đậm nét trong lòng tôi, nhớ đến là bồi hồi xao xuyến cả tâm can. Buổi chiều ở Đồng Tháp Mười buồn quá sức, buồn đến não nuột xót xa, một chòi tranh nằm chơ vơ bên con lạch nước đục ngầu, không người qua lại, xung quanh chỉ có tiếng ếch nhái than van!

***

Ngày đó, thăm con trong trại giam, ra về đã hết đò. Gọi là đò nhưng đó chỉ là những chiếc „tắc ráng“ rất hẹp, lót ngang bằng những thanh gỗ nhỏ, phải ngồi co chân lại mới đủ chỗ. Đã vậy những khi tắc ráng chạy trong các kinh lạch nhỏ, gặp lúc nước rút xuống lại càng khổ thân hơn, hành khách phải trụt xuống lội sình từng bước; còn tắc ráng phải neo lại chờ con nước lên mới tiếp tục chạy được. Tắc ráng thì nhỏ mà lại chuyên chở quá nhiều, có lúc phải ra sông lớn thật nguy hiểm, do đó cứ mỗi chuyến đi tôi hay dặn dò đứa con trai còn lại ở nhà: „Lỡ me đi không về thì sao!? „.

Ngồi bó gối hơn nửa ngày trời, tứ chi ê ẩm quá chừng! Con đường vào Đồng Tháp Mười gian truân vô cùng! Thăm xong rồi mới thấy lo, đò đâu mà trở về, đường bộ không có; xin ngủ lại nhà khách vãng lai trong trại họ không cho làm con tôi khi quay trở về trại giam, chân đi không đành, ánh mắt nhìn tôi lo lắng xót xa đến não lòng!

Tôi lại lang thang, thất tha thất thểu, chân bước vô hồn, chưa biết sẽ ngủ qua đêm ở đâu khi chiều tối đang xuống dần. Quanh tôi không một bóng người! Đến khi đi ngang qua một chòi tranh xác xơ, chỉ có một bà cụ già ngồi trên một cái chõng tre, không mùng mền; tôi đánh liều xin vào tá túc qua đêm, không ngờ bà cụ gật đầu ưng thuận ngay. Chòi tối om, chẳng thấy đèn đuốc gì cả, hỏi thăm tình hình mới biết cụ đang sống với con dâu, đi mót lúa chưa về.

Khi hỏi mua lại một ít gạo để nấu cơm tối, than ôi! Nhà chỉ có một chum muối hột mà thôi; thì ra ngày nào con dâu ra đồng kiếm được cá mới có gạo mà ăn, còn không thì đành nhịn đói. Tôi đã đi khắp xóm tìm mua một ít gạo hoặc nếp cũng được nhưng họ chỉ có toàn khoai sắn. Dân làng nghèo quá, không làm sao tả xiết được, từng chòi tranh xơ xác nằm hai bên con kinh nước đục ngầu nhưng là nguồn nước mạch sống của họ.

Những tưởng sẽ nhịn đói qua đêm, may sao có một chiếc đò dọc bán hàng rong đi ngang qua, tôi mua được một ít nếp đậu, nấu một nồi xôi thật lớn để dành cho bà cụ được no trong vài ngày.

Trời càng về chiều quang cảnh càng thê lương ảm đạm, tiếng ếch nhái than van nghe càng não nuột, lại thêm mỗi nhà chỉ thắp một ngọn đèn leo lét trông như ánh ma trơi giữa đồng không mông quạnh. Chao ôi! đến thế kỷ 20 rồi mà ánh sáng văn minh chưa hề len lỏi về đây. Cuộc sống của người dân quá tăm tối lầm than, họ nghèo quá rách tươm như những tàu lá chuối tả tơi trong gió.

Đêm đến chỉ biết đập muỗi liên hồi, ngủ không

được tôi lại ra sau chòi ngó vọng vào trại giam. Tôi đứng nơi này lòng nát tan từng mảnh, con tôi trong đó phải chịu đựng bao cực hình; biết bao nỗi buồn phiền cứ gặm nhấm tâm hồn tôi đến mỏi mòn!

Giã từ bà cụ ra về, tôi nhét vội vào tay bà cụ một ít tiền mà nước mắt cứ muốn ứa ra. Tôi quá xót xa cho hoàn cảnh nghiệt ngã của cụ và cũng không biết đến bao giờ tôi mới trở lại nơi đây để nói thêm một lời cám ơn cụ đã cho tôi tá túc dù chỉ một đêm thôi! Và thời gian vẫn không làm xóa nhòa được hình ảnh bà cụ đứng tựa cửa trông theo bước chân tôi cứ xa dần...

Con ở tù, mẹ làm sao an tâm được. Rồi tôi lại tiếp tục lặn lội đi thăm con. Mỗi lần đi là một lần ê chề cay đắng, chen chúc giành giựt rồi cũng chỉ mua được vé xe đò với giá chợ đen, dù rằng đã đi từ lúc 3 giờ sáng mà nhiều lúc chỉ bám vào hông xe, hai vai mang nặng, sinh mạng con người rẻ như bèo!

Có một lần cứ yên chí sẽ đi và về trong một ngày nên tôi không dự trữ thức ăn cho các con ở nhà. Không ngờ khi đến nơi, chỉ đọc được một tờ thông báo là đã đưa tù nhân về một trại giam khác ở vùng Đồng Tháp Mười sau khi đã kêu án 3 năm tù về tội vượt biên. Tôi dò hỏi dân chúng ở vùng đó, họ cho hay cứ hai người còng chung tay lại và đưa đi hồi 2 giờ sáng. Tôi nhất quyết đi tìm con vì nếu phải đợi đến nửa tháng sau mới đến kỳ thăm nuôi, con tôi sẽ lấy gì mà ăn? Vậy là tiếp tục cuộc hành trình, lần mò qua đò qua sông, họ chỉ cho tôi hãy tìm cách về đến Cao Lãnh rồi sau đó sẽ có „tắc ráng“ là phương tiện duy nhất để đi vào trại giam. Lặn lội ngược xuôi, khi đến nơi thì đã hết đò vì mỗi ngày chỉ có một chuyến mà thôi.

Cho đến bây giờ mỗi lần nghe tiếng lá cây xào xạc trong gió là tôi lại nhớ đến bến đò hiu hắt năm xưa với hình ảnh một ông già mù ngồi kéo cây đàn cò não nuột dưới gốc cây bàng xơ xác lá.

Dân hàng quán ở hai bên cũng xót xa cho hoàn cảnh của tôi nên đã chỉ dẫn cho tôi đến trình diện phường công an gần đó rồi nhờ họ giới thiệu cho phòng trọ để ngủ qua đêm chứ không được ở khách sạn hạng sang vì chỉ dành cho cán bộ cao cấp mà thôi.

Gọi là phòng trọ nhưng trời ơi! Khi bước vào mới thấy xây xẩm cả mặt mày. Họ chỉ cho tôi một tầng trệt nhỏ xíu, dơ dáy không thể tưởng tượng được; mùng thì cũ rích với một cái giường tre ọp ẹp! Tôi không dám đặt lưng xuống, chỉ lấy cái áo mưa lót mà ngồi, đến khi buông mùng xuống, tôi muốn chết khiếp luôn, rệp bu đen cả cái mùng! Thế là tôi đành ngồi bó gối suốt đêm, không dám nhúc nhích vì sợ chạm vào cái mùng là rệp bu tới ngay. Lâu nay chúng thiếu hơi người mà! Đã thế, chuột lại chạy rần rần, chúng cứ muốn chui vào lục lọi các giỏ thức ăn.

Thật chưa bao giờ tôi mong cho trời mau sáng từng giây từng phút như cái đêm hãi hùng đó!

Trời chưa sáng tỏ, sương đêm còn phủ ướt cỏ cây, hơi lạnh còn bàng bạc trong không gian, tôi lại thất thểu ra đi, bước thấp bước cao trên những nẻo đường lầy lội!

Chính trong cái im vắng của đất trời mới cảm thấy lòng mình chùng xuống và cô đơn đến tận cùng!

Những ngày vui bao giờ cũng qua mau còn những ngày buồn cứ kéo dài dai dẳng theo tháng năm!

Làm sao quên được hình ảnh gầy gò, ốm yếu, ghẻ lở của con tôi nắm chặt tay mẹ không muốn rời xa khi tôi phải ra về! Lặn lội mong cho đến nơi để được gặp con, khi thấy con bằng xương bằng thịt, núm ruột mà tôi banh da xẻ thịt sinh ra, nước mắt tôi đã trào ra như nước vỡ bờ! Còn con tôi nhìn lại mẹ mặt mày bơ phờ, hốc hác quần áo lấm tấm vấy sình bùn biết mẹ phải lặn lội cực khổ; qua đò qua sông, lội mương lội sình, nhịn đói nhịn khát không dám rớ đến giỏ đồ ăn mang cho con mới đến được trại giam nên càng xót xa đến sa nước mắt!

Lòng tôi lại càng nặng trĩu u hoài vì hình ảnh cô đơn của bà cụ trong nhà tranh, đúng là một mảnh đời rách nát tả tơi. Không làm sao trở về thăm bà cụ dù chỉ một lần và cũng không biết nhờ ai trở về nơi đèo heo hút gió đó để thăm bà cụ giùm tôi!

Tháng ngày xa xưa ấy mỗi khi chợt trở về trong ký ức là mỗi lần tôi lại suy ngẫm để xót xa cho thân phận những bà mẹ Việt Nam trong bối cảnh tang thương của đất nước; không phải chỉ riêng bà mẹ như tôi mà còn biết bao hoàn cảnh những bà mẹ khác phải bôn ba lặn lội gian nan vì con; kẻ xách mang thăm con tù tội nơi heo hút hoang vu vì vượt biên tìm Tự do, người gồng gánh thăm nuôi con trong lao tù Học tập chốn rừng thiêng nước độc và trên bước đường phiêu bạt ấy đôi khi bắt gặp những ân tình tuy nhỏ nhoi như hình ảnh bà cụ già nua ốm yếu trong mái tranh nghèo xơ xác bên dòng kinh ngầu đục, nhưng nó thể hiện được tình người còn sót lại trong cái xã hội biến chất tưởng rằng đã đảo điên! ■

Trương Văn Dân

NHỮNG NGƯỜI CHỌN NGHIỆP

Đừng tạo nghiệp rồi đổ thừa số kiếp (vô danh)

Chúng tôi không sinh ra dưới những vì sao. Số mệnh tốt hay xấu là tùy theo phán xét của các bạn. Còn ở đây tôi chỉ xin kể lại những việc kể từ ngày được bước vào cõi sống.

Điều khác biệt với mọi người là chúng tôi không được tạo hình từ sự hòa hợp giới tính giữa nam nữ mà đến từ những ý nghĩ của bộ óc giàu tưởng tượng nên rất khó nói về... gốc gác.

Điều khác biệt thứ hai là chúng tôi không sinh ra đơn độc, sinh đôi hay sinh ba hoặc sinh trăm như trường hợp của Lạc Long Quân và bà Âu Cơ. Bởi chúng tôi sinh ra hàng loạt, hàng ngàn hay hàng triệu... tùy nơi sinh chôn nhau cắt rốn thuộc xã hội văn minh hay... lùn văn hóa.

Hình minh họa: Nguyên Đạo

***

Có thể nói quá trình từ ý cõi hư vô đến hình hài cụ thể, chúng tôi đã phải đi qua nhiều bước: từ phác thảo, chỉnh sửa, có khi phải chịu cắt xén đớn đau... nếu mọi thứ trôi chảy thì mới được khóc oe oe, bước ra cõi sống.

Rồi một khi vào đời thì chúng tôi cũng như mọi người, phải chấp nhận những phán xét, khen chê.

Vâng, chúng tôi chính là những quyển sách!

Tuy chúng tôi được gọi là những kẻ thuật chuyện nhưng thực chất là những đứa con **câm.** Con của ba ***hay*** mẹ. Và xin các bạn đừng gọi chúng tôi là lũ bất hiếu khi tôi nói ba (***hay*** mẹ) mình... là những kẻ... **Ngây ngô.**

Lát nữa chúng tôi sẽ giải thích tại sao còn chữ ***hay*** ở đây có nghĩa là đôi khi cũng có trường hợp ba mẹ "*đẻ*" chung, nhưng thường họ tự đẻ một mình!

Bây giờ tôi, đứa con cứng đầu nhất trong đám anh em, xin được phép trở lại với chuyện **Ngây ngô.**

Trong một buổi gặp, một bạn văn đã nói một câu với ba nhưng đã làm tôi sững sờ: "*Viết là phơi ra cái dốt của mình!*". Tôi hoảng hốt khi nghe lời phán ấy nên vội vã gọi tất cả anh em, bạn bè họp nhau bàn tán.

Ui chao, thế thì những "tên" cầm bút và "đồng bọn", tất cả đều là một lũ khờ sao? Có phải vì thế mà ngày xưa nhà thơ Viên Mai ở Trung Quốc đã viết "*Lập thân tối hạ thị văn chương*" để nói về sự lập nghiệp thấp hèn qua con đường chữ nghĩa? Còn ở ta nhà văn Nguyễn Vỹ cũng đã cay đắng thốt lên:"*Thời thế bây giờ vẫn thấy khó, Nhà văn An Nam khổ như chó!?*".

Nghĩ cho cùng, văn chương thời nào mà lại không khó? Vừa ít được quan tâm, vừa bị rẻ rúng. Nhà thơ Tản Đà nói "*Văn chương hạ giới rẻ như bèo*" khi ông thấy những bạn viết lách đều phải chạy ăn từng bữa. Tuy có người ảo tưởng văn chương là ánh sáng soi đường nhưng thực tế là đem ra bán rẻ ở chợ đời.

Ba mẹ tôi tuy có biết những chuyện này thế mà vẫn cứ tự nguyện dấn thân vào con đường khổ ải: Khi người ta vui chơi, la cà bia ôm, nhậu nhẹt hay ngồi sơn móng tay, tỉa lông mày... thì họ mãi hì hục cày trên cánh đồng chữ. Vất vả chọn câu, vật lộn với từng dấu chấm, phẩy.

Từ lúc viết đến xin giấy phép, phát hành... lúc nào lòng cũng nơm nớp lo âu.

Khi đặt bút, ông sợ mình viết không hay. Viết xong sợ bị cắt bỏ. Không tỏ bày chính kiến thì sợ bị cho là hèn, còn an phận viết lăng nhăng thì thấy vô bổ và hoang phí thời gian. Cứ thế, sửa đi sửa lại năm lần bảy lượt... mà lòng luôn phập phồng. Khi tạm cho hoàn tất thì sợ nhà xuất bản không chịu đầu tư, nghe họ bảo phải tự bỏ tiền ra in thì tím mặt.

So với các bạn ba tôi còn gàn hơn một bậc. Ông không xem chữ nghĩa là một món hàng: "Nếu muốn kiếm tiền thì chọn việc khác chứ viết theo thị hiếu để vừa lòng công chúng thì lý tưởng, đạo đức và sự sáng tạo còn có ý nghĩa gì"?

Không hiểu sao ông *ngông* như vậy? Đã nghèo xơ xác, mà còn dám coi tiền như rác!

Thế nhưng nếu sách được in mà không bán được nhiều thì cũng tạm gọi là… may.

Tôi nói điều này khi thấy các anh chị âm nhạc con ông bác nằm chèo queo trên trang bản thảo đã ố vàng: Bác bỏ năm năm ròng rã để sưu tầm, thu thập tài liệu cho tập sách "*Nhìn lại một nền âm nhạc*" nhưng liên tiếp bị mấy nhà xuất bản từ chối cấp phép!

Bác cay đắng nói tại mình đã không muốn tự nắn đứa bé cho đúng với ni tấc của thời đại!

Dưới chân cái tủ sách nhỏ có vài tờ bị xé, vo tròn, ném thành đống nằm chồng lên nhau như hình ngôi mộ thai nhi.

Và không được cấp phép in đồng nghĩa với *phá thai* và khai tử tác phẩm!

***

Đời cầm bút có chi hấp dẫn mà người viết nào cũng ngoan cố bám theo?

Trong "cõi văn chương bé tí" nhưng cũng chẳng mấy yên lành. Bác tôi nói trong đời văn của bác cũng thường thấy bạn bè ganh ghét và gièm pha. Chuyện trái tim Phùng Quán luôn mãnh liệt tình yêu đất nước mà đành phải chịu cảnh "cá trộm, rượu chịu, văn chui" còn Hữu Loan chỉ làm thơ khóc vợ mà phải đi đập đá suốt đời.

Nhưng không chỉ ở ta mà trên thế giới cũng không thiếu những trường hợp điển hình. Quyển *Mặt trận phía Tây không có gì lạ* của Erich Maria Remarque là tác phẩm nổi tiếng về Thế chiến thứ nhất đã từng bị chính quyền Đức Quốc xã cấm.

Gần đây là trường hợp nhà văn Salman Rushdie. Tác phẩm *"Những vần thơ quỷ"* của ông bị Iran coi là vi phạm đạo lý nên từ năm 1989 ông phải sống dưới sự đe dọa bị ám sát. Một số nhà sách ở Anh bị đánh bom vì bán sách của ông. Còn người dịch phiên bản tiếng Nhật đã bị giết, dịch giả tiếng Ý thì bị tấn công và dịch giả bản tiếng Na Uy thì bị bắn trọng thương!

Tiền đã không mà danh cũng chẳng, thế mà ba tôi không những ù lì mà lại còn ***mắn đẻ*** nữa mới chết. Nhìn lũ em và cái bụng bầu của mẹ to dần trong máy tính, thật tình chúng tôi vô cùng ngán ngẩm.

Ngày xưa nhà thơ Nguyễn Bính đã từng viết:

Ai bảo dấn thân vào bút mực
Suốt đời mang cái kiếp long đong
Người ta đi kiếm giàu sang cả
Mình chỉ mơ toàn chuyện viển vông !

Ba mẹ tôi đâu phải mù mờ, thậm chí còn thuộc lòng mấy câu thơ này ấy chứ!

***

Nếu gọi đó là nghề thì viết sách là một nghề… kỳ lạ!

Không hiểu vì lý do gì mà nhiều người gần như mặc định là tác giả in xong *phải* tặng! "*Mày mới ra sách hả, thế là sắp được đọc chùa rồi!*". Cho, thì nhận, nhưng ít khi nghĩ đến việc góp một chút tiền giấy mực cho tác giả.

Công sức, trí tuệ đều được xem là *miễn phí* chăng?

Tất cả bọn tôi đều ức lắm vì bị xem như món hàng không giá trị. Thử so với các sản phẩm khác thì chưa thấy ai đến quán phở mới khai trương của người thân, làm một tô rồi vẫy tay chào! Cũng chẳng ai dám đến bác sĩ và nói "*mày chữa giùm cho con tao!*", chờ xong việc rồi bồng con về hoặc dắt chiếc xe máy cà tàng đến nhờ người quen sửa, rồi phóng đi mất dạng?

Nhưng với chuyện sách chúng tôi thì chuyện đó là thường.

Ba tôi là người quảng giao, bạn bè anh em cũng lắm. Thế nhưng phần lớn có thể bỏ tiền cho một bữa ăn chứ ít người mua sách. Phần đông chỉ lo phần xác, mấy ai chăm chút phần hồn?

Thống kê nói hằng năm người ta chi tiền mua sách không bằng tiền một bát phở (?). Nhiều tiệm sách ở Việt Nam muốn tồn tại phải trở thành "cửa hàng *tiện ích văn hóa*", nghĩa là vẫn bán sách nhưng chỉ chiếm một phần rất nhỏ, còn lại là văn phòng phẩm, đồ chơi trẻ em và quà tặng.

Ít đọc nhưng khi được tặng sách họ trang trọng chưng trong phòng khách, rồi bỏ mặc lũ chúng tôi tù túng lâu ngày trên kệ. Có nhiều bạn bị mối ăn, chuột gặm. Và khi bị trơ xương, chúng tôi mới hiểu **sách tặng hiếm khi được đọc**!

Một bạn văn của ba tôi, khi có việc phải đi xa rồi bị kẹt Covid 19 ở nước ngoài. Thời gian đó sách của bác được in trong nước và tuy bác đã nhắn tin nói là còn lâu mới về được thì nghe nhiều bạn đáp: "*Vài năm tôi cũng chờ anh về ký tặng!*". Bác nói may là cũng có những bạn đọc tâm huyết, mỗi lần in sách đều mua mười, hai, ba mươi quyển để tặng và giới thiệu.

"Nếu không có những niềm vui như thế chắc bác đã buông bút từ lâu!"

Ba tôi là người bình tĩnh nhưng chuyện xảy ra hai mươi năm trước đã làm ông thấy mình bị xúc phạm: Khi in quyển tiểu thuyết đầu tiên thì có một bạn từ nước ngoài nhắn tin:*"Mày viết cái gì vậy, gửi ngay tao một quyển để đọc chơi!"*. Ông không trả lời, chỉ lẳng lặng cắt đứt mối quan hệ.

Ngày xưa thi sĩ Nguyễn Bính chắc đã nhìn thấy được những nỗi ê chề của người cầm bút nên đã nói rất đau:

"Mai sau chớ lấy chồng thi sĩ
Nghèo lắm con ơi, bạc lắm con..."

Bạc, và chuyện tặng sách cũng lắm nhiêu khê, mất thời gian và tốn kém: tặng thì phải đi gặp, phải mời cà phê, ở xa thì đóng gói bao bì, bỏ công ra bưu điện sắp hàng để gửi, gánh bao nhiêu nhọc nhằn để khỏi bị hờn trách.

Có lần ba tôi nhờ đứa cháu gửi tặng một bạn văn. Cô cháu gửi theo phương thức người nhận trả cước, ông bạn này đã trả sách về!

Đó là chưa kể những việc ra mắt sách, tìm thuê địa điểm, có khi gánh luôn chi phí nước uống.

Có lần các tập thơ của chú tôi, than khắp người ê ẩm: khách bỏ thơ xuống ghế, ngồi lên, khi ra về không thèm cầm lấy. Chú uất ức thề trong nước mắt là không bao giờ tặng nữa!

Trên giang hồ còn đồn đại hai câu thơ hủy diệt:

Gặp nhau tay bắt mặt mừng
Tặng gì cũng được xin đừng... tặng thơ?

Trong những mối quan hệ với sách, bạn đọc thường quý mến tác giả, muốn được tiếp xúc, trao đổi còn những bạn văn thì thưa dần sau khi in được vài quyển sách. Lo lắng và suy nghĩ mãi họ mới hiểu là những bạn đó không ưa cái thằng có cùng khởi điểm với mình mà giờ trở nên nổi tiếng (hic! mà *nổi cái gì chứ!*). Cứ tìm hiểu thì sẽ biết người cầm bút đang khổ sở như đi giày với hòn sỏi bên trong.

Đã từng có một ông nhà thơ[1] cảm thán: *"Hồn ta đẹp nhưng đời ta thảm quá!"*.

***

Thời xưa người ta nói sách là chữ của thánh hiền và mang hàm lượng tri thức, nhưng từ ngày có nhân vật cộm cán ở phương Đông gọi trí thức không bằng cục phân thì sách chẳng là gì!

Bên cạnh đó còn có chuyện sách xoàng, nhờ quảng cáo như cao đơn chữa bá bệnh, bốc thơm đến tận mây xanh làm người đọc chán, thất vọng và mất niềm tin!

Phê bình là một nhiệm vụ quan trọng để đưa lũ chúng tôi đến với bạn đọc nhưng bây giờ công việc này cũng đã khác xưa. Thị trường đã phát minh vài nhà phê bình *ngửi sách*, nếu nghe mùi phe nhóm thì sẽ cho vài hàng để tưng lên, nếu tác giả là nữ xinh đẹp thì có khi tặng thêm cái giải thưởng... còn ngửi thấy mùi lạ thì phán chung chung, dùng cho quyển nào cũng được: kiểu các thi sĩ có bài thơ làm bùa, chỉ cần đổi tên thì đem tán em nào cũng được.

Chỉ có điều là những bạn bè tôi được tưng lên quá cao thì hay chết yểu, người đọc hụt hẫng, thấy mình bị lừa nên sau đó sớm được đem cân ký.

Khác với chúng bạn, là sản phẩm của những cây bút thời thượng, biết tư duy mang tính sự kiện, biết "gây sốc", tạo scandal, gây ấn tượng tức thời, câu chữ tung ra như cú đấm làm người đọc choáng váng. Còn anh em chúng tôi chỉ là những sản phẩm hiền lành, câu chuyện nhân văn và ước mơ một xã hội công bằng.

Chúng tôi là thế vì văn chương đối với ba tôi là cách ông nhìn sâu vào hiện thực, sau khi viết xong ông thấy lòng nhẹ nhõm, như trút được gánh nặng. Ông không viết để được xã hội tôn vinh, mà vì một sự thôi thúc nội tâm chứ không phải vì những phần thưởng từ bên ngoài. Ông xem trang viết là một thứ nhan sắc quý báu. Chúng tôi không biết sau này có còn ai yêu văn chương đến độ say đắm như ông chăng?

Trong những trang viết ông cũng thường đặt những câu hỏi về lẽ tử sinh, và lắng nghe những rung động từ trong trái tim mình. Một câu nói của ba làm tôi nhớ mãi: *"Ba viết là... để **học**, những gì chưa hiểu rõ sẽ lộ ra, để tự cải thiện mình"*.

Ông đi theo đường riêng, bỏ vào ruột tôi những ngôn từ nhân ái làm người đọc nghe và cảm được lòng yêu thương. *"Không phải ai cũng hiểu con đường của ba đâu, nhưng không sao cả. Ba sinh ra để sống cuộc đời mình chứ không phải để giải thích điều gì!"*.

Vì thế tuy cũng có lúc tủi thân nhưng trong sâu thẳm chúng tôi vẫn rất yêu ba mình.

Tất nhiên tôi biết, đọc một cuốn sách không thể làm thay đổi nhận thức, nhưng kiên trì đọc hàng trăm, hàng ngàn cuốn sẽ giúp nâng cao tư duy. Chỉ tiếc là triết lý chủ đạo về lẽ sống hiện nay xem cuộc đời là tranh đấu để kiếm miếng ăn và mua sắm!

***

Khi anh em chúng tôi nằm hứng bụi thì cũng có nhiều bạn bè được bán với số lượng lớn nhờ nhà xuất bản lăng xê bằng các thủ thuật thông tin hiện đại.

Ba tôi tuy có hơi buồn nhưng không nao núng.

Chỉ khi công nghệ phát triển thì tôi mới thấy ông hoang mang.

Trong những trang sách gần đây, ông viết là tốc độ sinh học của con người không thể cạnh tranh với tốc độ của thuật toán; Nó đang như đứa bé nhưng sẽ nhanh chóng biến thành **gã khổng lồ**. Con người sẽ bị nó tiêu diệt hay bị làm *mất tính người*. Đó là khả năng biết yêu, biết ghét, biết phẫn

---

1 *Tạ lỗi cùng người* - Nguyễn Tất Nhiên

nộ, biết đau khổ và ước mơ những điều tốt đẹp.

***

Tôi là đứa con yêu của ba nên ông thường đặt tôi trên bàn viết. Một hôm đang say ngủ vì tiếng gõ đều đều trên bàn phím, tôi đột ngột thức giấc. Một tiếng nổ, và người tôi dính đầy chất lỏng. Nhơm nhóp.

Tôi hoảng hồn khi thấy đầu ba tôi gục lên bàn. Mặt mày bê bết máu.

Rồi bác tôi đến, vừa khóc vừa lau những vết máu trên người ông. Bác không hiểu vì sao ba tôi lại chọn cách kết liễu đời mình như vậy.

Khi bác khởi động máy tính và lau cái màn hình lấm máu thì hiện lên những hàng chữ: *Sống là phải tạo ra giá trị! Con người bây giờ không còn là trung tâm trí tuệ, máy móc và AI*[2] *sẽ thay thế chúng ta, sẽ làm tốt hơn ta trên tất cả mọi lĩnh vực khoa học và nghệ thuật.*

Tôi phải làm gì? Tôi không muốn được sinh ra rồi bị biến thành một cỗ máy được lập trình bởi thuật toán!

***

Tái bút: Lời bàn của chú em bị mối gặm:

Như thế là bác tôi cảm thấy mình là kẻ vô ích trong cuộc sống này! Con AI đã chiếm dụng quyền và ước mơ sáng tác của ông. Ông chọn cách ra đi, kiểu "*Tao không thèm chơi nữa!*"

Con người sắp tới đây sẽ không là gì, chỉ là một đống thịt ăn ngủ, sinh tồn như cây cỏ, chờ ngày úa tàn. ■

Sài gòn tháng 2.2026.

---

2 AI (*Artificial intelligence):* Trí tuệ nhân tạo

Tiếp theo trang 55

nơi thánh địa mình đã đi qua, chắc tôi vẫn tin Đức-Phật chỉ là một huyền thoại thật cao quý, nhân vật tôi ngưỡng mộ tôn thờ chỉ để trên bàn thờ cúng lạy.

Có một lần leo núi ở hang động Ellora, tôi bị đứt quai dép phải đi chân không một đoạn. Mặt đường nóng bỏng đến 60 độ C, nếu không chạy nhanh vào bóng mát, chắc đôi chân tôi sẽ gặp vấn đề. Lúc ấy tôi chợt nhớ tới hình ảnh Đức-Phật và Tăng đoàn đã đi chân trần giữa hè nóng bức, chứ đâu vào tháng 12 mát mẻ như tôi. Chỉ nghĩ thôi, tôi đã thấy nhói trong tim và muốn rơi nước mắt.

Từng khúc phim trong cuộc đời của Đức-Phật đã được Thầy Hạnh Tấn sắp xếp thật đầy đủ từng chi tiết trong quá trình 20 ngày theo bước chân Phật. Đến đây tôi có quyền nói lên thật to trong niềm vui sướng: "*Đức-Phật chính là lịch sử, một lịch sử oai hùng nhất trong tất cả các lịch sử của nhân loại*". ■

(Tháng 12 năm 2025.)

Huỳnh Ngọc Nga

CHUNG MỘT MỐI TÌNH

Bà Năm khó nhọc cúi xuống ngắt mấy đọt rau diếp cá bỏ vào rổ nylon, bà chắc lưỡi:

- Trời lạnh như vầy tội nghiệp mấy cọng rau lên cũng không nổi.

Đúng là trời lạnh thật, các khung kính quanh balcon mờ đục bởi va chạm của tiết đông bên ngoài với nhiệt độ sinh hoạt bên trong nhà. Mấy chậu rau răm, diếp cá, húng lủi, húng cây... sắp dài ngoài balcon dường như thu nhỏ lại, những chiếc lá xanh èo uột vươn lên khổ sở như bà đang khổ sở cúi xuống bởi những cơn đau thấp khớp hoành hành xương thịt. Tất cả cũng vì cái lạnh mùa đông. Ngoài trời sương mù vẫn còn giăng khắp chốn dù đã gần mười giờ sáng. Rổ rau xâm xấp đầy, bà lại khó nhọc vịn bờ kính balcon đứng lên rồi khấp khểnh bước vào bếp. Bên trong nhà yên ả, hơi ấm từ những chiếc máy sưởi làm không khí thật dễ chịu. Bà rửa xong mớ rau dành để cuốn gỏi cuốn rồi mở nắp thau dưa giá trên bàn xem giá đã tới độ chua hay chưa, xong bà loay hoay hâm nóng lại nồi thịt kho, nồi cà-ri mới làm chiều hôm qua. Những năm trước bà còn khỏe, có thêm nồi vịt tiềm măng khô hoặc khổ qua hầm thịt và nào mì xào gan, cật heo; gỏi dưa chuột, cà rốt, tôm thịt ăn chung với bánh phồng tôm chiên cũng như không thể thiếu mấy dĩa thạch nước dừa cùng những đòn bánh tét truyền thống miền Nam đi đôi với hủ dưa cải mặn. Tất cả những thứ đó bây giờ các cô con gái của bà chia nhau lãnh phần làm từ nhà đem đến cho bà để rước Tổ tiên về ăn Tết.

Nghĩ đến Tết bà ngước nhìn cuốn lịch Tam Tông Miếu treo ở gần tủ chén, cuốn lịch mà con dâu trưởng của bà đã gửi từ VN qua bằng đường bưu điện từ trước lễ Noel, hôm nay là đúng ba mươi Tết rồi chứ có sớm gì đâu, vậy mà nhà cửa vắng hoe, chỉ có mình bà lui cui nấu nướng. Tết năm nay nằm ở giữa tuần, nhằm ngày đi làm của các con bà. Vợ chồng hai cô con gái thứ năm, thứ sáu của bà ở Milan xa đã đem bánh tét, mứt bánh về từ những ngày nghỉ cuối tuần vừa qua và chúc Tết sớm cho bà vì không về được. Hai cô con thứ tám, thứ chín ở ngoại ô Torino cho biết sẽ đến trước lễ cúng rước ông bà. Những đứa còn lại đều ở chung thành phố Torino với bà và chắc chắn tụi nó sẽ đến chốc nữa đây để phụ giúp bà việc sắp dọn cúng kiến trong khi chờ đợi hai cậu con trai của bà tan việc về nhà.

Tết tha hương vắng hoa mai, hoa thọ, thiếu dưa đỏ, kiệu nồng, thiếu bao nhiêu món ngon truyền thống, bà làm được những gì có thể làm cũng không tiếc công, cốt chỉ để đám con đừng quên nguồn cội, để lũ cháu sanh sau đẻ muộn xứ người biết thế nào là tập tục nơi cha mẹ, ông bà chúng đã bỏ lại sau lưng trong quãng đời phiêu bạt. Chợt dưng bà Năm thở dài, nghe lao xao trong đầu, lờ mờ trong mắt những hình ảnh, âm thanh của những ngày Tết cũ, ngày bà hãy còn là cô thiếu nữ xuân thì miền quê vùng Cầu Nổi miệt Cần Đước – Long An.

Thuở đó, Tết miền quê nhộn nhàng từ đầu tháng Chạp, heo , gà, vịt được chuẩn bị nuôi sẵn để ăn hoặc đưa về chợ, về thành phố, những nhà vườn trồng hoa cũng khởi sự cắt tỉa cho hoa nở đúng những ngày cuối năm. Cần Đước của bà Năm nổi tiếng về lạp xưởng, nhất là lạp xưởng ướp rượu Mai Quế Lộ thơm nồng, chưa đến tháng Chạp đi đâu cũng đã thấy những dây kẽm hay giàn tre phơi lạp xưởng. Nói đến lạp xưởng mà thiếu tôm chua thì đâu phải là Cần Đước, những con tôm đỏ au no tròn hấp dẫn nằm trong những ve keo đậy kín như mời gọi khách sành ăn thưởng thức vị ngọt, chua, cay nồng của món ăn dân dã này. Tết cũng để bà nhớ những phiên chợ cuối năm lúc theo phụ mẹ bà ngược xuôi Cần Đước đi Chợ Lớn buôn bán áo quần và gặp chàng trai trẻ đi mua hàng rồi từ đó tình ái nở hoa, hôn nhân ràng buộc cho ra đời một mái gia đình hạnh phúc, cùng đùm bọc, dắt dìu nhau qua bao chặng đường đời cho đến ngày bịnh hoạn cướp ông đi, bỏ bà ở lại với bao thương nhớ một thời.

Nghĩ đến chồng, bà lại thở dài, nghe cay cay mi mắt, nhớ những năm cuối đời của ông với ước mơ được quay về cố thổ để ít nhất thấy lại một lần cái Tết quê nhà, ước mơ chưa thành thì ông đã vĩnh viễn ra đi sau hơn một tháng dài nằm bịnh viện bởi bệnh tiểu đường nghiệt ngã. Kể từ ngày ông Năm mất, bà như chim lẻ bạn, sức khỏe kém dần; sau khi ăn sinh nhật đại thọ tám mươi bà tự dưng không đi đứng vững nữa, bịnh hoạn thông thường của tuổi già khiến bà cứ ra vô nhà thương như những cuộc hẹn không mời mà đến. Chín đứa con của bà, những đứa con mà ngày xưa vợ chồng bà vẫn thường thở than tại đông con nên nghèo của, bây giờ bà mới thấy hào của chẳng bằng hào con vì đó là gia tài quý giá nhất mà chồng bà để lại, chính chúng nó đã đỡ đần bà trong tuổi già bóng xế và nếu không có chúng chắc có lẽ bà cũng chẳng cần Tết nhứt chi ở xứ sở xa xôi này.

Bà lên phòng khách, nơi có bàn thờ Phật, bàn thờ Tổ tiên và bàn thờ chồng. Từ trước ngày hăm ba đưa ông Táo, cậu con thứ mười của bà đã lo chùi bóng lư hương, chân đèn, khung ảnh thờ đâu ra đó chói chang sáng rực, mấy bình hoa chỉ cắm tạm vài cành cúc trắng, cúc vàng để gọi là hương hoa ngày Tết. Dĩa ngũ quả chưng trên bàn thờ Phật được bà chăm chút sắp sẵn từ chiều hôm qua với nào đu đủ, xoài, thơm, cam, táo mà bà phải đặt trước tại một cửa hàng thực phẩm Á Đông ở trung tâm thành phố, nghe đâu chủ tiệm nhập hàng lấy từ Pháp đem về chứ Torino này chẳng có bao nhiêu người Việt nên hàng Việt rất khó tìm. Mỗi bàn thờ đều có một trái bưởi to vàng hực, loại bưởi Năm Roi nổi tiếng của miền Tây trù phú, chỉ cần nhìn cũng đủ thấy nhớ sóng nước Cửu Long. Bà Năm ngắm lại lần nữa mọi thứ trên các bàn thờ và thấy vẫn chưa vừa ý dù tất cả đều thứ tự đâu ra đó, có cái gì như thiêu thiếu, à, hình như một phong pháo Tết mà ngày xưa ông Năm vẫn thường mua để tựa bên bộ lư đồng và bộ cờ tướng mà lúc ông còn sanh tiền luôn kề cạnh bên ông. Đám con cháu của bà chúng nó chỉ biết Tết với ăn uống, hội họp, vui chơi, ít có đứa nào để ý đến chuyện chăm sóc bàn thờ cho người trên trước, nhưng riêng bà đó là nơi thiêng liêng của miền tâm linh bà luôn hằng gìn giữ, nơi mà trong những ngày Tết này dù xa xôi bà vẫn thấy được bao hình ảnh quê nhà xưa hiển hiện, nơi để phút giao mùa theo mùi hương trầm bà nghe hòa quyện giữa đất trời hai cõi âm dương, hai tầng thiên địa như có hồn tổ tiên, cha mẹ và chồng bà về phảng phất đâu đây lặng lẽ vui cùng con cháu. Đó không phải là mê tín mà là sự thành tâm của người có niềm tin tôn giáo, giữ truyền thống tập tục ngàn xưa. Niềm tin và truyền thống đó giúp bà dù sống bất cứ nơi đâu trên quả địa cầu vẫn nhớ mình là người Việt có cội, có nguồn chứ không lai căng mất gốc bởi ảnh hưởng xứ người và Tết là một trong những điểm mốc để bà chăng giây cột nhợ cho cháu con bà dù tiến về phía trước vẫn không mất phương hướng tìm về quá khứ cha ông của chúng. Tây họ có Tết tây, đầu năm dương lịch hay lễ Giáng sinh, gia đình bà cũng ăn lễ, ăn Tết tây tưng bừng cho đúng câu “nhập gia tùy tục“ nhưng nhất định bà phải để cho „tây“ và đám con cháu hậu sinh của bà thấy „ta“ cũng có Tết như ai, có lẽ còn đậm sắc màu, giàu phong cách hơn cả “tây“ nữa.

Khoảng nửa giờ sau thì vợ chồng Ngọc –cô con gái thứ ba của bà- đến cùng hai đứa con của họ. Bà Năm có tất cả mười ba người con nhưng chỉ còn lại bảy gái, hai trai và tất cả đều đã lập gia đình cho bà mười một đứa cháu. Antonio, ông chồng Ý của Ngọc, khệ nệ trên tay hai túi xách đầy với những món ăn Ngọc làm sẵn ở nhà đem đến. Một lúc sau thì vợ chồng Kim, Mỹ, Phương, Kiêm và các cháu bà đều có mặt đầy đủ, trễ hơn một chút thì Trung và Hiếu -hai cậu con trai của bà– cũng về. Tiếng cười, tiếng nói, tiếng chén dĩa chạm nhau khi các cô gái phụ mẹ bắt đầu đem chưng bày thức ăn lên các bàn thờ để kịp giờ cúng kiến. Tiếng bà Năm lo lắng thúc hối các con:

- Mau lên đi mấy đứa, đừng để trễ giờ, đúng Ngọ là ông bà về đó.

Ngọc cười:

- Má ơi, đúng Ngọ bên Ý là sáu giờ chiều bên VN rồi, má tính theo giờ nào? Tết ta phải tính giờ ta ở bên nhà hay tính theo giờ ở đây? Mình đón giao thừa mười hai giờ khuya hay sáu giờ chiều nay hả má?

- Con nhỏ này –bà Năm rầy con- ở đâu, âu đó, còn đứng đó mà hỏi má hay sao? Giờ nào cũng là giờ của trời đất, ăn thua ở tấm lòng. Thôi, sắp xếp xong chưa? Lo sẵn nhang đèn để má bắt đầu cúng. Nhớ mở cửa để ông bà vô đó nghen.

Nhà đông con gái, cháu gái nên chỉ trong một thoáng là đâu vào đấy. Ngoại trừ bàn thờ Phật, bàn thiên ngoài balcon chỉ có trái cây và hoa thắm, các bàn thờ khác đều đủ đầy cơm, canh, gỏi, bánh tét, thịt kho, dưa giá, v.v... Ngọc nhớ thuở mới cưới nhau, mỗi lần nhà có giỗ hay vào những ngày cúng Tết thế này Antonio thường thắc mắc không biết những người "khuất mày, khuất mặt" có về ăn những món cúng đó hay không, Ngọc phải tỉ mỉ giải thích với chồng là người chết hay thần thánh chẳng ăn uống gì của thế gian, chỉ có người sống vì vọng tưởng trong thương yêu, kính nể nên bày ra các nghi lễ để chứng tỏ tấm lòng. Tập tục cúng kiến là hình thức giao hòa của âm dương, giữa bản thể Có với vật cúng và hư thể Không chỉ vong linh người đã khuất. Ai không hiểu có thể cho đó là những trò mê muội dị đoan, cúng kiến cho người sống có dịp thưởng thức món ngon mâm cao, cỗ đầy. Nhưng ai tinh tế sẽ nhận ra rằng đó là yêu thương, là nhắc nhở không quên để người hiện tiền nhớ người quá vãng, nói chung chung để con cháu nhớ nguồn gốc Tổ phụ, Ông bà. Trong lung linh hương khói là tinh hoa văn hóa nước nhà, là chữ Tâm của đông phương trọn vẹn thủy chung của người sống đối với người chết. Món ăn truyền thống Tết do ông bà truyền lại, con cháu chế biến, trên bàn ăn người sống vừa ăn vừa nhắc nhở Tổ tiên, ngon hương vị, đậm tấm lòng, còn gì đẹp hơn? Antonio nghe vợ giải thích và bắt đầu có thiện cảm hơn với lễ Tết VN, nó khác xa với Tết dương lịch nhiều quá dù loại Tết nào cũng uống, cũng ăn, cũng linh đình tụ họp, nhưng Tết quê vợ anh sao nhiều ý nghĩa đến thế, thảo nào hơn mấy mươi năm rồi dù sống giữa đất nước xa xôi đoàn thể Việt nói chung và gia đình vợ anh nói riêng vẫn giữ riêng bản chất của họ, bản chất của những kẻ uống nước nhớ nguồn không quên cội rễ.

Bà Năm bắt đầu đốt hương, thoạt tiên bàn thờ Phật, sau đó đến bàn thờ đất đai và cuối cùng là bàn thờ Tổ tiên và bàn thờ ông Năm. Sau bà là đám con, cháu, rể cũng lần lượt đến trước bàn thờ khấn nguyện trang nghiêm. Cũng khói hương, cũng bánh trái, cũng tấm lòng nhưng ngoài trời không có nắng hồng mà chỉ có tuyết sương giăng; chợ hoa Nguyễn Huệ, phố Tết Saigon được thay bằng phố xám buồn, cây nghiêng trơ trụi lá. Không có tiếng chuông chùa vang lên giữa đêm giao thừa ấm cúng, cũng không lân, không pháo mừng đón hội xuân, không xênh xoang áo mới kéo nhau đi chùa hái lộc đầu năm, gieo quẻ cầu thời vận mới, chỉ có những tấm lòng đang hoài vọng cố hương, những đứa con nhìn mẹ khoác áo xám nhà chùa cung kính thành tâm mà mỗi người mang một nỗi nhớ khác nhau.

Trong khi chờ tàn nhang, tan khói để buổi ăn bắt đầu, cả nhà quây quần bên chiếc TV 42" xem chương trình VTV4 coi ở VN mọi người đón Tết ra sao, còn vài giờ nữa giao thừa đến bên đó, hai phương trời xa phút chốc như hoá gần, trước mặt mọi người hình ảnh Hà Nội, Huế, Sài gòn và những thành phố quen thuộc của quê hương luân phiên xuất hiện, người và cảnh làm tăng thêm háo hức trong lòng kẻ tha hương ở phút giao mùa. Bỗng tiếng chuông điện thoại reo vang, bên kia đường dây là tiếng nói của em gái, em trai bà Năm gọi từ Mỹ, ống điện thoại được chuyền tay cho cả nhà thăm hỏi, chúc tụng lẫn nhau và cũng không thiếu lời nhớ nhung nhắc lại những cái Tết ngày xưa lúc những đứa con Việt chưa làm cánh thiên di sống đời viễn xứ.

Và giờ ăn cũng đến, những cây nhang điện thay cho những cây nhang thật để tránh khói bay trong nhà, nhang đèn phải được thắp sáng cho đến khi tiễn ông bà về mới tắt, ngày lễ tiễn đó tùy nơi, tùy nhà không nhất định, nếu giữ đúng truyền thống xa xưa thì phải đợi lúc hạ nêu tức ngày mồng 7 Tết, những chuyện như vầy tụi nhỏ làm sao biết được nếu chúng không đọc sách tìm hiểu hoặc bà Năm không giải nghĩa cho chúng nghe, và bà thì có bao giờ tiếc công nói, công dạy bảo cho chúng nó đâu, đó là chuyện „cha truyền, con nối“ của dân tộc bà mà, đâu phải chỉ truyền nghề nghiệp, truyền món ăn mà còn phải truyền cả nghi thức mối giềng tâm linh nữa chứ.

Thức ăn trên bàn thờ được dọn xuống, đây mới thực là lúc những câu chuyện vang rân như pháo nổ giữa mọi người quanh bàn ăn. Những khoanh bánh tét tròn lẳn đẹp mắt tuy thiếu màu xanh lá chuối bọc ngoài vẫn là món được „thực khách“ chiếu cố nhiều nhất, kế đến là món gỏi cuốn và món vịt tiềm. Bà Năm chỉ cầm đũa nhấm nháp cũng thấy no khi nhìn cháu con vui cười hỉ hạ. Tiếng con bé Elisa, cháu ngoại bà, liến thoắng:

- Ngoại ơi, má con nói, khi đến giao thừa tụi con mừng tuổi ngoại, ngoại sẽ lì xì cho tụi con phải không ngoại?

Bà Năm cười dễ dãi, nói:

- Ở đây không có bao đỏ để đựng tiền, ngoại lì xì cho mỗi gia đình một trái bưởi VN làm lộc đầu năm, có đứa nào chê không?

Đám cháu của bà nhao nhao:

- Không, không, con không chê đâu, tụi con sẽ chúc ngoại sống lâu hơn trăm tuổi để mỗi năm Tết đến ngoại lì xì cho tụi con hoài nghen ngoại.

Ngọc chen vào câu chuyện:

- Hôm qua Kim Ngân, bạn con ở Canada, có thư email cho con hay báo điện tử VN Express tổ chức cuộc thi viết về Tết truyền thống dành cho người Việt hải ngoại, con muốn kể lại Tết nhà mình cho mọi người cùng biết chúng ta ăn Tết ra sao, chỉ sợ văn chương con chẳng bằng ai làm tốn thì giờ độc giả và Ban giám khảo mà thôi.

Kiêm ngắt lời chị:

- Ông bà mình nói „hát hay không bằng hay hát“, chị cứ đổi lại „viết hay không bằng hay viết“ và nên nhớ câu châm ngôn của Ý „L'importante è partecipare“ tức „quan trọng là sự tham gia có mặt“ chứ đừng nghĩ đến kết quả trước làm chi cho thối chí nản lòng. Chị cứ viết đi, thay mặt cho má và tụi em nói cho mọi người biết dù xa chúng ta vẫn nhớ Tết quê nhà. Nào, chúng ta cùng nói nỗi nhớ của mỗi người, đóng góp ý cho bà chị của mình làm „viết sĩ“ gửi bài dự thi đi bà con ơi. Viết để chữ Việt sống mãi với bất cứ nơi nào có người Việt nữa chị à.

Cả bàn ăn đồng loạt vỗ tay tán thành, chừng như phải có một máy ghi âm để thu lại hết những tiếng cười, tiếng nói của lũ em, đám cháu lao xao như ong vỡ tổ nói về cảm nghĩ Tết của chúng. Kim dặn Ngọc nhớ viết là cô không quên chợ Tết Saigon, đường hoa Nguyễn Huệ, phố phường Chợ Lớn. Phương nhắc chị phải ghi bà Năm Ù bán bánh tét gần nhà, năm nào cô cũng phải chạy đi đặt mua gần cả chục đòn bánh để biếu bà con. Kim nói chị đừng quên chùa An Phú cạnh nhà, năm nào tụi mình cũng chạy qua lễ Phật nhưng chị cấm hái lộc nhà chùa vì sợ hoa kiểng nhà chùa xác sơ tan tác. Trung trầm ngâm như hồi tưởng rồi bảo cậu nhớ hoài đám múa lân xóm miễu Vạn, năm nào cũng thắng giải giựt giàn với pháo nổ đì đùng khi lân ăn pháo. Hiếu lẩm nhẩm đọc lại mấy bài vè lô tô rồi nói không có gì hấp dẫn hơn sau khi coi cải lương sau giờ giao thừa rồi bày bàn lô tô ra chơi qua tiếng đọc vè sang sảng của cô Chín, những bài vè cho thấy văn chương giới bình dân lao động cũng thâm thúy biết bao. Đó là chưa kể trọn những ngày Tết bầu cua cá cọp được „xả giàn“ cho đám con nít tiêu tiền lì xì không tiếc của. Và sau cùng bà Năm chậm rãi dặn Ngọc phải nhớ ghi chuyện cả nhà đi làm lễ gia tiên nhà từ đường, chúc thọ bà cố rồi đi chùa xin xăm xem quẻ đầu năm dù biết đó chỉ là chuyện hảo nhưng thói quen của đàn bà mấy ai bỏ được.

Ngọc ngồi ghi nhận vào tâm tất cả nỗi niềm mọi người đóng góp. Nàng biết, cuộc thi nào cũng có lắm nhân tài tham dự, nhất là nhân tài tứ xứ người Việt năm châu, VNExpress là đất lành cho những nhân tài đó làm hoa nở mừng xuân, còn Ngọc, để không phụ lòng mẹ và các em, nàng sẽ đem chút văn chương thời còn đi học ra làm cỏ dại tô xanh cho vườn xuân thêm nhuận sắc. Ngoài những ý tưởng của người thân, Ngọc sẽ viết thêm chuyện cộng đồng Việt một số về VN ăn Tết, ai còn ở lại hoặc vui Tết gia đình như nàng hoặc ăn Tết hội đoàn cùng đồng hương chung cảnh. Nàng sẽ viết thêm chuyện Ly, Huyền và Giang gần nhà nàng, ba cô bé du học sinh Việt mới đến Ý, lần đầu thấy tuyết mùa đông và nỗi buồn nhớ mẹ cha vào ngày đầu năm mới. Người ta thường ví quê hương là bà mẹ, khách tha hương là những đứa con xa, những đứa con đó dù ở bất cứ tình huống nào vẫn có chung một mối tình, đó là tình Quê Hương mà Tết là trái tim để khách chung tình cùng hướng về nẻo nhớ.

Trời Nam xuân đến mai, đào nở
Đất khách đông về sương tuyết rơi
Bạt cánh thiên di đời viễn xứ
Tết đó tình đây một chữ hoài. ■

Trần Thị Nhật Hưng

SẮC MÀU CUỘC SỐNG

(Bài viết đoạt giải Hương Pháp trong cuộc thi "Ứng dụng Phật Pháp vào đời sống,, do chùa Hương Sen tại Hoa Kỳ tổ chức năm 2022)

Bà Hạnh có ba người con, hai trai một gái.

Ba người con là ba thế giới khác nhau. Từ tính tình, sở thích, cách sống, nếp suy nghĩ không ai giống nhau cả. Đúng là, cha mẹ sinh con trời sinh tính. Nhưng nhiều khi ngẫm nghĩ rồi phân tích cá tính mỗi người con, bà Hạnh nhận ra cũng không xa tâm tính của cha mẹ.

Như cậu Hải, con cả, cậu khá giống tính cha, một người cha đam mê quyền lực, tiền tài. Ông quan niệm trên cõi đời này điều kiện ắt có và đủ để ngẩng đầu cao cùng thiên hạ là không thể thiếu một trong hai điều đó. Mà hễ được một, quyền lực, đương nhiên sẽ có hai, tiền, vì quyền sẽ sinh ra tiền và ngược lại.

Quan niệm của ông hoàn toàn không sai, vấn đề ở chỗ sử dụng thế nào cho đúng để đem an lạc cho mình, cho người và biết đủ để dừng lại thôi.

Cậu Huy người con thứ hai phảng phất tính bà đã ảnh hưởng tư tưởng của bà không ít, thích yên tĩnh, trầm lặng hơn là nơi xô bồ.

Còn cô Hoàng, cô con gái út mang sắc thái của cha lẫn mẹ. Cô theo con đường trung dung chọn sự tương đối của cuộc sống làm hành trình cho chính cuộc đời cô.

Bà Hạnh, sau quá trình nếm trải gian khổ của cuộc đời, bà thấy cái khổ của thế gian và thường tìm đến chùa, tìm đến giáo lý Phật Đà để mong cầu an lạc, giải thoát.

Từ kinh nghiệm bản thân, bà Hạnh hướng dẫn các con, không muốn các con đi trên vết lăn của bà cứ theo mãi con đường cha mẹ đặt để rồi ân hận lẫn ấm ức.

Nhìn ba người con vươn lên trong cuộc sống, theo đuổi ước mơ, ý hướng của riêng chúng, bà không hề cản trở bất cứ ai. Bà để chúng sống cái đời của chúng, tự phát huy khả năng và lựa chọn theo sở thích. Nhìn chung cuộc sống của cả ba cũng có cái hay riêng, rất đa dạng tạo nên **Sắc Màu Cuộc Sống.**

Bà Hạnh mồ côi mẹ từ khi mười tháng tuổi. Chỉ một năm sau, thân phụ đã tục huyền cưới về một người vợ mà tấm lòng, cách cư xử không mấy độ lượng nếu không muốn nói là khắc nghiệt.

Mấy đời bánh đúc có xương?
Mấy đời mẹ ghẻ có thương con chồng?

Ca dao đã cất lên như thế để tố giác nỗi gian khổ của bé Hạnh trong cảnh mẹ ghẻ con chồng. Bà đã phải chịu đựng suốt hai mươi năm trời cho đến lúc cuộc hôn nhân của bà với một quan chức cũng do chính kế mẫu sắp đặt để tống sớm bà ra khỏi nhà như vứt một cái gai trước mắt.

Người chồng, bà Hạnh không hề yêu, nhưng bà cũng chấp nhận với hy vọng mong đổi đời để bước ra khỏi cái địa ngục trần gian của bà kế mẫu. Tiếc thay, số phận nghiệt ngã vẫn luôn đeo đuổi bà, tránh vỏ dưa gặp vỏ dừa. Ông Hạnh chồng bà là một người góa vợ và có một đứa con gái riêng.

Từng chịu khổ nhục cảnh mẹ ghẻ con chồng, bà cảm thông không ghét và hành hạ đứa con chồng, nhưng oan nghiệt thay, bà không hà hiếp nó, thì nó lại hành bà. Nó luôn bịa đặt mè nheo tố khổ bà với cha, hôm nay bà không cho nó ăn hay ăn không đủ no, hoặc giặt quần áo nó không sạch, hay cấm nó này kia, và còn đánh nó nữa v.v... và v.v... để bà bị phiền trách không ít.

Nước mắt đã nhiều đêm đổ xuống khóc cho số phận nghiệt ngã của bà, bà qui vào nghiệp chướng phải gánh chịu nên đi đâu, làm gì cũng gặp "*oan gia trái chủ*". Bấy nhiêu đó chưa đủ, khi bé Hoàng, cô con gái út của bà được năm tuổi, ông Hạnh đã bỏ mẹ con bà để qua thế giới bên kia sau cơn đột quỵ để lại cho bà một nách ba con với đứa con riêng của ông. Từ đó, một mình bà bươn chải nuôi nấng dạy bảo đám con khôn lớn.

Bây giờ thì bà Hạnh đã cao tuổi. Đám con đều trưởng thành. Bà thường hay đi chùa nghe kinh kệ, nghe Pháp. Thành tâm sám hối trước đấng Thế Tôn, Chư Bồ Tát những mong tiêu trừ nghiệp chướng mà đời nào đó bà đã tạo ra.

Trời Phật thường không bao giờ lấy hết phần của ai. Bên cạnh nỗi gian truân của cuộc đời, bà may mắn có đám con ngoan. Ba người con đều có cuộc sống riêng, thành công riêng theo cái cách của chúng. Riêng đứa con riêng của chồng, từ khi cha chết, nó không còn bám víu vào đâu ngoài bà, nhưng với lòng từ bi của người con Phật, bà không chấp nhất những điều đã qua nó từng làm khổ bà, bà vẫn thương yêu lo lắng chăm sóc nó như những đứa con ruột của mình, cuối cùng, bà cũng cảm hóa được nó. Con bé ngoan hiền biết vâng lời bà, nên cuộc đời nó cũng ổn định, học hành đàng hoàng, thành công và có công việc tốt rồi lập gia đình, an ổn trong mái ấm gia đình hạnh phúc riêng của nó.

Còn cậu Hải, con cả, vốn giống tính cha. Cậu đam mê quyền lực và tiền tài. Hải đeo đuổi thực hiện ước mơ, cố gắng học hành đạt cho được tấm bằng tiến sĩ kinh tế. Với cái vốn từ bằng cấp, lòng đam mê và trí thông minh sẵn có, chẳng bao lâu cậu dễ dàng đạt tới mục tiêu. Cậu giàu sụ với nhiều công ty, dự án và vung tiền mua bất cứ thứ gì cậu muốn. Có tiền mua tiên cũng được mà! Thế nhưng, để được những điều đó, cậu đã phải trả giá rất mắt, đó là thời gian và sức khỏe. Một ngày, cậu Hải chỉ ngủ được bốn tiếng. Không còn thời gian cho ai kể cả cho vợ con đừng nói là cho bà.

Thỉnh thoảng, họa hoằn lắm bà mới có dịp thuận tiện gặp được Hải để có vài lời khuyên răn:

- Hải à, mẹ nhận thấy con có sinh mà không có sống. Con quần quật suốt ngày đêm với công việc, công ty và dự án. Nếu con xem tiền tài là cứu cánh mang lại cho con niềm vui và hạnh phúc, mẹ không cản trở. Có điều mẹ chỉ nhắc nhở con theo lời Phật dạy: "*Gia tài lớn nhất của đời người đó là sức khỏe và trí tuệ*". Không thể vì tiền tài mà hy sinh sức khỏe, để rồi sau đó dùng tiền tài lo chữa bịnh. Có sức khỏe mới có tất cả. Con hãy lưu tâm, lo giữ mạng hơn là tạo của, con nhé.

Chỉ nói với Hải được vài lời, cậu đã tất bật xin phép chạy lo công chuyện.

Nhìn thấy con vất vả kiếm tiền như vậy, bà nghĩ cũng thương nhưng với những lời khuyên bảo của bà, nghe hay không tùy thuộc Hải, chứ bà không ép buộc. Nhưng nghĩ cho cùng, bà nhận thấy sự lựa chọn của Hải không hẳn là sai mà còn hữu ích cho xã hội. Có năng nổ cần cù siêng năng và với niềm đam mê như Hải, ngay thời là sinh viên, Hải đã bỏ nhiều công sức, thời gian giồi mài kinh sử, quên đi những thú vui đời thường ăn chơi nhậu nhẹt đàn đúm với chúng bạn để quyết tâm học hành tới cùng mong có một tương lai xán lạn, trước là ổn định cuộc sống bản thân, sau còn giúp gia đình, xã hội. Do vậy ngày nay, Hải toàn lực, toàn tâm bỏ công sức, tài trí thành lập và điều hành nhiều công ty, giải quyết được biết bao công ăn việc làm cho người này kẻ kia, góp phần cho nền kinh tế nước nhà phát triển há cũng là điều tốt ấy chứ. Nhưng thôi, đó chỉ là ý nghĩ của riêng bà, làm sao bắt người khác cùng suy nghĩ với mình được. Thiên hạ đã chẳng từng bảo «chín người, mười ý» cơ mà!

Trái với cậu Hải lăn lộn vào cửa *"có"* thì Huy, cậu em, lại chọn cửa "*không*".

Sau khi tốt nghiệp kỹ sư ngành điện tử, không rõ lý do gì, Huy lại xin mẹ đi tu. Cậu bảo, tiền tài danh lợi trên thế gian này chỉ là giả tạm, đối với cậu chỉ là phương tiện chứ không phải cứu cánh. Khi nhắm mắt xuôi tay ra đi chỉ hai bàn tay không, không mang theo được gì ngoài "nghiệp" mà mình tạo tác. Cứu cánh thật sự của con người đối với Huy, chính là tìm con đường giải thoát sinh tử luân hồi. Thế gian này chỉ đầy dục vọng, tình tiền rồi có khi tù, tội, theo đuổi nó chỉ đem lại khổ đau chứ không hữu ích gì. May mắn có được thân người, hiểu Pháp Phật, thì nên tu tập để đạt cứu cánh Niết Bàn. Chao ôi, con nào của bà từ Hải cho đến Huy nêu ra những ý tưởng đều cũng có lý. Thôi thì, mỗi đứa cứ tự do nghĩ và làm theo cách riêng của mình.

Nhân duyên xuất gia của Huy cũng thật đặc biệt. Hồi nhỏ, Huy hay theo mẹ đi chùa. Lúc đó, Huy chưa có khái niệm gì về Phật, chỉ làm theo mẹ, thật nhuần nhuyễn và dễ thương. Chắp hai tay, cúi đầu và nằm mọp xuống sàn vô cùng thành kính. Nhưng chính những lúc đó, chủng tử Phật đã gieo vào tâm trí cậu. Lớn lên, lúc đi học, may mắn quen bạn có tâm đạo, hay rủ cậu đi chùa tham dự các khóa tu dành cho sinh viên học sinh. Cậu được học giáo lý nhà chùa do các Thầy giảng dạy, thấm nhuần triết lý nhà Phật, thế là cậu ngộ ra rồi xin mẹ xuất gia.

Bà Hạnh vốn ngưỡng mộ đạo Phật, lại nhận ra cõi đời giả tạm và đầy đau khổ như lời Phật nói: "*Đời là bể khổ*" cũng như thi sĩ Đoàn Như Khuê nhìn cuộc đời từng thốt lên: "*Biển khổ mênh mông, sóng ngập trời*", nên khi nghe Huy đòi đi tu tìm con đường giải thoát, bà cho nhà có phúc, hoan nghênh ngay, lại nữa, bà luôn tôn trọng ước muốn của con bà.

Cậu Huy vốn có ăn học, có trình độ, sau thời gian dài theo Sư phụ tầm đạo, cậu được giao phó làm Trụ trì gánh vác việc chùa để hướng dẫn Phật tử tu tập.

Bà Hạnh luôn đến chùa, trước lễ Phật, sau được thăm con. Những lúc rảnh rỗi, sau thời tụng kinh, cậu Huy thường tham khảo ý kiến cùng bà:

-Thưa mẹ, mẹ đã từng ví, thân bồ đề là tu sĩ, lá bồ đề là cư sĩ. Để cho cây bồ đề cành lá sum sê, tươi đẹp, con có nên ngắt hết lá sâu, nếu có, bỏ đi không?

Bà Hạnh lắc đầu:

-Thầy nên biết, lá sâu là... nạn nhân, không phải... phạm nhân. Phạm nhân là con sâu. Hãy tìm bắt con sâu nằm đâu đó trong bọng cây, trên cành lá mới trị được gốc. Con sâu có tên là vô minh khởi từ tham, sân, si, mạn, nghi. Nếu thầy bắt được nó, chắc chắn cây bồ đề sẽ vững vàng trổ cành xanh ngọn.

Tằng hắng một lát, bà tiếp:

-Thầy cũng biết đó. Nếu lá bồ đề hấp thụ diệp lục tố để nuôi cây, thì nhựa thân cây bồ đề có nhiệm vụ truyền đi nuôi lá. Cả hai đều bổ sung cho nhau để tồn tại và phát triển. Nếu nhựa cây truyền không đều, để một chiếc lá rụng thế nào cũng kéo theo nhiều chiếc lá rụng khác.

-Con thấy đến chùa sao toàn những người già, trong khi chùa cũng rất cần những người trẻ.

-Đương nhiên rồi. Nhưng phải tùy duyên thôi. Không nên như thế mà coi thường người già. Vì già cũng có nhiều loại già và trẻ cũng có nhiều hạng trẻ. Già như Lã Vọng Khương Tử Nha 70 tuổi mới có duyên gặp Văn Vương đem tài năng giúp nhà Chu lập nên nghiệp bá. Chùa cũng thế thôi, quan trọng là biết dùng người. Đặt vị trí họ đúng chỗ thì già trẻ không còn là vấn đề. Nếu chỉ cần người trẻ, trẻ như mấy cô Thị Mầu cũng nát chùa ra đấy.

-Riêng con, con nhận thấy, chùa chỉ cần những Phật tử chưa hiểu gì đạo, tâm hồn như tờ giấy trắng sẽ dễ dàng hướng dẫn họ hơn.

Bà Hạnh vẫn lắc đầu:

-Không hẳn thế. Theo mẹ, người đến chùa ít nhiều cũng có tâm, có duyên với cửa Phật. Tâm là gốc rễ. Nếu gieo trồng từ hạt giống để nảy mầm hoặc trồng cây có sẵn rễ thì cây mới vững vàng. Bứng một nhánh cây không gốc rễ trồng vào sân chùa, cũng có thể được nhưng rất khó khăn, đòi hỏi phải chăm chút, trì chí, kiên nhẫn. Nếu không, chỉ cần cơn gió mạnh hay ai tựa lưng vào, cây có thể ngã. Tất cả tùy duyên thôi, linh động mà hành sử. Không nên phân biệt.

Trong ba người con, bà Hạnh an tâm về cô con gái nhất.

Cuộc sống Hoàng êm đềm hạnh phúc. Cô đã chọn con đường *trung đạo* của đức Phật mà đi. Cô thường nói với mẹ:

-Con không bao giờ chấp nhận "*một túp lều tranh hai quả tim vàng* „ vì nghèo quá không thể đem hạnh phúc dài lâu. Con không tham tiền, nhưng con cần tiền cho sinh hoạt trong cuộc sống của con và cho con cái ăn học. Con không đi tu như anh Huy được, vì tu phải có căn, cũng không lao đầu kiếm tiền không biết thời gian và sức khỏe như anh Hải, con chọn con đường *trung đạo*, sống tốt theo lời Phật dạy, con nghĩ như thế cũng đúng và hay.

Do vậy, sau khi tốt nghiệp Đại học Sư phạm rồi kết hôn với một bác sĩ. Vợ chồng cô mở phòng mạch mục đích cứu nhân độ thế hơn kiếm tiền. Gặp bịnh nhân nghèo hay những ca khó khăn, cô khuyên chồng tận tụy giúp họ, thể hiện lòng từ bi của con nhà Phật. Ngoài tiền kiếm cho cuộc sống thư thả, đủ sống theo cách «*biết đủ*» của cô, cô muốn dành thời gian đi chùa, nghe pháp, học hỏi giáo lý nhà Phật để áp dụng vào đời sống, và góp phần vào công việc phước thiện chia xẻ mọi khổ đau cùng người khác để tích đức, trước là cho chính cô để dành ở đời sau, tiếp đến cho các con cô nữa, vì «*Phúc đức tại mẫu bà ơi*» mà ! Cô vui khi thấy người khác vui. Tâm cô trong sáng, nhờ thế cuộc sống cô an ổn nhẹ nhàng trôi như dòng suối trong mát.

Nếu nói quan tâm và lo lắng, bà Hạnh luôn hướng về Huy nhất. Hải dù gì cũng thành công, bên cạnh còn có vợ con ngày đêm chia ngọt xẻ bùi. Còn Huy đi tu là tự chọn cho mình một sứ mạng thiêng liêng cao cả đòi hỏi đời sống đức độ và tài năng. Đức làm gương cho thiên hạ phục, tài cho người ta nể mới có thể gánh vác và dẫn dắt không chỉ cho mình mà cả chúng sinh trên con đường giải thoát. Nếu Huy biết dựa theo lời thầy Mạnh Tử: "*Dân vi quý, xã tắc thứ chi, quân vi khinh*" (xem dân trên hết, giang sơn thứ nhì, nhẹ nhất là vua) để áp dụng vào cửa chùa, coi Phật tử làm trọng, là nền tảng rồi mới đến chùa cuối cùng là chính mình. Vì được lòng Phật tử mới có sức mạnh, là yếu tố then chốt để mọi Phật sự viên thành đẩy Phật giáo tiến tới giúp chùa và Phật giáo phát triển. Chùa to, Phật lớn chỉ là phương tiện không phải cứu cánh. Còn Sư là trưởng tử, là sứ giả của Như Lai có nhiệm vụ truyền bá Phật pháp, chưa phải là thánh nhân, càng không phải là Phật, vì nếu là thánh nhân hay Phật thì không ở cõi ta bà này. Nếu nghĩ được vậy và biết khiêm tốn, sẽ như chiếc máy bay, bay càng cao thì thấy nó nhỏ lại. Ngược lại, nếu muốn mọi người thấy mình to, lớn tức là mình đang đứng dưới đất.

Bà Hạnh thường đem lời hay lẽ thiệt mà bà học hỏi từ sách vở, từ kinh nghiệm trong cuộc sống và lời Phật dạy để tâm tình và hướng dẫn các con trong bổn phận và trách nhiệm của một người mẹ, tuy nhiên, nghe hay không là quyền, là duyên và số phận của chúng. Vì rõ ràng bà cũng biết, ngay cả giáo lý cao siêu thâm thúy của nhà Phật, cửa chùa có luôn rộng mở vẫn không độ được người vô duyên. Không ai có thể gượng ép, bó buộc bất cứ ai, cuộc sống là vậy đó, như ba người con của bà, có như thế mới tạo nên **Sắc Màu Cuộc Sống.** ■

NGUYỄN SĨ LONG

NHỮNG ĐIỀU CHƯA NÓI

Chỉ hai tháng sau khi tôi từ Huế trở lại Sài Gòn vào cuối tháng 3.2019, thì được tin người bạn thân Nguyễn Thế Trường đã vĩnh viễn ra đi vào ngày 29.05.2019 ở Huế, hưởng thọ 70 tuổi. Thật không ngờ tháng 3.2019 cũng là tháng mà hai chúng tôi gặp nhau lần cuối cùng trước khi tôi trở lại Sài Gòn để trở về Áo.

Như Lan, người bạn đời của Thế Trường đã gọi cho tôi vào sáng ngày 01.06 lúc cô ấy đang cùng gia đình lo hậu sự cho chồng với cả trăm nỗi buồn thương. Như Lan biết tôi là người bạn học thân thiết nhất từ mấy chục năm qua khi còn ở trường học cho đến lúc ra trường đời, tuy mỗi người một phương nhưng vẫn giữ được liên lạc cho nên hai gia đình chúng tôi đã có nhiều dịp gặp nhau trong những lần về thăm nhà. Thật là xúc động và bối rối về một tình cảnh quá sức thương tâm. Nào ai có thể chia sẻ được niềm đau và mất mát của những người thân như với Như Lan trong lúc này, ngoài sự an ủi thì ít nhiều cũng vơi đi đôi chút muộn phiền canh cánh trong lòng. Tôi thật không thể nào ngờ bạn đã chọn cách ra đi quá thương tâm như vậy, khi chỉ hai tháng trước đây thôi, chúng tôi còn ngồi quán cà phê ôn chuyện cũ, chuyện đời xưa tính đến nay cũng đã mấy mươi năm qua rồi.

Thuở xưa ấy là vào năm 1970 ở trường Luật, Huế. Lớp Luật 1 trước khi nhóm Sinh viên Việt ra đời, một hôm trong giờ Dân Luật của Giáo sư Nguyễn Mạnh Bách lúc sắp đến giờ nghỉ, một sinh viên ngồi hàng sau tỏ ý mượn cuốn tập của tôi vì ngày hôm qua anh vắng mặt. Người sinh viên chưa quen đó là Thế Trường, rồi hai chúng tôi kết thân khi vài hôm sau bạn mời tôi đến nhà chơi ở cuối đường Chi Lăng. Trong lần này bạn đệm đàn và hát cho tôi nghe bài "Đêm Thôi Nôi" của nhạc sĩ Nguyễn Phương Căn: "*Từ mang hành lý cô đơn vào đời, một trăm ngõ tối ưu phiền hình hài...*". Tôi thích lắm vì từ khi vô Huế cho đến bây giờ đã năm năm, đây là lần đầu tiên được nghe một người bạn mới quen đàn hát rất hay. Sau này khi nhớ lại những chặng đường trong cuộc đời Thế Trường, thì quả thật bài hát được mở đầu như một lời báo trước chẳng có ai để ý nhưng dường như không xa thực tế là bao. Trong mấy năm đến lớp, hình ảnh của bạn trong mắt tôi thường gắn liền với sự nghiêm chỉnh, một chút lạnh lùng ưu tư và cô độc bên sự giao tiếp rất hạn chế. Nhưng nét đặc biệt là bề ngoài bạn luôn đàng hoàng trông rất tư cách, từ mái tóc cho đến y phục. Bạn tôi không hút thuốc, rượu chè cũng không và chưa một lần thấy bạn ngồi cà phê tán dóc với một ai đó. Suốt những năm 'trong sân trường ngày ấy' tôi cũng không hề biết bạn đã có người yêu hay chưa, cũng như không nghe bạn đề cập hay để ý những người đẹp cùng lớp cùng trường.

Cũng như các bạn trong nhóm Sinh viên Việt mà Thế Trường đều quen biết, thì Mùa Hè Đỏ Lửa 1972 thật sự là một biến cố ảnh hưởng rất lớn đến đường học vấn của giới sinh viên thời đó với bao nhiêu cuộc chia ly kẻ ở người đi, xa gia đình và những người mình thương yêu. Nhưng nặng nề nhất là sau cuộc đổi đời tháng 4.1975, bạn bè phân tán khắp nơi, có người phải chờ đến ba bốn thập niên mới gặp lại nhau. Tôi và Thế Trường may mắn nối được liên lạc khi gia đình bạn vào lập nghiệp ở Đồng Tháp năm 1977. Đến đầu năm 1979 hai tiểu gia đình chúng tôi cùng có con đầu lòng, cũng là năm Thế Trường đã vững tay nghề, đủ kinh nghiệm và uy tín về kết tinh đường nên được chủ hãng giao việc quản lý một nhà máy đường ở Hồng Ngự. Đến cuối năm 1980 vợ chồng Thế Trường vui mừng đón đứa con thứ hai, khi cháu trai được gần một năm tuổi thì con gái đầu lòng qua đời sau cơn bệnh. Đúng hai năm sau, tai họa lại ập đến gia đình bạn tôi một lần nữa khi vợ sanh lần thứ ba, bị nhiễm trùng huyết nên sinh mạng của mẹ và bé trai đã không cứu được khi ngành y tế địa phương thiếu thuốc men vào thời buổi đó.

Đến năm 1987, cùng năm tôi ra nước ngoài thì Thế Trường quyết định phải bỏ công ăn việc làm và sự nghiệp ở Đồng Tháp để đưa hài cốt vợ về quê. Từ đó bạn ở lại Huế làm gà trống nuôi con và ổn định gia đình để một lần nữa làm lại cuộc đời trong ngành Thủy Sản rồi chuyển qua Liên Doanh xuất khẩu gỗ cho đến năm 1990. Trong giai đoạn này Thế Trường gặp lại Như Lan, người bạn gái cũ nay đã dang dở hạnh phúc gia đình, đúng với thời gian tìm hiểu đã chín muồi nên "đôi trẻ" về chung sống vào năm 1992. Tạm gọi từ đây cuộc sống của đôi bạn khá vững vàng khi Thế Trường đã chứng tỏ được năng lực cùng với sự tích lũy gần mười năm kinh nghiệm trên chiến trường phương Nam, cộng với sức đẩy của Như Lan, cựu nữ sinh Đồng Khánh, là một doanh nhân tài ba, thông minh, tháo vát và kinh nghiệm có thừa trên thương trường. Vài năm sau tôi trở lại, không có gì vui hơn khi đôi uyên ương đã có xe đưa đón lúc trời Huế nắng nóng đến

35 độ C. Lúc này công việc làm ăn không dừng lại ở đó khi bạn bước qua ngành kinh doanh, mà nhà hàng hải sản ở Phú Vang chính là cơ ngơi cuối cùng của Thế Trường trong thời gian hưu trí khi tôi đã có dịp về thăm vào mùa hè 2015. Được biết Như Lan cũng bận rộn với công ăn việc làm của mình, Thế Trường là chủ duy nhất nên phải quán xuyến mọi việc. Do vậy bạn đã sửa sang xây dựng thêm nhà cửa ở làng Triều Thủy để chuyển về quê sống với gia đình, tiện cho công việc và chăm sóc cha già cùng con cháu được gần gũi hơn.

Tuy không liên lạc thường xuyên với Thế Trường, nhưng giữa năm 2016 được tin báo làm tôi sửng sốt là bạn đã sang lại nhà hàng cho chủ mới. Lý do được giải thích là có doanh thu nhưng kết toán không lời. Bạn nói thêm là vừa sang nhượng xong không lâu thì xảy ra sự cố Formosa liên quan đến hiện tượng cá chết hàng loạt từ đầu tháng 4.2016 ở vùng biển Vũng Áng, Hà Tĩnh cho đến Quảng Bình, Quảng Trị và Thừa Thiên, Huế. Thời gian này các nhà hàng thuộc các vùng ảnh hưởng bị thiệt hại nặng nề vì vắng khách. Thừa Thiên Huế cũng không tránh khỏi, nhưng đó là điều rất may mắn cho Thế Trường, làm tôi đoán già đoán non bạn sẽ lui về vui thú điền viên chăng?

Đến tháng 8.2018 được tin nhạc mẫu trở bệnh phải nhập viện lần nữa, nên vợ chồng chúng tôi đã có chuyến đi vừa vội vàng, vừa hồi hộp lại vừa lo sợ không biết có còn kịp gặp mẹ hay không? Chuyến bay hạ cánh vào một chiều giữa tháng 8, từ phi trường Tân Sơn Nhất chúng tôi đi thẳng vào Bệnh viện Nguyễn Trãi thăm mẹ trước khi về nhà ở quận 6. Đúng là mẹ tôi ốm nhiều, đau đớn, mệt mỏi, khó khăn lắm mới nhận ra con từ phương xa trở về. Lần này mẹ tôi bệnh khá nặng nên vợ tôi ở lại Sài Gòn chăm sóc mẹ cùng với các em trong gia đình. Tôi ở Sài Gòn bốn hôm rồi ra Huế trước, dự tính ở lâu với mạ vì không còn bận tâm về công ăn việc làm khi vừa nghỉ hưu vào cuối năm 2017.

Chẳng chờ đợi lâu, ba ngày sau Thế Trường đến thăm tôi với chiếc Air Blade, bạn lẳng lặng vào phòng thăm mạ tôi, uống vài tách trà rồi đến trưa hai đứa lên dốc Nam Giao tìm đến quán Không Gian Xưa dùng cơm. Đây là địa chỉ khá quen thuộc với bạn bè và gia đình chúng tôi mấy năm qua, riêng với Thế Trường thì đây là lần thứ hai ngồi với nhau trong không gian tương đối yên tĩnh này. Trông bạn vẫn phong độ như ba năm trước trong dịp có Như Lan và vợ chồng chúng tôi ở nhà hàng Triều Dương Quán, Phú Vang. Với ông bạn đôi khi kiệm lời này, tìm cho đúng đề tài để bạn hứng thú tham gia thường hiếm hoi, cho nên khó mà hiểu được lúc này bạn có cuộc sống ra sao sau sự cố Formosa?

Chừng 3 giờ chiều hôm đó, Thế Trường chở tôi về nhà bạn để mượn chiếc xe làm phương tiện đi lại ở Huế cho đến ngày trở lại Sài Gòn. Vào sân không thấy xe hơi, tôi không hỏi. Nhà vắng, ngồi chuyện trò với bác trai đã ngoài 90 một lát rồi lên lầu thắp hương trước ảnh thờ của Lệ, là người vợ đầu của Thế Trường qua đời năm 1983 ở Đồng Tháp. Bạn mời nước rồi nhìn bâng quơ nói:

"-Bạn đã về đây thì không giấu được nữa. Sau nhà hàng, còn chiếc xe cũng bán gần cả năm nay rồi. Nói bạn thêm buồn, mình thất bại là vì quá tin người... Khi biết thì đã muộn".

Tôi ra về lúc chiều dần tàn. Trên từng chặng đường đi qua phải cố gắng thuyết phục trí nhớ để khỏi lạc giữa chốn hương đồng cỏ nội khi văng vẳng bên tai vẫn còn nghe những lời tâm sự chua xót của bạn hiền về những điều chưa biết thật quá bất ngờ. Nhưng nghĩ cho cùng, đời người cũng như bến đò ngang Thừa Phủ trên sông Hương thuở nào. Có người đi trước, có người ở lại, nhưng không ai tránh khỏi một ngày phải rời bến. Những vui buồn, thành bại, được mất rồi cũng chỉ là những lớp sóng nổi lên trong khoảnh khắc, để rồi tan vào mặt nước phẳng lặng. Có lẽ điều đáng quý nhất không phải là sống bao lâu, hay giữ được bao nhiêu, mà là trong quãng đời ngắn ngủi ấy mình đã sống tử tế với cuộc đời. Bởi theo lẽ vô thường, mọi thứ rồi sẽ mất đi, chỉ còn lại nghiệp lành đã gieo và đọng trong lòng người ở lại. Biết đâu bạn tôi đã làm được như vậy và sự ra đi đột ngột của Thế Trường khi tự kết liễu đời mình cũng là một lời nhắc nhở âm thầm cho những người còn sống: Hãy biết thương nhau nhiều hơn khi còn có thể. Có bao nhiêu lời yêu thương mà chưa nói được, đừng để đến cuối cùng sẽ không còn cơ hội để nói ra nữa.

Rồi sẽ có ngày trời yên biển lặng để một mai khi trở lại quê nhà, tôi sẽ cùng Như Lan và Nhóm cựu sinh viên trường Luật sẽ viếng thăm mộ phần Nguyễn Thế Trường, người bạn đồng môn hiền nhân tri kỷ, tính đến nay đã tròn 50 năm tình bạn, thắp nén hương lòng trong khu nghĩa trang gia đình cạnh chùa Thiền Tôn Huế, nơi nghìn thu an nghỉ bốn mùa thông reo trong tiếng chuông ngân mỗi thời kinh sớm. ■

Ảnh minh họa: AI / Internet

thậm chí còn không chắc người đầu dây có phải là tôi không. Ấy thế nhưng tôi vẫn cười.

Cô bạn tôi quen đã luôn có thói quen như thế mỗi khi gọi điện như ngày trước. Cô bạn mặc định đó là đối phương, cứ nói thế và người ta sẽ không từ chối được, còn nếu đã thay số, thì cứ coi như là... nhầm số thôi.

Tôi đã suy nghĩ rất nhiều có nên đến hay không, hay cứ vờ như tôi bận, hoặc giả số điện thoại ấy không còn là của tôi nữa. Cứ như là một cuộc gọi vu vơ nào đấy. Nhưng rồi chân lại bước, cứ bước đến địa chỉ mà Di đưa. Tất cả đều nhộn nhịp, kẻ chở những chậu tắc về nhà, người nơm nớp mua sắm mứt gừng, thậm chí có người còn vác cả mấy đòn bánh tét to tướng trên vai, còn tôi, tôi vẫn cô đơn giữa đường phố đông người, là vì tôi cô đơn giữa đời thôi.

Đẩy cửa bước vào, chẳng cần nhìn tôi cũng biết bóng dáng nhỏ thó đang thu gọn trên chiếc ghế bành to tướng ở góc quán là của Di, hình bóng mà rất lâu rất lâu tôi vẫn dõi theo chỉ là không hề có chút nào tương tác. Cô bạn vẫn luôn chọn góc quán đó, và lúc nào cũng lọt thỏm trên chiếc ghế rất to, chiếc ghế có cảm tưởng như có thể bao trọn lấy Di vậy. Tôi gọi một cốc cafe đen cho mình rồi tiến lại bàn. Ngay cả khi tôi ngồi xuống đối diện mọi thứ vẫn như ngưng đọng đối với Di, cô ấy không để ý. Tôi chợt cảm thấy thời gian đã dừng lại, mọi thứ thu bé lại vừa bằng Di của quá khứ: nghe chiếc headphone to tướng màu hồng, mái tóc và cả đôi mắt đều có màu nâu nhạt, tay ôm một ly sữa lắc nóng và miệng lẩm nhẩm theo điệu nhạc. Chỉ khi bài nhạc dứt thì lúc đó Di mới trở mình và nhìn mọi thứ xung quanh cứ như bị phá vỡ khoảng thời gian mình đang đắm chìm. Bởi thế, ngay cả khi tôi đứng lên để nhận lấy ly cafe từ người phục vụ Di vẫn không chú ý, lúc sau, Di mới có hơi giật mình nhìn qua đối diện và nhìn tôi bật cười:

- Vẫn đen à? Vẫn đẹp trai ra phết đấy. Có điều đẹp lão nhá.

- Đẹp trai hơn cậu là được rồi.

Biện Bạch Ngọc

BỨC THƯ QUÊN GỬI

Ngày đó, tôi cứ nghĩ rằng Di thích tôi, và vì tôi cũng thích Di nên tôi đã viết cho Di một bức thư. Bức thư mà mãi cho đến giờ tôi vẫn không nhận được câu trả lời. Cũng từ lúc đó tôi mặc định với việc không trả lời đó là cả sự từ chối, tôi không quá buồn nhưng cũng cho rằng đó là một kỷ niệm nên khép lại với một mối tình đầu và một người con gái tôi đã dành rất nhiều thời gian để nhớ thương.

Tôi gặp lại Di trong một ngày mưa gió thổi se lạnh cắt cả da thịt, cái lạnh của mùa đông, của những ngày năm mới gần kề khiến con người ta vừa cảm thấy có chút lạnh lẽo, vừa lại có chút hân hoan. Kể từ ngày tôi lên phố, đã rất nhiều năm trôi qua tôi không gặp Di, dẫu nhà chúng tôi chỉ cách nhau có cái bờ rào ở dưới quê, và dẫu mùa xuân nào chúng tôi cũng về chung một ngày, đi trên một chuyến xe, nhưng chưa bao giờ chúng tôi nói chuyện lại với nhau.

Bẵng đi năm năm, Di điện thoại cho tôi. Cuộc gọi như xé tan cái không khí lạnh của ngày cuối năm, thậm chí ngay khi số điện thoại ấy hiện lên, những con số đã năm năm qua tôi luôn nhìn nhưng không bao giờ nhấn gọi, tôi đã thấy tim rung lên những cảm xúc như lần đầu tiên.

- A lô, là Nam phải không? Di đây. Nam biết quán Góc phố dịu dàng không? Mai tám giờ nhé?

Cứ thế rồi cúp, chưa vội nhận câu trả lời từ tôi,

Di vẫn thế, vẫn luôn uống một cốc trà gừng mỗi khi vào quán, tôi vẫn cứ hay trêu Di có khẩu vị của người già. Vẫn mái tóc dài nhưng nay đã đen buông, vẫn ánh mắt lấp lánh nhưng bây giờ phảng phất nét buồn. Người ta nói ánh mắt lúc nào cũng nói lên tất cả, như ngày bé cũng vậy, chỉ cần nhìn ánh mắt Di tôi đã biết rõ cảm xúc của cô, và như thấy tôi chực hỏi, Di đã vội cướp lời:

- Năm năm không gặp, giờ bất ngờ đúng không? Cũng chả có gì đâu, Di chỉ muốn Nam chở Di đi mua tắc như ngày trước thôi. Được chứ?

Tôi không nói gì chỉ gật đầu im lặng. Như ngày trước?

***

Tôi và Di lớn lên cùng nhau vì bố mẹ hai đứa là bạn thân. Thậm chí họ thân nhau đến nỗi khi chúng tôi bắt đầu có ý thức cứ mỗi khi xuân sang khi tôi theo ba mẹ sang nhà Di chúc Tết thể nào hai bác bên nhà cũng ghẹo:

- Thế là Nam đã thêm một tuổi rồi nhé. Cứ lớn thêm chút nữa rồi bác gả Di cho Nam nhé. Nam chịu không?

Tôi còn nhớ những lúc ấy mặt tôi đỏ ửng cả lên lắc đầu quầy quậy còn Di thể nào cũng ghẹo tôi:

- Di là cô dâu của Nam vậy lì xì của Nam, Nam phải cho Di giữ đấy.

Cứ thế chúng tôi lớn lên bên nhau, chưa bao giờ có ý thức rời xa nhau nửa bước.

Năm tôi mười lăm tuổi, tôi được giao nhiệm vụ trọng đại: mua tắc cho nhà tôi và mua cúc cho nhà Di để chưng vào ngày Tết. Mỗi năm chỉ có một mùa Tết nên việc đó đối với một cậu trai mới lớn cứ như niềm tự hào, và cứ thế cứ hăm tám Tết, tôi lại đèo Di trên chiếc xe đạp cà tàng đi coi tắc, coi cúc, chọn chọn ra vẻ người lớn lắm rồi nhờ người ta chở về. Việc đó trở thành thói quen, thành thông lệ đến nỗi tôi tiếp tục làm cho đến khi trưởng thành.

Tôi và Di đều học đại học trên phố nhưng cứ gần Tết lại về sớm để đi mua cây chưng. Mọi thứ chẳng có gì thay đổi, có khác chăng chỉ là thay vì đèo nhau trên cái xe đạp ngày xưa thì nay đã có thể chở nhau bằng xe máy.

- Năm nay ngược lại đi, mua tắc nhà Di, mua cúc nhà Nam nhé. Mình còn phải mua thêm đường và cân thịt nữa đó Nam. Vậy tối nay Di lại nhà rồi hai nhà nấu bánh chưng hử?

- Thế là năm nay vẫn nấu à? Đến khổ, lại phải canh nồi không được đi chơi.

- Canh với Di mà khổ à?

- Có Di mới khổ, chưa gì mà đã như bà nội trợ tính toán đi chợ đủ thứ rồi kìa. Muốn làm vợ rồi đấy hả?

- Muốn, dù gì cũng đã định làm vợ Nam rồi mà. Từ bé ấy nhé.

Cô bé ấy cười, còn tôi thì ngượng đỏ mặt, đó là mùa Tết của chúng tôi những năm tháng đó...

Rồi chúng tôi tốt nghiệp, cũng là lúc tôi quyết định tỏ tình với Di. Lúc tỏ tình cũng là lúc tôi phải phân vân giữa hai cơ hội việc làm, ở lại quê hay đi ra Bắc, lúc đó sẽ rất xa Di. Vì thế tôi viết thư cho Di, bảo rằng tôi sẽ đợi cô ấy, nếu cô ấy đồng ý lời tỏ tình của tôi thì hãy đến quán quen chúng tôi vẫn hay ngồi. Còn không thì...?

Tôi đã nhờ thằng bạn thân của mình đem đi gửi cô ấy vì nếu tôi trực tiếp gửi thể nào Di cũng sẽ cười tôi: "Ngày nào cũng gặp mà còn vẽ vời viết thư". Thế nhưng cả ngày hôm đó, Di đã không đến, đã không đến cô ấy cũng không hồi âm. Thậm chí ngày hôm sau gặp nhau cô ấy còn lảng tránh tôi. Tôi vẫn còn nhớ rất rõ, đó là chiều hăm tám Tết. Và cũng từ lúc đó tôi vác balo đi xa, và cũng từ lúc đó không còn hăm tám Tết nào chúng tôi cùng nhau đi mua tắc nữa. Thế rồi thời gian không chờ đợi ai cả, đã năm năm trôi qua cho đến khi tôi lại nhận được cuộc gọi bất chợt của Di.

- Đi xe đạp đi, Di có đi xe đến đây rồi.

Thực ra quê tôi cũng nhỏ, cũng đã rất lâu rồi tôi không đi xe đạp nhưng cũng không quá vội vàng nên tôi chấp nhận. Gửi xe lại quán quen, tôi chở Di đi dạo trên những con đường đã bắt đầu đô thị hóa. Mọi thứ rất chậm rãi trên những con đường nhỏ chúng tôi đã đi qua, cứ như một thước phim quay chậm và cả hai chúng tôi đều không biết nói gì.

- Nam có người yêu chưa? Đột nhiên phía sau tôi vang lên tiếng nói.

- Chưa. Sao tự nhiên lại hỏi thế? Định làm mai cho Nam à?

- Hỏi vì thấy thời tiết đang trở lạnh hơn thôi, có người yêu rồi thì không làm thế này được.

Nói rồi tôi chợt thấy bờ lưng của mình đang dần ấm lên như đang có gương mặt của ai chạm nhẹ vào. Và rồi vòng tay bé nhỏ của mối tình đầu từ từ siết chặt lấy tôi, kỳ thực ngọn gió đông còn sót lại khi xuân sang đột nhiên không còn khiến tôi trở nên lạnh lẽo nữa.

Chúng tôi đã mua rất nhiều đồ và dĩ nhiên hai phía gia đình dù vẫn còn rất thân thiết nhưng cũng thấy lạ vì cả hai chúng tôi lại đột nhiên đi cùng nhau như trước. Lúc đi qua nhà Di tôi còn nghe bác gái nói:

- Vậy chắc qua Tết con và Di cùng nhau lên lại

phố nhỉ?

Thì mẹ tôi cũng đã chêm vào:

- Dù sao giờ hai đứa cũng sẽ ở chung một thành phố mà.

Lúc đó tôi mới biết Di đã chuyển chỗ làm đến cùng một thành phố với tôi và tính làm tôi bất ngờ nhưng lại bị các bậc phụ huynh vô tình tiết lộ. Khi về đến nhà rồi tôi vội nhấc máy gọi thằng bạn thân:

- Hôm nay tao gặp Di.

Nó và tôi nói chuyện rất lâu vì nó là đứa biết rõ chuyện của chúng tôi nhất. Cuối cùng, với vẻ hơi dè chừng, nó đã nói với tôi:

- Có việc này tao muốn xin lỗi mày. Cái bức thư năm năm trước mày nhờ tao gửi đó nhớ không? Ngày đó, tao đã quên gửi Di, tao nhét trong túi, mẹ tao không biết nên đã giặt mất. Tao thấy có lỗi lắm nên không nói với mày. Mà ngày hôm sau Di cũng nhờ tao gửi mày bức thư mà thấy nhắc tới thì mày giận nên tao không đưa. Nghĩ đi nghĩ lại tao cứ ăn năn mãi nên giờ mới nói, không biết phải do bức thư đó mà mày và Di không gặp nhau không?

Tôi chạy như bay qua nhà thằng bạn để nó kể rõ đầu đuôi, và nhận lấy lá thư của Di từ năm năm trước mà giờ mới được nhận. Sở dĩ nó vẫn còn giữ vì nó cất trong hộp lưu bút để rồi quên mất, đi làm đủ thứ, may sao mẹ nó vẫn còn giữ trong hộp đồ cũ cất ở trong kho không dọn dẹp. Trong thư viết: "Di thích Nam, nếu thích Di thì hãy qua chở Di đi mua tắc nhé? Còn im lặng thì tự Di hiểu rồi".

Trời ạ, cái thằng! Đã lỡ mất tình cảm của chúng tôi từ năm năm trước, liệu bây giờ có còn kịp không nhỉ, phải chạy qua nhà Di ngay thôi.

Hôm nay, hình như là hăm tám Tết? ■

Mai Hoàng

BÁT CANH SẮN CỦA MẸ

Một chiều lang thang trên phố, giữa dòng người và xe cộ ngược xuôi tấp nập, tôi bỗng khựng lại trước những gánh hàng rong của các bà, các mẹ từ quê lên. Một bên mẹt cam, ổi, táo tỏa hương thơm dịu. Bên kia là mâm khoai, sắn luộc sẵn còn bốc hơi nóng hổi. Nhìn những miếng sắn trắng tinh, lòng tôi cứ thấy nôn nao lạ. Tuổi thơ tôi vốn đã gắn liền với những củ sắn, củ khoai nơi gốc rạ. Để rồi giữa cái ồn ào của phố thị, tôi bỗng thắt lòng nhớ bát canh sắn của mẹ ở quê nhà.

Hồi đó quê tôi nghèo lắm, cái nắng cái gió khắc nghiệt lại càng làm cái nghèo thêm xót xa. Ngày ấy, cả nhà chỉ biết trông chờ vào củ sắn để đi qua cơn đói. Bây giờ, mỗi lần anh em có dịp đoàn tụ, chuyện xưa cứ thế tuôn ra không dứt. Chúng tôi vẫn hay đùa với nhau: "Ngày ấy sao mình giỏi thật! Sáng sắn, trưa sắn, tối cũng lại sắn mà đứa nào cũng ăn ngon lành rồi lớn lên khỏe mạnh. "

Mẹ tôi ngồi cạnh bên, miệng móm mém cười lộ hàm răng đen nhánh do ăn trầu, hóm hỉnh góp vui: "Giỏi là nhờ cái thân già này cả đấy!". Mấy anh em lại tranh nhau ôm lấy mẹ, tiếng cười rộn rã cả gian nhà. Trong mắt chúng tôi, mẹ không chỉ là một người phụ nữ tuyệt vời, mà còn là một "đầu bếp" tài hoa nhất thế gian từ những thức quà quê dân dã.

Thương các con phải ăn sắn thay cơm, mẹ cứ loay hoay nghĩ đủ món để chúng tôi ăn cho đỡ ngán. Hết sắn luộc, sắn nướng, sắn xào, rồi đến chè sắn, bánh sắn... Món nào mẹ cũng làm tỉ mẩn, dồn hết tâm trí vào đó. Thế nhưng, chẳng hiểu sao tôi lại cứ vương vấn mãi món canh sắn. Đó là món ăn giản dị mà in đậm trong trí nhớ của tôi nhất, chẳng thể nào quên được.

Sắn để nấu canh, mẹ thường chọn loại sắn gạo. Mẹ bảo, cứ nhìn củ nào cuống nhỏ thì ít xơ, vỏ bong ra là sắn bở. Tôi vẫn nhớ lần đầu phụ mẹ lột vỏ, tôi còn "tuyên bố" với mẹ là việc này dễ ợt. Thế nhưng bắt tay vào làm mới biết không đơn giản chút nào. Mẹ đưa tôi làm thử một củ, kết quả là củ sắn lẹm hết cả vào ruột, trông sứt sẹo, xấu xí. Nhìn "thành phẩm" của tôi, mẹ chọc quê làm mọi người cười rộ lên khiến tôi ngượng chín mặt.

Để bóc vỏ mà củ sắn vẫn tròn trịa, không bị lẹm,

mẹ lấy mũi liềm rạch một đường xoắn ốc từ cuống tới chóp, rồi cứ thế nhẹ tay khẩy lớp vỏ ra. Sắn bóc xong, mẹ đem ngâm nước lạnh chừng một tiếng cho sạch nhựa và hết vị đắng. Mẹ dặn đừng ngâm lâu quá kẻo sắn lại bị hôi. Cuối cùng, mẹ vớt ra, cắt khúc vừa ăn rồi để cho ráo nước.

Ngày đó làm gì đã có dầu ăn sẵn như bây giờ, trong chạn bát nhà tôi lúc nào cũng sẵn một âu mỡ lợn. Mẹ xúc một thìa mỡ vào nồi, phi hành lên thơm nức rồi cho sắn vào đảo cùng gia vị chừng năm phút cho thấm. Sau đó, mẹ đổ nước vào đun. Chỉ độ hai mươi phút sau là đã có ngay nồi canh sắn nóng hổi, thơm lừng cả gian bếp.

Bữa ăn, mẹ múc cho mỗi đứa một bát canh đầy. Nồi canh mẹ nấu lúc nào cũng vừa vặn: miếng sắn chín tới, bở tơi, ngọt bùi mà không hề bị nát. Húp một ngụm nước canh nóng hổi, tôi cảm nhận rõ cái vị thanh tao, dân dã của đồng quê đang tan ra trên đầu lưỡi. Nhưng có lẽ, điều làm bát canh ấy ngon đến lạ lùng chính là bởi nó được mẹ nấu bằng tất cả sự chắt chiu và tình yêu thương vô bờ bến dành cho chúng tôi.

Vào vụ lúa nương, cả nhà lại được ăn canh sắn với gạo mới. Màu sắn trắng tinh quyện cùng hương gạo đầu mùa thơm phức, tạo nên một mùi vị thật khó tả. Cầm bát cơm chan canh sắn trên tay, tôi thấy ngon chẳng kém gì những món cao lương mỹ vị. Ăn hết bát thứ nhất lại muốn thêm bát thứ hai. Cứ thế, suốt tuổi thơ tôi cứ mong mãi tới bữa cơm để được chờ đợi bát canh sắn diệu kỳ của mẹ.

Vùng trung du quê tôi giờ đã khác xưa, kinh tế khấm khá hơn, cuộc sống người dân cũng nâng cao rõ rệt. Trên nương vườn vẫn còn bóng dáng cây sắn, nhưng chẳng còn ai trồng giống sắn gạo ngày xưa. Người ta thay bằng sắn cao sản, năng suất gấp hai, gấp ba lần nhưng chỉ để dùng cho công nghiệp hay chăn nuôi vì ăn không còn ngon nữa.

Nghĩ lại, lòng tôi cứ thấy chút tiếc nuối, chút hoài niệm xa xăm. Bây giờ, mỗi lần nhìn thấy củ sắn, tôi lại nhớ quay quắt bát canh của mẹ. Thầm cảm ơn bát canh sắn ngọt bùi ngày gian khó đã nuôi tôi khôn lớn, để tôi có được như ngày hôm nay. ■

Hoàng Quân

MƠ GIÓ CA – MALLORCA, TÂY BAN NHA

Cư dân từ trung và bắc Âu rất ưa chuộng vùng đảo của Tây Ban Nha để trốn lạnh. Theo thống kê (trước đại dịch COVID -19), chỉ riêng số du khách từ Đức hằng năm đến đảo Mallorca bằng dân số thủ đô Berlin (3,6 triệu người).

Mallorca là đảo lớn nhất trong quần đảo Baleares Địa Trung Hải thuộc Tây Ban Nha. Baleares xuất xứ từ tiếng Hy Lạp cổ βάλλειν bállein, có nghĩa là ném, phóng. Cách Vương Cung Thánh Đường Palma Cathedral vài phút đi bộ, có hình tượng Người Ném Dây (*Es Foner/ the Slinger*). Chuyện về những người đầu tiên sống ở đảo khoảng thế kỷ 1500 trước công nguyên. Những chiến binh hào hùng, ném dây, bảo vệ cư dân trên đảo thoát khỏi các cuộc tấn công của quân đội và hải tặc.

• Níu kéo mùa hè

Trước đây, tôi biết Mallorca phiên phiến qua hình ảnh vài bãi biển và những quán xá với nhạc xập xình, kiểu ăn chơi không mấy thanh lịch, đài các. Năm nọ, khi mùa thu đang từng bước đúng hẹn trở về đất trời nơi tôi ở, tôi đi Mallorca níu kéo mùa hè. Mallorca có nhiều bãi biển tươi đẹp. Ví dụ như bãi biển Formentor, được xem là một trong những bãi biển đẹp nhất đảo. Tôi chọn bãi biển Lãng Mạn (Playa Romántica), vì tự nhiên có cảm tình với cái tên, mặc dầu bãi biển không có mặt trong bảng xếp hạng. Nhìn những hình ảnh đẹp trong tập quảng cáo, tôi nghĩ, các công ty du lịch chuyên vẽ vời tối đa. Bởi thế, tôi chuẩn bị tinh thần "rút căn", để khỏi thất vọng. Thế mà, khi đến nơi, đứng trên sườn đồi ngắm làn nước trong xanh như ngọc của bãi biển, tôi phải xuýt xoa, phong cảnh đẹp vượt xa những tấm hình. Từ bờ bên này, nhìn xuyên qua những cây dương liễu, ngó xuống biển thấy nước trong vắt. Vịnh kín gió, sóng gợn lăn tăn. Bờ bên kia, những bụi cây xanh dựa lưng trên ghềnh đá trắng xám. Không khí thật êm đềm, thanh nhàn. Đó đây vài du khách nhẩn nha đi dạo, hoặc nhẹ nhàng bơi lội trong làn nước mát rượi. Nắng rực rỡ. Trời xanh ngắt, không một gợn mây. Cảm giác thư thái, phấn chấn yêu đời, hồn tôi rộn rã lời ca tiếng nhạc: *và đời còn mùa hạ tươi vui, và*

Tượng đài Antonio Parietti Coll (Ảnh: tác giả)

lòng còn nhiều điều muốn nói[1]...

Điểm dừng chân kế tiếp là khu quan sát, Mirador Es Colomer, một mỏm đá cao hơn mặt nước biển 200m, trên bán đảo Cap de Formentor hướng tây bắc của Mallorca. Đây là một trong những địa điểm nổi tiếng, được ưa chuộng nhất trên đảo. Đứng đấy du khách có thể ngắm phong cảnh tuyệt vời của bờ biển phía bắc.

Nơi đây có tượng đài Antonio Parietti Coll, một kỹ sư dân Mallorca, người đã thiết kế hoặc cải tạo hầu hết đường sá của đảo từ đầu thế kỷ 20. Những ngày qua, đoàn du khách có những giây phút hồi hộp, gay cấn, những phen nghẹt thở, khi bác tài xế, một tay lái lụa cừ khôi, chạy xe trên những con đường bên núi, bên biển ngoằn ngoèo, hiểm trở. Đứng chụp hình bên tượng đài người "cha đẻ" của những con đường ngoạn mục, tôi phải giữ chặt khăn, áo, túi xách kẻo không, phải ca cẩm *tình tình là gió bay*. Thảo nào, người dân địa phương gọi nơi đây là điểm gặp gỡ của những luồng gió trên đảo.

• Cuevas del Drach - Động Rồng

Động Rồng, động thạch nhũ với chiều dài khoảng 1200 mét, sâu khoảng 25 mét, là một trong những địa điểm thu hút du khách nhiều nhất của đảo Mallorca. Khoảng 3000 năm trước, dân địa phương của đảo đã biết đến Động Rồng. Theo truyền thuyết cổ, những tên hải tặc đã giấu kho báu trong động và giao cho con rồng canh giữ. Từ 1922 Động Rồng bắt đầu được khai thác chuẩn bị cho du lịch. Đến 1936 Động Rồng chính thức mở cổng cho du khách. Trong Động Rồng có nhiều hồ. Hồ Martel, dài khoảng 170 mét, rộng khoảng 40 mét với độ sâu từ 4 mét đến 12 mét, là hồ nằm dưới lòng đất lớn nhất Âu châu. Bên bờ hồ Martel có khán phòng với hơn 1.000 chỗ ngồi cho du khách thưởng thức buổi hòa nhạc tứ tấu trên ghe. Ban Tổ Chức yêu cầu mọi người tuyệt đối giữ yên lặng và không chụp hình. Du khách nhanh chóng vào chỗ ngồi. Trong chốc lát, cả động tối đen, im phăng phắc. Từ một phía hồ, có ánh sáng của ba chiếc ghe chầm chậm nối đuôi nhau xuất hiện. Ghe đầu dẫn đường, ghe giữa lớn nhất, chở ban nhạc, các ông lái đò, tay chèo rất thiện nghệ, ghe lướt nhẹ, không hề nghe tiếng mái chèo đập nước. Ban tứ tấu Quartett, gồm 2 vĩ cầm, 1 đại hồ cầm và 1 phong cầm, chơi vài tiểu đoạn trong tác phẩm của F. Chopin và J. Offenbach. Chỉ còn tiếng nhạc du dương trong không gian huyền ảo. Ai nấy tưởng như ghìm hơi thở, ngại khuấy động không khí lung linh. Ghe chở ban nhạc từ từ khuất bóng, không gian chìm đắm trong dư âm của tiếng đàn. Đèn sáng trở lại. Du khách có thể xuống đi ghe một đoạn ngắn. Mường tượng độ sâu của hồ, những người không biết bơi có lẽ lạnh cẳng. Nhưng ai nấy vẫn hớn hở bước xuống ghe, bởi, bỏ lỡ vài phút cảm giác phiêu lưu mạo hiểm thú vị thế này thì tiếc lắm.

Sau này, nghe ca sĩ Mai Hương và ca sĩ Thái Hiền hát bài *Xuôi Dòng Nước Chảy (Barcarolle from The Tales of Hoffmann)* tôi lại nhớ đến buổi hòa nhạc đặc biệt trong Động Rồng.

• Valldemossa, George Sand, Frédéric Chopin

Valldemossa ở phía tây bắc đảo, là một trong những làng miền núi đẹp nhất của Mallorca. Khoảng hai ngàn dân sống thân thiết bên nhau trong những ngôi nhà bằng đá, mái ngói đỏ kiến trúc truyền thống san sát trên những con đường hẹp giữa chập chùng đồi núi, cây cỏ xanh tươi của làng. Không hẳn nếp sống yên bình của làng thu hút bước chân du khách. Mà có lẽ nhờ nhạc sĩ Frédéric Chopin và nữ văn sĩ George Sand từng đến ở đấy. Thuở ấy, khi ông Chopin gặp bà Sand, bà đã nổi danh. Trong mắt của người trên đảo thời bấy giờ, ông Chopin xanh xao yếu đuối, bà Sand đầy nam tính, cứng cỏi. Những điều chúng tôi nghe từ người dân Mallorca kể hơi khác hơn những điều tìm thấy đó đây trên liên mạng. Bà Sand và hai người con cùng ông Chopin rời Paris vào năm 1838/1839, tìm nơi không khí trong lành để dưỡng sức cũng như chốn yên tĩnh để toàn tâm, toàn ý dành trọn thì giờ cho sáng tác. Họ đến Mallorca không bằng thuyền chở hành khách mà đi trong chuyến tàu hơi nước, chở hàng hóa và gia súc đến đảo. Chuyến đi đầy bão táp. Ông Chopin vốn không được khỏe, nay lại càng ốm yếu thêm. Họ mướn nhà trong làng. Nhưng không lâu sau, họ

1 *Vào Hạ*, nhạc Lê Hựu Hà

bị đuổi ra khỏi nhà, vì chủ nhà nghi ông Chopin mắc bệnh lao phổi. Họ tìm đến ngụ trong tu viện Cartuja de Valldemossa. Mặc dầu bệnh nặng, ông Chopin vẫn tiếp tục sáng tác nhạc. Trong thời gian này, ông Chopin sáng tác *"Prelude in Des-Dur, Op. 28, Nr. 15"*, một trong những tác phẩm nổi tiếng nhất của ông, còn có tên phổ biến là *Raindrop-Prelude*. *"Hạt mưa"* do bà Sand ghép thêm vào tựa của *Prelude*, khi bà liên tưởng tiếng mưa trên mái ngói của tu viện. Người dân Mallorca không dành chút mỹ cảm cho bà Sand. So với thời ấy, bà quá tân thời, quá nổi loạn, quá Paris. Bà không đi nhà thờ, bà mặc quần như đàn ông, trong khi những phụ nữ nơi đây mặc các áo đầm cổ truyền. Hơn nữa, bà lại hút xì gà. Điều làm cho phụ nữ địa phương khó chịu nhất là hai ông bà sống với nhau không có hôn thú. Người dân Mallorca chỉ mong ông bà đi cho khuất mắt. Trong mắt bà Sand, thiên nhiên hoang dã trên đảo mang đến cho bà những cảm hứng phong phú. Nhưng sự xa lánh, ác cảm của người dân đối với bà làm cho cuộc sống của bà nặng nề, bức bối. Mùa đông ở đảo mưa lạnh ẩm ướt làm sức khỏe ông Chopin tồi tệ hơn. Họ đành rời đảo. Trong cuốn sách *Một Mùa Đông ở Mallorca (Un Hiver à Majorque)* bà viết những lời cay cú về người dân ở đây. Bà gọi đây là hải đảo của loài khỉ.

Chúng tôi tìm đến tu viện, muốn xem nơi nhạc sĩ và nữ văn sĩ đã trải qua một mùa đông để đời. Ở góc công viên chúng tôi thấy một quầy có các tranh vẽ màu nước, bưu thiếp, các món quà kỷ niệm nho nhỏ. Bên quầy hàng, một người đang bên giá vẽ với cọ và hộp màu. Thấy chúng tôi đến, ông dừng tay, vui vẻ: "Tất cả các hình vẽ trên những món quà trong quầy này do chính tôi vẽ đấy". Tôi chọn hai miếng bìa làm dấu đọc sách: một với hình Frédéric Chopin, một với hình George Sand. Chúng tôi chăm chú xem tranh, bưu thiếp với những hình vẽ thật mỹ thuật. Ông nói tiếp: "Nếu quý vị có thì giờ, tôi sẽ kể cho nghe về chuyện Chopin đến đây, ở đây như thế nào. Chopin có bệnh, người ta nghi ông ta lao phổi. Nhưng không, ông ta chỉ bệnh bình thường mà thôi". Tiếng nhạc những Preludes của Chopin dặt dìu từ máy hát sau quầy. Thật là một tình cờ lý thú. Chưa tới nửa tiếng đồng hồ, giữa công viên ở Mallorca, chị em tôi gặp một người bán quà lưu niệm, được nghe câu chuyện ngày xưa của một nhạc sĩ và một văn sĩ. Chúng tôi được nghe câu chuyện ngày nay của một người "lẽ ra trở thành họa sĩ". Ông ta thích vẽ từ bé, nhưng lớn lên, không vào trường hội họa, mà học và hành nghề kiến trúc. Nhưng ông vẫn tiếp tục vẽ. Giờ đây về hưu, ông vẽ tranh, làm những sản phẩm, quà lưu niệm, cho khách đến viếng làng, để thấy chút dấu vết của đôi tình nhân nổi tiếng một thời. Câu chuyện lẽ ra còn dài. Nhưng chúng tôi phải trở về nơi hẹn gặp của nhóm du lịch. Chúng tôi cám ơn và chào từ giã trong lưu luyến. Ông nói vội: "Cô chờ một chút." Ông lấy tấm hình Chopin, có nam châm đằng sau, món quà lưu niệm ưa chuộng. Ông bảo: "Hình này tôi vẽ Chopin dựa theo tranh Chopin của họa sĩ Eugène Delacroix. Tôi tặng cô món quà này, vì tôi nghĩ cô thích nó". Thật bất ngờ. Tôi reo lên mừng rỡ: "Vâng, vâng, thưa ông, chắc chắn tôi rất thích món quà đặc biệt này".

• Loanh quanh trên đảo

Công ty du lịch quảng cáo rằng, Mallorca có phong cảnh đẹp, có lịch sử, có văn hóa. Ngoài ra, đây còn là thiên đường của người sành ăn. Giữa những chuyến du ngoạn ngắm tu viện, xem phong cảnh, du khách đủ thì giờ thưởng thức những món đặc sản của đảo. Chúng tôi được thưởng thức Ensaïmada de Mallorca, loại bánh bột có rắc đường mịn bên trên. Ở một cửa hàng bán đặc sản, du khách được ăn Sobrasada, một loại xúc xích cay, với bánh mì, và uống Hierbas, một loại rượu làm bằng thảo dược. Cửa hàng vui vẻ mời du khách ăn, uống thử, không ép uổng gì ai. Thế mà thử xong, ai nấy ra khỏi cửa hàng cũng lủ khủ túi xách, rộn ràng mang chút không khí Mallorca về làm quà cho người nhà.

Chợ phiên hàng tuần Sineu thật nhộn nhịp. Các quầy bán hàng ăn vặt rất hấp dẫn, những món ăn làm tại chỗ thật bắt mắt. Tiếng rao hàng *Keke, keke, lecker, lecker* nghe thật vui tai... Rau trái, hoa quả, thịt cá, gia vị ... phong phú, tha hồ chọn lựa. Các mặt hàng mỹ nghệ thủ công đa dạng: đồ gốm, đồ đất nung, đồ da, hàng thêu ... Khu bán thú vật cũng đặc biệt, trẻ em thích thú ngắm những con vịt, gà, thỏ, cừu con ... trong những lồng lưới nho nhỏ.

Trong đoàn du khách, có ba mẹ con, bà cụ 84 tuổi, hai người con gái ngoài 50. Bà cụ, tuy chống gậy, nhưng ai đến đâu, cụ vẫn theo đấy. Khi leo những bậc cầu thang lên cao, có người trong nhóm tỏ vẻ sốt ruột, ngại bà cụ đi chậm sẽ làm đoàn không đủ thời gian để thăm thú mọi nơi như chương trình. Chúng tôi cùng hai người con gái đứng chờ bà cụ. Tôi vui vẻ: "*Kein Problem. Keine Eile. Wir sind im Urlaub*. Không sao, mình đang du lịch mà, gấp gáp gì đâu". Nhất tiễn song điêu. Đi chậm, chờ bà cụ, tôi có thể nhẩn nha ngắm và kịp chụp hình những ngôi nhà be bé, với hoa lá xinh xắn, những con hẻm nhỏ tạo cảm giác thân thiện. Nhờ chút thiện ý, ba mẹ con bà cụ dành thật nhiều mỹ cảm cho chúng tôi. Họ hỏi đủ thứ chuyện, trầm trồ, người Việt Nam hội nhập rất giỏi vào xã hội Đức, người Việt đứng rất cao trên thang điểm được yêu mến *(Beliebtheitsskala)*. Buổi trưa khi chúng tôi đang thong dong dạo phố chính, cô con gái từ nhà hàng chạy ra ngoắc ngoắc: "Vào đây, vào đây. Ở đây ăn uống ngon lắm". Sau đó, tự nhiên vợ chồng tôi cùng người chị và ba mẹ con bà cụ thành nhóm nhỏ cặp kè nhau đi chơi cho đến ngày về.

• Cờ vàng sọc đỏ

Đảo Mallorca là một phần của vùng tự trị Baleares, Tây Ban Nha. Lá cờ của Mallorca có bốn sọc đỏ trên nền vàng, với một dải màu tím ở góc trên bên trái, trên đó có hình một lâu đài màu trắng. Lá cờ là biểu tượng của đảo Mallorca và thường được trưng bày trong các lễ hội và sự kiện.

Đón chuyến tàu chạy vòng vòng ven biển ngắm cảnh dọc bờ đông của đảo Mallorca. Trời, mây, nước, phong cảnh dọc bờ biển đẹp như tranh vẽ, nhưng lá cờ của Mallorca treo trên đầu tàu hấp dẫn tôi hơn. Tôi hớn hở tìm chỗ đứng để chụp hình với cờ vàng sọc đỏ. Đem hình khoe bạn bè, "nổ" rằng, người ta treo cờ để tiếp đón khách Việt Nam. Một nhỏ bạn tinh mắt, trề môi: "Dư một sọc rồi nghen mậy." Bị lật tẩy, tôi lỏn lẻn cười trừ: "Ừa, ừa, biết chớ. Nhưng muốn tưởng tượng một chút để mơ, để mộng, để nhớ màu cờ". Thế mà, một anh bạn, có lẽ nhẹ dạ, cả tin và quên mang kính "lão", thấy hình hay hay, tưởng thiệt, phóng bút viết bài thơ tặng.

Con Thúy bây giờ trông ngộ quá
Thời gian, không để dấu vết nào
Mây xanh, mây trắng trên đầu gió
Nét thanh tân, lồng lộng trời cao.
Con Thúy bây giờ trông rất xinh,
Trên môi luôn tươi tắn nụ cười
"Bông hoa trên phím" hương còn đọng
"Nhớ tiếng à ơi", của một thời.

(Trần Thảo)

Anh bạn còn chu đáo nhắc đến tựa hai tập truyện ngắn của Hoàng Quân nữa chớ. Làm tôi vui phơi phới. Đám bạn cười rân ran, xúm lại chọc quê anh bạn, cấp cho anh tấm bằng "nịnh tặc". Anh bạn tủm tỉm dễ dãi, lâu lâu tặng cho mấy cô em được vài nụ cười cũng như thang thuốc bổ cho mấy "lão bà bà" hồi xuân.

Nhắc đến chữ Mallorca, tai tôi tự động "chuyển ngữ" thành Mơ Gió Ca, nghe êm êm làm sao. Lần đầu tôi đến Mallorca cuối thu để trốn lạnh của nước

Dưới cờ Mallorca (Ảnh: tác giả)

Đức. Lần sau, tôi đến Mallorca vào mùa hè, trong chuyến du lịch tận hưởng *"Das Beste von Mallorca, Những cái nhất của Mallorca: thiên nhiên, lịch sử, câu chuyện văn chương"*. Tôi được biết, khoảng tháng 2, Mallorca trở thành nàng xuân kiều diễm, đảo trắng xóa ngút ngàn với hơn 6 triệu cây hoa hạt hạnh nhân tỏa hương thơm ngọt ngào, còn được gọi là tuyết Mallorca. Tưởng tượng, một ngày rất gần, trong ánh xuân tràn lan mênh mông của Địa Trung Hải, tôi thì thầm:

"Chào Mallorca, chào Mơ Gió Ca.
Rất vui được gặp lại Mơ Gió Ca..."

TIN SINH HOẠT CỘNG ĐỒNG

Nguyễn Quý Đại phụ trách

CỘNG ĐỒNG NGƯỜI VIỆT KHẮP NƠI TƯỞNG NIỆM 51 NĂM NGÀY 30.4.1975.

Cộng đồng người Việt khắp nơi trên thế giới tham gia vào nhiều sinh hoạt tưởng niệm 51 năm, để tưởng nhớ biến cố 1975, tri ân những người đã hy sinh vì tự do, và nhắc lại hành trình tỵ nạn của hàng triệu người Việt sau ngày miền Nam sụp đổ.

***BERLIN:** Biểu Tình, Hội thảo và văn nghệ, 25.04.2026, 13g30-22g, để nhớ lại nỗi đau ngày 30.4.1975 khi miền Nam tự do bị cưỡng chiếm, Quan chức chế độ VNCH bị tập trung cải tạo, Dân bị đánh tư sản, CS cướp tài sản của dân tịch thu nhà cửa, đuổi đi vùng kinh tế mới... hàng triệu người bỏ nước ra đi tìm Tự Do... Từ 13:30 đến 14:30: biểu tình trước Sứ Quán Việt Cộng, Elsenstr. 3 / 12435 Berlin cho đến 16:00 và 17:30: biểu

tình tại Brandenburger Tor, Pariser Platz/10117 Berlin, rồi tiếp tục tuần hành đến Reichstagsgebäude, Platz der Republik 1, 11011 Berlin. Từ 18:30 đến 22:00: hội thảo và văn nghệ chủ đề Tự Do và Nhân Quyền Việt Nam.

***FRANKFURT**, thứ bảy 25.04.2026 biểu tình trước Tổng lãnh sự CSVN. Lúc 11:00 thứ Bảy 25.04.2026 các Đoàn Thể, Đồng Hương NVTN khắp nơi cùng về địa điểm biểu tình trước Tổng Lãnh Sự CSVN trên đường Kennedyalle 49, 60596 Frankfurt am Main. Ban Tổ Chức đã chuẩn bị đầy đủ biểu ngữ, Cờ Vàng, bích chương và kỹ thuật âm thanh hoàn hảo. Nhận thấy có sự hiện diện của quý đại diện Hội NVTN tại Köln, Hội VHPNVNTD tại Đức, Cộng Đồng NVTD tại München, Cộng Đồng NVTNCS tại Odenwald, Tập thể Cựu Chiến Sĩ VNCH tại Đức, Đảng Dân Tộc tại Đức, đảng Việt Tân tại Frankfurt, hội Chuyên gia Việt Nam, Hội viên hội NVTN tại Frankfurt và quý Đồng Hương NVTN đến từ Hanau, Mannheim, Marburg, Koblenz, Rheinland Pfalz, Stuttgart, Baden-Württemberg, Köln, Odenwald và cô du học sinh gốc Hà Nội đến từ München, đã tận tình giúp Ban Tổ Chức để truyền đạt những yêu sách bằng Đức ngữ của Ban Tổ Chức.

Ban Tổ Chức tại Frankfurt chào mừng quý Đồng hương về tham gia biểu tình như mọi năm... tiếp theo là phát biểu của Đại diện Hội VHPNVNTD tại Đức: Đảng Dân Tộc, Cộng Đồng NVTD München và CĐ NVTN Chính Trị tại Âu Châu, Hội Đồng Quốc Dân Việt Nam... với những tuyên cáo tố cáo tội ác Việt Cộng trong nửa thế kỷ qua (từ ngày 30.4.1975), những bản nhạc đấu tranh, những tiếng hô hào „đả đảo cộng sản VN" „Menschenrechte für Việt Nam" "Freiheit für Việt Nam" "Demokratie für Việt Nam" „Đả đảo Việt cộng buôn dân bán nước" ... dội sang Lãnh sự quán của CSVN bên kia đường, kéo dài đến 14:30 thì bế mạc.

***TẠI HÒA LAN:** Ngày 26/04/2026, nhiều người Việt tại The Hague, Hòa Lan, đã tổ chức buổi xuống đường tưởng niệm ngày 30 tháng 4. Buổi tập hợp diễn ra trước Permanent Court of Arbitration, nơi mang ý nghĩa về công lý quốc tế và tiếng nói của luật pháp.

Những người tham dự mang theo cờ vàng và biểu ngữ, tưởng nhớ hàng triệu người đã mất nước, phải bỏ quê hương ra đi hoặc chịu cảnh tù đày sau năm 1975, cho thấy ký ức về biến cố 30/4 vẫn chưa phai nhạt trong lòng nhiều thế hệ người Việt xa xứ.

Sau phần xuống đường, mọi người trở về hội trường để xem bộ phim *The General, Vietnam in the Age of To Lam.* Tác phẩm tập trung phản ánh thực trạng chính trị và nhân quyền tại Việt Nam dưới thời đương nhiệm, qua đó nối liền ký ức quá khứ với những tranh luận của hiện tại.

***PARIS: 25.04.2026**

Lễ Tưởng Niệm Quốc Hận lần thứ 51 vào ngày thứ bảy 25.04.2026 tại Parc Montreau, 33 Bd Théophile Sueur, 93100 Montreuil: 14h00 – 16h00, ngày 25 tháng 4 năm 2026 Parc Montreau, Montreuil (33 Bd Théophile Sueur, 93100 Montreuil)

-Tưởng nhớ ngày 30.4.1975.

-Tưởng niệm các nạn nhân của CSVN.

-Giữ gìn ký ức và sự thật Lịch sử.

***TẠI CALIFORNIA**

Tại Westminster, Ủy Ban Thực Hiện Đài Tưởng Niệm Thuyền Nhân Việt Nam tổ chức Ngày Thuyền Nhân Việt Nam vào Chủ Nhật, ngày 3 Tháng Năm, 2026, tại Westminster Memorial Park & Mortuary, 14801 Beach Blvd., Westminster, CA 92683.

Buổi lễ nhằm tưởng niệm và cầu nguyện cho hàng trăm ngàn thuyền nhân và bộ nhân Việt Nam đã tử nạn trên đường tìm tự do và nhân quyền sau ngày 30 Tháng Tư 1975. Đây cũng là dịp nhắc nhở các thế hệ mai sau về chứng tích Tâm linh và Lịch sử của người Việt tỵ nạn tại Hoa Kỳ và các Quốc gia tự do trên Thế giới.

Chương trình chính thức bắt đầu lúc 1 giờ chiều với phần văn nghệ, 2 giờ là nghi thức tưởng niệm, và chấm dứt lúc 4 giờ chiều. Đài Tưởng Niệm Thuyền Nhân Việt Nam được khởi xướng bởi nhà thơ Thái Tú Hạp và nhà báo Trần Ái Cẩm.

Từ Westminster đến San José và khắp nơi trên thế giới, các buổi tưởng niệm cùng nhắc lại một sự thật không thể phai: tự do của người Việt tỵ nạn đã được trả bằng chia lìa, nước mắt, và sinh mạng của những người không bao giờ tới được bến bờ.

Nhằm tưởng nhớ và tri ân những hy sinh của Quân Dân Cán Chính Việt Nam Cộng Hòa, cũng như nhìn lại hành trình 51 năm định cư và phát triển của Cộng Đồng Người Việt tại hải ngoại tại San Jose, các buổi lễ tưởng niệm Tháng Tư Đen năm nay được tổ chức một cách long trọng và trang nghiêm tại các địa điểm sau:

-SAN JOSÉ thứ Năm ngày 30 Tháng Tư, 2026, tại Rotary Summit Center., Vietnamese American Roundtable (VAR) tổ chức Lễ Tưởng Niệm lần thứ 51 Ngày Quốc Hận 30 Tháng Tư. Chương trình năm nay mang chủ đề "Futures After Fifty: Finding Freedom", gồm phần trình diễn, phát biểu của đại diện cộng đồng, triển lãm giáo dục về hành trình di dân và tỵ nạn, cùng những sinh hoạt kết nối các thế hệ người Việt.

-Lễ Thượng Kỳ và Tưởng Niệm tại Vườn Truyền Thống Việt (Viet Heritage Garden): Buổi lễ diễn ra trong không gian văn hóa thiêng liêng, nơi quy tụ tinh thần của người Việt tại San Jose để cùng thắp nén hương lòng tưởng nhớ tiền nhân. Lễ thượng kỳ vàng ba sọc đỏ và vinh danh những đóng góp của Cộng Đồng Người Việt trong dòng sinh hoạt của thành phố.

-Tưởng Niệm Ngày Quốc Hận 30 Tháng 4 Tại Bảo Tàng Việt Nam (Viet Museum) các chương trình tưởng

niệm tại Vườn Truyền Thống Việt, Tòa Thị Chính và Quận hạt Santa Clara, một hoạt động vô cùng thiêng liêng và ý nghĩa khác là lễ thắp hương tưởng niệm tại Bảo tàng Việt Nam (Viet Museum) ở San Jose.

Vào ngày 30 tháng 4, quý đồng hương cùng các vị cựu quân nhân cán chính hội ngộ để dâng nén hương lòng lên Anh hùng Tử sĩ và đồng bào đã nằm xuống vì lý tưởng tự do. Đây không chỉ là dịp để Cộng Đồng Người Việt hải ngoại bày tỏ lòng tôn kính, tri ân sâu sắc đến những người đã hy sinh cho quê hương, mà còn là nhịp cầu nối kết các thế hệ. Bảo tàng Việt Nam không chỉ là nơi lưu giữ kỷ vật, mà còn là "ngọn lửa tâm linh". Chúng ta cùng nhau gìn giữ ngọn lửa tâm linh, khẳng định sự gắn kết bền bỉ của người Việt tỵ nạn.

**** TẠI THỦ ĐÔ CANBERRA ÚC***

Ngày 2 tháng 5 năm 2026, Cộng Đồng Người Việt Tự Do Úc Châu (VCA) Biểu tình Tưởng niệm 51 năm biến cố 30/4 trước Đại sứ quán Việt Nam tại Thủ đô Canberra, Úc tưởng niệm Quân Dân Cán Chính đã hy sinh và bị đày đọa trong lao tù cải tạo sau ngày 30.4.1975 khi CS chiếm miền Nam.

Hiện nay ở Úc nhận rất nhiều người đi lao động cũng như du học sinh từ Việt Nam sang... Xảy ra trường hợp:

-Tối ngày 30/4, tại Melbourne, Úc đã diễn ra hai sự kiện ăn mừng và tưởng niệm khác nhau. Cụ thể, hàng trăm du học sinh VN tại Úc tập trung trước Thư viện Tiểu bang Victoria, phất cờ đỏ sao vàng và cờ sao vàng, nền nửa đỏ nửa xanh, ăn mừng "kỷ niệm 51 năm Ngày Giải phóng miền Nam, thống nhất đất nước". Các du học sinh này bật các bài hát như "Nhà tôi treo một lá cờ" và các bài hát sôi động khác, nhảy ăn mừng ngày "thống nhất đất nước". Nhóm trẻ này bị nhồi, ngu xuẩn không biết về Tự Do Nhân Quyền. Yêu chủ nghĩa CS sao không sang Bắc Hàn, Cuba, Tàu để du học mà sang các nước Tư bản để học và hy vọng được ở lại?

-Trong khi đó, trước ga Flinders Street, đông đúc nhất của Melbourne, nhiều người Việt, đa phần là trung và cao niên, lại tưởng niệm "Tháng Tư Đen" (Black April, 1975) với rừng cờ vàng ba sọc đỏ VNCH tung bay, các bảng biểu ngữ với nội dung "we remember, we mourn and we will never forget 30.4.1975" (chúng tôi nhớ, chúng tôi tưởng niệm và chúng tôi sẽ không bao giờ quên 30.4.1975), "Mother VN, WE are still here" (Mẹ Việt Nam, CHÚNG CON vẫn ở đây); "Trả tự do cho những người bất đồng chính kiến đã và đang bị cầm tù"... kêu gọi người Việt cùng đấu tranh cho một Việt Nam Tự Do - Dân Chủ và Công Bằng.■

CÁO PHÓ & CẢM TẠ

Gia đình chúng con xin kính báo đến thân bằng quyến thuộc và thân hữu gần xa được biết:

Thân phụ của chúng con là:

Cụ Ông Nguyễn Quang Lưu

Pháp danh: Thiện Lượng
Sinh quán: Quảng Trị, Việt Nam.
Sinh ngày: 05.05.1939
Vãng sanh lúc 15:20 ngày 26.04.2026
(nhằm ngày 10 tháng 3 năm Bính Ngọ)
tại Hannover, Đức Quốc
Hưởng thượng thọ: 88 tuổi.

Tang quyến chúng con gồm có:

1. Nguyễn Thanh Kim (Thiện Thế) - Thụy Sĩ
2. Nguyễn Thị Trang - Việt Nam
3. Nguyễn Thị Trinh - Việt Nam
4. Nguyễn Quang Bình - Việt Nam
5. Nguyễn Quang Vân - Việt Nam
6. Nguyễn Quang Hùng (Thiện Lực)-Thụy Sĩ
7. Nguyễn Quang Mạnh (Thiện Dũng) - Đức
8. Nguyễn Quang Bibi (Thiện Từ) - Đức
9. Nguyễn Thị Thanh Nga (Thiện Nhựt) - Hoa Kỳ

Gia đình chúng con xin thành kính niệm ân chư Tôn đức Tăng Ni cùng thân bằng quyến thuộc, thân hữu gần xa đã cầu nguyện cho hương linh thân phụ chúng con được vãng sanh về cõi Tây Phương Cực Lạc.

Tang gia đồng cảm tạ.

Nam Mô Tiếp Dẫn Đạo Sư A Di Đà Phật.

CÁO PHÓ

Gia đình chúng tôi xin kính báo tin cùng thân bằng quyến thuộc và bạn hữu xa gần.

Ông Trịnh Văn Thịnh
Pháp danh: Quảng Văn

Sanh ngày: 26.08.1946; đã từ trần vào lúc: 17:50 ngày 21.04.2026, nhằm ngày 5 tháng 3 năm Bính Ngọ. Hưởng thọ 81 tuổi.

hộp thư Viên Giác

Trong thời gian qua VIÊN GIÁC đã nhận được những thư từ, tin tức, tài liệu, bài vở, kinh sách, báo chí của các Tổ Chức, Hội Đoàn, Tôn Giáo và các Văn Thi Hữu khắp các nơi gửi đến.

-Đức: HT Thích Như Điển, Ngô Văn Phát, Đại Nguyên, Thi Thi Hồng Ngọc, Tịnh Ý, Nguyên Hạnh HTD, Từ Đường & Thiện Tâm (GĐPT), Trương Ngọc Thanh, Diệu Danh, Hoa Lan, Trần Thế Thi, Hương Cau.

- Pháp: Hoang Phong, Chúc Thanh.

- Bỉ: Nguyên Trí Hồ Thanh Trước.

- Thụy Sĩ: Trần Thị Nhật Hưng. Song Thư TTH.

- Ý: Trương Văn Dân, Huỳnh Ngọc Nga.

- Áo: Nguyễn Sĩ Long.

- **Hòa Lan:** Hà Bạch Trúc, Nguyễn Hoàn Nguyên.

- Hoa Kỳ: Thích Chúc Hiền, Tuệ Nga, Lâm Minh Anh, Nguyễn Minh Tiến, Tiểu Lục Thần Phong, Thu Hoài.

- Việt Nam: Ht. Thích Thái Hòa, Bs. Đỗ Hồng Ngọc, Tịnh Bình, Lê Hứa Huyền Trân, Tôn Nữ Mỹ Hạnh, Nguyễn An Bình, Phạm Văn Quang, Ngọc Linh, Mai Hoàng.

*** THƯ & SÁCH BÁO**

-Đức: Buddhismus aktuell 2/2026.

-Úc: Pháp Bảo số 111.

-Taiwan: Hai Ch'ao Yin Bi – Monhly Volume 107/4-2026.

Tang lễ cử hành lúc 13:00 giờ ngày 30.04.2026 tại nghĩa trang Städtischer Friedhof am Hellweg, Hellweg 95, 45279 Essen

Trong thời gian tang lễ, có điều chi sơ sót mong quý vị niệm tình thứ lỗi. Xin miễn vòng hoa, nhận phúng điếu để giúp Hội người mù qua chùa Viên Giác như ước nguyện lúc còn sinh tiền.

Tang gia đồng kính báo

Vợ: Nguyễn Thị Tám và các con, cháu.

Trịnh Khắc Huy, Ann Kathryn Trịnh và các cháu nội.

Trịnh Minh Hoàng, Nguyễn Kim Phượng và các cháu nội.

Trịnh Văn Hậu, Anita và các cháu nội.

Trịnh Quang Hiền.

Trịnh Thị Thanh Hoa và cháu ngoại.

Trịnh Kim Thùy và các cháu.

PHÂN ƯU

Nam Mô A Di Đà Phật
Chúng tôi vừa hay tin

Bà BÙI HẠNH NGHI

Nhũ danh Marseille-Therese Công Tằng Tôn Nữ Tiếu Diện đã ra đi vào ngày 9.3.2026. Hưởng đại thọ 87 tuổi.

Lúc sanh tiền tuy hai Ông Bà là người khác đạo, có niềm tin khác nhau. Tuy nhiên chúng tôi rất trân quý những tấm thịnh tình mà Ông và Bà đã hỗ trợ cho Tổ Đình Viên Giác Hannover ngay từ buổi ban đầu. Do vậy khi nghe tin nầy, chúng tôi xin chung lời cầu nguyện với Ông Bùi Hạnh Nghi và mong Bà được tiếp tục sống an vui nơi cõi tịnh.

Thành kính phân ưu

Thích Như Điển, Chùa Viên Giác

Karlsruherstr.6 - 30519 Hannover - Germany

PHÂN ƯU

Vô cùng thương xót khi được tin Phu Nhân của cố Đh. Phạm Ngọc Đảnh, Pd.Trực Ngộ, cựu Phó Hội Trưởng kiêm nhiệm Nội Vụ Hội Phật Tử Việt Nam Tỵ Nạn tại CHLBĐ là:

Bà NGUYỄN THỊ THU HÀ

Pháp danh Đạt Huệ
Sanh ngày 09.02.1935 tại Bến Tre
Đã thuận thế vô thường xả ly Ta Bà khổ ngày 02.04.2026 tại Saigon
nhằm ngày 15.02, năm Bính Ngọ
Thượng Thọ 91 tuổi

Chúng tôi thành tâm Phân Ưu cùng đại gia đình tang quyến, đồng thời thành kính cầu nguyện Đức Phật A Di Đà từ bi phóng hào quang tiếp dẫn Hương Linh Bà Đạt Huệ Nguyễn Thị Thu Hà vãng sanh Tịnh Độ

Nam Mô Tiếp Dẫn Đạo Sư A Di Đà Phật

- Hòa Thượng Thích Như Điển, Phương Trượng Tổ Đình Viên Giác
- Quý Thượng Tọa, Đại Đức Tăng Ni chùa Viên Giác
- Hội và Chi Hội Phật Tử VNTN tại CHLBD
- Chủ Bút, Ban Biên Tập và Kỹ Thuật báo VG
- Gia đình Thị Tâm Ngô Văn Phát, cựu Hội Trưởng Hội Phật Tử VNTN tại CHLBĐ
- Gia đình Diệu Danh Vũ Mai, con nuôi ở Frankfurt.

CÁO PHÓ

Trong niềm tin tuyệt đối vào Chúa Giêsu Kitô Phục Sinh, gia đình chúng tôi đau buồn báo tin cùng Cộng Đoàn, toàn thể thân bằng quyến thuộc, bạn hữu xa gần: Vợ, Mẹ và Bà của chúng tôi:

Bà BÙI HẠNH NGHI

Nhũ danh Marie-Therese Công Tằng
Tôn Nữ Tiếu Diện
Đã được Chúa gọi về lúc 09 giờ ngày thứ Hai 09.03.2026, tại tư gia thành phố Offenbach, Đức Quốc. Hưởng thọ 87 tuổi.

Chương trình Tang lễ:

Thứ Sáu, 24.04.2026, 11 giờ tại Thánh Đường giáo xứ Nikolaus/Bieber Offenbach - Rathausgasse 39 - 63073 Offenbach.

Tang gia đồng kính báo:

Chồng: Dr. Dr. Paul Bùi Hạnh Nghi
Con gái: Maria-Goretti Bùi-Tjoa Nữ Tường Vi
Cháu gái: Gina Tjoa Tường Nguyên
Cháu trai: Kilian Minh Bùi

Cáo phó này thay thế thiệp báo tang. Gia đình chúng tôi xin miễn phúng điếu và vòng hoa.

phương danh cúng dường

(Tính đến ngày 30.04.2026)

Trong thời gian gần đây, Chùa Viên Giác có nhận được tiền của quý Đạo Hữu gửi bằng cách chuyển qua Ngân Hàng hay bằng Bưu Phiếu, nhưng không ghi rõ mục đích. Thí dụ như Cúng Dường, Tu Bổ Chùa, Ấn Tống Kinh, Pháp Bảo v.v...

Ngoài ra có Đạo Hữu nhờ người khác đứng tên chuyển tiền nhưng không rõ chuyển tiền giùm cho ai để Cúng Dường hoặc thanh toán vấn đề gì. Do đó khi nhận được tiền, Chùa không thể nào ghi vào sổ sách được. Để tránh những trở ngại nêu trên, kính xin quý Đạo Hữu khi chuyển tiền hoặc gửi tiền về Chùa nhớ ghi rõ Họ & Tên, địa chỉ đầy đủ và mục đích để Chùa tiện ghi vào sổ sách.

Ngoài ra khi quý vị xem Phương Danh Cúng Dường xin đọc phần trên cùng là tính đến ngày?... tháng?.... để biết rằng tiền đã chuyển đi ngày nào và tại sao chưa có tên trong danh sách.

Chùa có số Konto mới và Tu Viện Viên Đức cũng đã có số Konto (xin xem phía sau). Kính xin quý vị thông cảm cho. Thành thật cám ơn quý Đạo Hữu.

Danh sách PDCD chúng tôi xin phép chỉ đánh máy một lần chữ **ĐH** (Đạo Hữu) ở bên trên.

TAM BẢO

ĐH. Ẩn danh 50€ HHHL Mẹ Nguyễn Thị Hợp. Andre Althof 5€. Bành Tâm Sơn 10€. Bärbe Schachmeda 10€. Basketball Club Rendsburg 345€. Bùi Thị Hồng 100€. Bùi Thị Thái 40€. Bùi Văn Nhất 20€. Bùi Văn Song 100€. Cap Minh Ngọc 50€. Châu 10€. Chị Linh & Anh Phan 174€. Chi Thanh Leuchtweis 200€. Christian Leupold 30€. Cường 5€. Đàm Thị Hoàng Lan 15€. Đặng Đình Nam 50€. Đặng Hồng Việt 30€. Đặng Thị Hạnh & Lê Văn Lương 20€. Đào Thị Thu Hằng 20€. ĐĐ. Thích Hạnh Hoa và Thiền Viện Trúc Lâm 1.740€. Đh Nguyên Thọ & Liên Hoa 43€. ĐH. Ẩn danh 87€. ĐH. Diệp Hoàng Nga 174€ HHHL Lý Bình mất ngày 19.01.2025 nhằm 20 thánh Chạp. Thọ 88 tuổi. ĐH. Diệu Nhã 87€. ĐH. Đức Tường 43€. ĐH. Jendy Vu Lam 43€. ĐH. Khánh Vy Tạ & Khánh Tạ 43€. ĐH. Không Đạo & Không Đức 87€. ĐH. Lâm Khả Minh 87€. ĐH. Lưu Thị Phụng Hà 17€. ĐH. Tâm Bình Trương Tấn Bình 174€. Diệu Chung Hoàng Thị Thủy 30€. Diệu Hiền Phạm Thúy Hạnh 20€. Diệu Hồng Nguyễn Thị Hồng Nhung 20€. Diệu Liên Khuất Thị Thanh Hiền 30€. Diệu Ngọc Nguyễn Thị Thu 20€ HHHL Trần Văn Oai. Diệu Trí Huỳnh Ngọc Mỹ 50€. Đinh Thị Phượng 30€. Đỗ Đình Bình (Thầy Hạnh Định) 1.826,64€. Đỗ Thị Đông 30€. Đồng Bạch Nguyễn Thị Liên 20€. Đồng Bình Bùi Thị Thái 10€. Đồng Hạnh Nguyễn Thị Luân 40€. Đồng Hùng Nguyễn Hữu Hùng & Đồng Xuân Mai Thị Huyền 50€. Đồng Lạc Nguyễn Hùng Anh 20€. Đồng Nhã Bùi Thị Trang 55€. Đồng Thành Hoàng Thị Mơ 20€. Đồng Thuận Lê Thị Hải Yến 50€. Đồng Vinh & Đồng Lạc 50€. Đức 10€. Đức Hoa Nguyễn Thị Cẩm Hương 40€. Fam. Đỗ & Hồ 40€. Fam. Eng Giang 10€. Fam. Nguyễn Anh Linh & Nguyễn Thái Hùng 20€. Fam. Pallao-Vu 20€. Frau Ngô Anh 50€. Gđ. Công Dung 20€. Gđ. Đỗ Thị Hòa 20€. Gđ. Đoàn Văn Đức 50€. Gđ. HL Vũ Đình Tiệp Pd Đồng Sanh 200€. Gđ. Hoàng Văn Thái 50€. Gđ. Kim Hoa Pd Đồng Liên 150€. Gđ. Lange 10€. Gđ. Lê Đức Tuấn & Võ Thị Kim Phượng 20€. Gđ. Nguyễn Duy Khánh 50€. Gđ. Nguyên Hùng & Nguyên Ứng 870€. Gđ. Pt Ngọc Cẩn Trần Thị Lan 100€. Gđ. Sơn Lanh 43€. Gđ. Thiện Học 60€. Gđ. Thiện Học, Thiện Hậu, Thiện Chi & Thiện Thảo 100€. Gđ. Vạn Phụng, Vạn Thiện & Vạn Thành 50€. Gđ. Vũ Đình Tiệp 100€. Gđ.ĐH. Quang Phước & Phương Ngộ 174€. Gđ.ĐH. Thiện Kính & Ngọc Khoan 87€. Gđ.Pt Huệ Phước Đặng Trần Nhật Minh 50€. Gđ.Pt Phan Hữu Quang & Lâm Thị Hải Yến và Phan Quang An 50€. Gđ.Pt Thiện Phước Đặng Trần Nhật Minh 50€. Gđ.Pt Trí Thọ & Huệ Thảo 87€. Henrik Stadnischenko 10€. HHHL Bà Nguyễn Thị Hợp 30€. HHHL Minh Tôn & Thanh Hòa 100€. HL Nguyễn Văn Ánh 50€. HL Trương Thị Lộc Pd Hương Lộc 50€. Hồ Thị Hiền 20€. Hồ Thị Tiến 5€. Hoang Dung Nguyen 15€. Hoàng Thị Hạnh 50€. Hoàng Thị Hậu 30€. Hứa Thiện Thanh 50€. Hugo Cardenas Krenz 50€. Kerstin Drettmann 5€. Lâm Hữu Luân 100€. Lê Đức Nam & Lê Phương Thúy 20€. Lê Hưng 30€. Lê Thị Ngọc 20€. Lê Thị Thanh Nga 50€. Lê-Nguyễn Hương Trà 20€. Leon Phạm (Phạm Ngọc Hạnh) 100€. Lochia 20€. Loh & Nguyen 8€. Lương Thị Hải Yến 10€. Lương Thị Lan 20€. Lương Thị Thìn 10€. Lý Khánh Minh (Thích Hạnh Bổn) 1.217,82€. Mai Khánh Linh 10€. Mai Thị Oanh 40€. Monta Konschan (Bergmann) 50€. Mùi Trinh 20€. Ngân Thebelt Pd Diệu Duyên 100€. Ngọc Diệu Nguyễn-Lê Thiện Ngọc 30€. Nguyễn Bích Liên 10€. Nguyễn Cường 5€. Nguyễn Đình Thọ 10€. Nguyễn Duy Kiên 500€. Nguyễn Hải An Ermin 10€. Nguyễn Hồng Ngân 25€. Nguyễn Hồng Ngọc 10€. Nguyễn Hữu Hùng 20€. Nguyễn Lâm Ngọc 20€. Nguyễn Lan Hương 10€. Nguyễn Linh Chi 10€. Nguyễn Mạnh Tú 50€. Nguyễn Nam Trung 20€. Nguyễn Quốc Hà 30€. Nguyễn Quyết Thắng 20€. Nguyễn T. T. Nhung 30€. Nguyễn Thế Hoan & Nguyễn Thị Oanh 20€. Nguyễn Thị Cẩm Vân 20€. Nguyễn Thị Hương 10€. Nguyễn Thị Khánh 10€. Nguyễn Thị Kim Lan 20€. Nguyễn Thị Mai Lan 50€. Nguyễn Thị Oanh 10€. Nguyễn Thị Phúc 50€. Nguyễn Thị Quyên 70€. Nguyễn Thị Thanh Huyền 20€. Nguyễn Thị Thanh Huyền Pd Thanh Lan 50€ HHHL Mẹ Nguyễn Thị Hợp Pd Giác Tánh. Nguyễn Thị Thanh Kim (Thiện Từ) 200€. Nguyễn Thị Thanh Tú 20€. Nguyễn Thị Thanh Vân 10€. Nguyễn Thị Thu Phương 50€. Nguyễn Thị Thu Thủy & Nguyễn Viết Tấn 100€. Nguyễn Thị Tường Lan 20€. Nguyễn Thị Tuyết Nhung Pd Đồng Ngọc 10€. Nguyễn Thị Xuân Hạnh 50€. Nguyễn Thị Xuân Minh 20€. Nguyễn Thu Hương 20€. Nguyễn Thùy Dương 10€. Nguyễn Thúy Nga 20€. Nguyễn Thúy Ngàn 20€. Nguyễn Trí Thành & Nguyễn Thị Anh 20€. Nguyễn Trụ Pd Phúc Trường 50€. Nguyễn Văn Hữu 10€. Nhuận Chánh Trần Văn Việt & Phạm Thu Hà 170€. Ninh Thị Mộng Tuyền 15€. Ouan & Manh 10€. Phạm Bạch Cúc 15€. Phạm Đình Dự 100€. Phạm Hương Quỳnh 10€. Phạm Thị Cúc 20€. Phạm Thị Thanh Thảo, Hoàng Văn Hồng & Hoàng Thảo My Anja 20€. Phạm Thị Yến 20€. Phạm Thị Yến Chi 5€. Phạm Văn Nam 10€. Phan Thanh Thiện 20€. Phan Thị Lý Pd Diệu Như 300€ (cầu an). Phúc 10€. Phùng Quang Đông 20€. Pt. Phạm Thu Hà & Nhuận Chánh Trần Văn Việt 30€. Pt. Thiện Minh Trí & Diệu Nghiêm 2.174€. Quảng Hòa Nguyễn Văn Tây 20€. Quý ĐH ẩn danh 87€. Sơn Nguyễn 1.217,76€€. Tạ Thị Ngọc Hoa 50€. Tâm Huyền Chu Thị Thanh 50€. Thân Thị Hương 70€. Thanh Peuker 10€. Thiện Đẳng Trần Trí Bình 30€. Thiện Hội Đặng Ngọc Hải 52€. Thiện Tâm Hồ Quang Dũng 20€. Thoại-Đào Trang 108€. Thu Hà Trần, Thái Hiền Nguyễn, Antony Kha Nguyễn, Thái Khang Nguyễn Jenny Thảo Nguyên & Lisa My Nguyễn 50€. Trần Công Việt 10€. Trần Hoài Linh 30€. Trần Ngọc Anh & Lê-Nguyễn Cẩm Tiên 10€. Trần Thị Liên Hương 50€. Trần Thị Mai Liên 50€. Trần Thị Nhung & Nguyễn Tiến Linh 50€. Trần Thị Quang 100€. Trần Thị Thu Trang 50€. Trần Thị Yến 100€. Trần Tú Anh 100€ (cầu an cho chúng sinh). Trúc Mai 20€. Trương Đăng Hải & Bùi Thị Thanh, Trương Thị Nhật Tâm, Trương Mỹ Hoa và Trương Như Quỳnh 5€. Trương Thu Thảo 125€. Trương Tuấn Nghĩa 100€. Tú, Tố Nga 20€. Võ Duy Mỹ Nga 40€. Võ Thị Kim Quyên 30€. Vũ Anh Tuấn 50€. Vũ Đức Cường 50€. Vũ Hữu Hùng 40€. Vũ Minh Thông 100€. Vũ Thanh Huyền Pd Thanh Lan 20€. Vũ Thị Chuốt 20€. Vũ Thị Kim

Nga 10€. Vũ Thị Vân 20€. Vũ Trọng Anh 610€. Vương Thị Ngọc Mai 20€. Vương-Giang 40€. Yuhua Ke, Giang Thị Thu Hương, Giang Tuấn Thành, Giang Tuấn Đạt & Sarah Ke 30€. Lý Thị My (Aschaffenburg) 10€. ĐH. Diệu Trang (Austin) 87€. ĐH. Thiện Thủy 43€. ĐH. Thiện Thúy (Austin/TX) 43€. Nguyễn Thị Phương (Bad Oeynhausen) 20€. Nguyễn Thị Thanh Huyền 20€. Nguyễn Văn Trạm (Belm) 30€. Quảng Hải (Berlin) 30€. Gđ. Diệu Hòa Mai Thị Dậu (Bielefeld) 30€. Chơn Nhơn (Boston) 174€. Chùa Tường Vân 435€. ĐH. Chơn Niệm & Nguyên Thiện 87€. ĐH. Nguyên Thiện & Diệu Bảo 43€. ĐH. Tâm Thiện & Diệu Liên 22€. ĐH. Vân Quảng & Thanh Ngọc 26€. Pt. Suzan 87€. Huỳnh Thị Chan (Braunschweig) 20€. Lê Thị Huê Mỹ 10€ HHHL Thiện Lễ Nguyễn Văn Nhơn. Nguyễn Thị Tuyết Hồng 50€. Frau Nguyễn Thị Mỹ Dung (Bremen) 100€. Đức Tín Ung & Thị Mỹ Hằng Nguyễn Ung và Ung Mỹ Hảo, Ung Mỹ Yến (Bremerhaven) 200€. Nguyễn Thị Hồng Diệp (Celle) 10€. Manuela Horn (Chemnitz) 50€. Đại Đức Thích Phước Hiền (Chicago) 174€. ĐH. Nguyên Thiện (Connectieut.) 87€. Diệu Bảo 87€. Fam. Ngô Văn Lai & Lê Thị Ngọc Lan (Cuxhaven) 50€. Chơn Hằng Tịnh (Thy Lan) (Dallas/USA) 87€. HHHL Lê Hoàng Lâm 43€. HHHL Lê Hoàng Lâm 87€. HHHL Đh Bạch Ngọc Quách Thị Thanh Hải 87€. HHHL Đh Quảng Châu Nguyễn Hữu Quốc 87€. Mai Phạm Heidrich (Wolfgang) 261€. Quý ĐH ẩn danh 140€. Tu Viện Phổ Quang 870€. Cháu Phá Dìn (Dörentrup) 20€. Đỗ Bá Sự & Nguyễn Thị Kim Thanh (Dresden) 20€. Gđ. Dũng & Yến 50€. Gđ. Hồ Minh Tiến & Dương Thu Hường 200€. Gđ. Tiến Hương 50€. Diệu Thủy Nguyễn Thị Toan (Dublin/Ireland) 100€. Đào Thị Hồng Nguyên (Edewecht) 50€. Gđ. Nguyễn Văn An 10€. Trần Võ Tuấn & Ngô Thị Hải (Emden) 100€. Nguyễn Thị Tám (Essen) 100€. Nguyễn Văn Thủy 50€. ĐH. Đồng Quang & Hiền Tâm (Fremont) 87€. ĐH. Lâm Nguyễn - Châu Trần - Michael Nguyễn 174€. ĐH. Matthew Đồng Khánh Hỷ 43€. ĐH. Nhung Võ 87€. ĐH. Phúc Hải - Nhật Hạnh 52€. Pt. Đồng Bảo & Châu Trần 87€. Pt. Nguyễn Thanh Hương 87€. Sư Cô TN Hạnh Trì 2.608€. Fam. Đoàn & Mai (Garbsen) 10€. Phan Thị Tuất 20€. Ouyang Qiufeng (Gelsenkirchen) 500€. Gđ. Lange (Göttingen) 20€. Gđ. Lange 50€. Đào Văn Lý (Hải Phòng/Việt Nam) 50€. Fam. Nguyễn Thanh Hiền & Nguyễn Thành Chung (Hamburg) 50€. Lê Đức Nam 20€. Lê Phương Thúy & Trần Duy Khánh, Trần Gia Khải và Trần Thế Khang 20€. Nguyễn Christine 20€. Nguyễn Thị Thu Thảo 20€. Trương Văn Kiều 100€. Gđ. Nguyễn Thanh Bình (Hameln) 20€. Ngô Thị Thúy 20€. Pt. Vũ Thị Huê 50€. Jiang Bienuell (Hamm) 20€. Bohn-Nguyễn My (Hannover) 10€. Đỗ Thị Thanh Tâm 20€. Gđ. Bùi Hoài Nam & Nguyễn Thị Phương 40€. Gđ.Pt Trần Hoàng Việt 20€. Jolie Kỷ 20€. Lê Thu Hương & Hoa Tú Anh 50€. Loh Kok Min 20€. Mã Lệ Tuyết 20€. Phạm Thị Bích Ngọc 10€. Phạm Thị Thu 20€. Pt. Đồng Xuân Hoàng Thị Lợi 10€. Thiện Phú Lê Bích Lan 20€. Mạch Gia Lạc (Hassloch) 20€. Gđ.Pt Nguyễn Thị Hoa (Hildesheim) 50€ HHHL Trương Thị Lộc Pd Hương Lộc & HL Nguyễn Văn Ánh. Nguyễn Phước Hạ Uyên 20€. Chùa Huê Lâm (Hoa Kỳ) 174€. Đh Phước Nghiêm (Houston) 261€. Đh. Trương Hoa 43€. TT Thích Minh Phước 87€. Tu Viện Phước Đức 348€. Gđ.Pt Nhuận Hòa (Houston/Texas) 174€. Xuân Thảo Đường 261€. Đồng Lạc Nguyễn Hùng Anh (Ibbenbüren) 25€. Gđ. Nguyễn Thị Hương & Nguyễn Ngọc Châu 50€ HHHL Nguyễn Văn Tiếng Pd Đồng Sanh và HL La Thị Buối Pd Đồng Sanh. Phạm Thị Lan Anh (IN) 30€. Bác sĩ Nguyên Thọ & Huệ Hà (Jacsonville) 43€. Chùa Hải Đức (Jacsonville) 870€. Đh Khôi & Thu (Jacsonville) 87€. Đh Nguyên Thanh 43€. Đh Thiện Vũ & Đh Thiện Niệm (Jacsonville) 870€. Quý ĐH ẩn danh (Jacsonville) 191€. Thị Bình Nguyễn-Drebelow (Jesteburg) 70€. Nguyễn Thị Thanh Hương (Kaarst) 100€ HHHL Bác Quảng Phước Phạm Thị Hiền cùng gia đình Thất Tổ Nội và Ngoại. Nguyễn Thị Hưng (Kamp-Lintfort) 50€. Michelle Hương Hajeh (Kornwestheim) 50€. Nguyễn Thị Bích Hường 50€. Fam. Phạm Vinh & Lan (Krefeld) 20€. Gđ.HL Quách Thị Mùi 1.000€ HHHL Quách Thị Mùi Pd Diệu Nhân & Liên Cẩm Phong Pd Thiện Nghĩa. Lý Hồng Tiên 50€. Pt. Phan Thị Hồng Vinh (Lachendorf) 30€. Nguyễn Đình Nghiệm (Leer) 50€. Gđ. Phạm Ngọc Hải & Đồng Hoa Nguyễn Thị Thu Hương (Lehrte) 30€. Nam Hằng 30€. Nguyễn Thị Tuyết (Leipzig) 20€. Phan Thị Ngoan 50€. Tịnh Viện Quan Âm (MA) 174€. Bùi Thị Thủy (Mainz) 40€. Nguyễn Lan Anh (Marburg) 20€. Gđ. Nguyễn Tiến Thành & Vũ Hoàng Lê (Marktreduitz) 20€. Lê Anh Tuấn (München) 20€. Fam. Cúc Klein (Münster) 70€. Gđ. Tô Đình Thương & Nguyễn Thục Anh (Nesse-Apfelstädt) 400€. Cao Thị Mơ (Neu-Anspach) 20€. Tạ Hồng Sinh (Neu-Isenburg) 20€. Nguyễn Thế Pháp & Phạm Thị Sương (Nghệ An/Việt Nam) 20€. Hoàng Lê (Nienburg) 20€. Bùi Văn Nhật (Norden) 20€. Nguyễn Hiếu Nghĩa (Norderney) 20€. Nguyễn Thị Hoàng Giang, Vũ Hồng Minh, Dương Anh Tuấn & Đinh Thị Hồng Đoàn 100€. Phạm Ngọc Anh & Lê Bạch Yến (Northeim) 20€. Đh. Ẩn danh (Oklahoma) 87€. ĐH. Chơn Tâm Tuệ 87€. ĐH. Đăng Hoàng Trần & Lưu Hà Tạ Trương 70€. ĐH. Minh Lý & Diệu Châu 87€. ĐH. Ngọc Mỹ 174€. ĐH. Tâm Hương 87€. ĐH. Trần Cao Thắng & Phương Uyên 174€. ĐH. Từ Quang 52€. ĐH. Vĩnh Tuấn & Viên Hương 43€. Gđ.ĐH. Diệu Minh (Ánh) 87€. Gđ.ĐH. Quảng Chương & Diệu Quý 87€. Quý Phật Tử cúng dường Trai Tăng tại Thiền Viện Chánh Pháp 174€. Thiền Viện Chánh Pháp 1.000€. Thị Thu Thảo Rohmann (Osnabrück) 50€. Gđ. Lê Hồ Nam (Papenburg) 20€. Chùa Giác Lâm (Philadelphia) 261€. Quý PT ẩn danh chùa Giác Lâm 261€. Gđ. Kiều Việt Hưng (Pirna) 100€. Tu Viện Quan Âm (Red Lands.) 435€. Nguyễn Tuyết Minh (Richlingen) 20€. Phạm Vân Anh & Phạm Quang Tiền (Rosdorf) 300€. Thiện Hương Lê Thị Huỳnh Hoa (Saarburg) 200€ HHHL Từ Hùng Trần Phong Lưu. HL ĐH. Nguyên Hải (Sacramento) 435€. Thị Thu Huyền Wedemeyer (Salzgitter) 50€. Nguyễn Thị Hồng Thanh (Salzwedel) 50€. Chùa Đại Nhật Như Lai (San Jose) 435€. ĐH. Chơn Bạch 43€. ĐH. Diệu Kim 87€. ĐH. Diệu Lạc & Tâm Hạnh 87€. ĐH. Diệu Liên 43€. ĐH. Tâm Nguyệt 87€. Gđ. Đh Diệu Hoàng 435€. Gđ. Đh Đồng Từ 870€. Gđ. Đh Ngọc Hoà 435€. Pt Nhật Hòa Trang 43€. Pt. Vinh 87€. Thiện Hội 435€. Ẩn danh (Santa Ana) 261€. ĐH. Anh Thư 174€. ĐH. Helene 261€. ĐH. Nguyên Diện 43€. ĐH. Quảng Hiếu 261€. ĐH. Quảng Nguyên Phương 87€. ĐH. Tâm Thanh Lượng & Tâm Trí Minh 87€. ĐH. Tâm Tường Huệ & ĐH. Nguyên Huệ 87€. ĐH. Thanh Hiền & Thiện Đạt 174€. Hội Phật Học Đuốc Tuệ 174€. Pt. Thiện Trụ Thomas Nguyễn 43€. Vũ Thị Lan Anh (Sassnitz) 20€. ĐH. Kiều Đàm Di (Shanga) 530€. Hồ Minh Đa (Steinfurt) 50€. Nguyễn Minh Nguyệt (Steinhude) 20€. Hoàng Văn Chiến (Suhl) 300€. Hoàng Văn Chiến & Đặng Thị Khánh Nhung 500€. Lương Man Long (Syke) 20€. ĐH. Chơn Thuận & Phổ Tấn (Texas) 87€. ĐH. Tâm Phước 87€. ĐH. Ẩn danh (Úc) 304€. Cô Mỹ (Thầy Đá) (Việt Nam) 435€. Phúc Hằng 20€. Chùa Giác Sơn (Virginia) 174€. Chùa Niết Bàn (Virginia) 870€. ĐH. Minh Liên (Virginia) 43€. ĐH. Ngọc Tuyết Hàng Ngọc Anh 261€. ĐH. Thánh Viên Diệu 17€. ĐH. Viên Tuyết & Từ Thanh 17€. Quý PT chùa Giác Sơn 870€. Dr. Đặng Ngọc Lưu (Waghausel) 200€ HHHL Ông Nguyễn Văn Diệp. Đỗ Hoài Nam (Wedel) 50€. Nguyễn Xuân Hoàng (Wolfsburg) 50€. Lê Văn Thạch & Đào Tú Uyên và Đào Lê Vi Jasmin, Đào Tú Lê Thu An, Lê Việt Tim (Zwickau) 50€. Quý Đạo Hữu ẩn danh 279€.

-Khóa Tu học Phật Pháp Âu Châu kỳ 37

Gia Nghi Hồng 100€.

*** Báo Viên Giác**

Lý Lăng Mai 30€ (Phân Ưu của Chi Hội Saarland). Ngô-Trần Thị Bích Thủy 30€. Nguyễn Duy Kiên 120€ (Phân Ưu Cụ Bà Tô Thị Tư). Vương Ngô Anh 40€. Lý Thị My (Aschaffenburg) 40€. Trần Ngọc Em (Berlin) 20€. Nguyễn Bạch Tuyết (Bonn) 30€. Nguyễn Hương Giang (Braubach) 30€. Huỳnh Thị Chan (Braunschweig) 20€. Lê Thị Huê Mỹ 20€. Nguyễn Văn Hùng 20€. Vũ Công Dinh (Bremen) 40€. Đức Tín Ung & Thị Mỹ Hằng Nguyễn Ung và Ung Mỹ Hảo, Ung Mỹ Yến (Bremerhaven) 100€. Nguyên-Ung 50€. Nguyễn Anh Tuấn & Vũ Thu Hương (Erlangen) 50€. Dương Văn Phương (Essen) 20€. Nguyễn Hoàng Anh (France) 100€. Nguyễn Văn Đông (Freiburg) 100€. Nguyễn Thị Thu Thủy (Fürstenfeldbruck) 20€. Vũ Quỳnh Hoa (Göppingen) 30€. Hán Văn Tài (Hamburg) 30€. Trần Văn Hùng (Hanau) 30€. Nguyễn Thị Thanh Thủy (Hannover) 20€. Phương Thế Hùng 20€. Mạch Gia Lạc (Hassloch) 40€. Phạm Văn Dũng (Hildesheim) 30€. Thị Bình Nguyễn-Drebelow (Jesteburg) 30€. Trần Xuân Hải (Korntal Munchingen) 40€. Lâm Ý Xuân (Leer) 30€. Phan Thanh Hoa (Lindau) 20€. Mai Văn Tâm & Nguyễn Thị Bạch Nga (Lüdenscheid) 100€. Mimi Trang (Michelstadt) 50€. Lê Hoàng Anh (Neuss) 20€. Bùi Văn Tân (Nürnberg) 20€. Trịnh Thị Hoài Thu (Oberhausen) 30€. ĐH. Minh Lý & Diệu Châu (Oklahoma) 174€. ĐH. Thái D. Lê 43€. Hoàng Văn Thành (Regensburg) 20€. Nguyễn Đình Chương (Remscheid) 20€. Lê Thị Huỳnh Hoa (Saarburg) 150€. Huỳnh Minh Tân (Saarlouis) 20€. Gđ. Đh Đồng Từ (San Jose) 87€. Nguyễn Minh Tường (Schlüchtern) 50€. Nguyễn Văn Quan (Sudbrookmerland) 40€. Lương Man Long (Syke) 30€. Võ Joséphine (Troyes/France) 50€. Hồ Văn Lực (Vilshofen) 20€. Trương Văn Ký (VS. Villingen) 50€. Vương Tai Hung (Weil an Rhein) 25€.

*** TƯỢNG PHẬT**

-Quan Âm: Fam. Rich Wien (Halle/S) 50€. Lý Trung Hà Pd Ngawang Samdrup (Osnabrück) 40€.

-Thiên Thủ Thiên Nhãn: Thiện Hà Đặng Thị Hằng Teickner (Langenhagen) 60€.

-Địa Tạng Vương: Gđ. Quỳnh & Nhung (Hannover) 20€.

*** SỬA CHÙA**

Giang Thái An (Mannheim) 200€. Fam. Võ & Ngô (Wolfsburg) 30€.

*** ĐÈN DƯỢC SƯ**

Đàm Thị Hoàng Lan 5€. Huỳnh Thị Hà Hưng 10€. Ngô-Trần Thị Bích Thủy 20€. Gđ. Quỳnh Nhung (Hannover) 10€.

*** TRAI TĂNG**

Lê Thị Huê Mỹ (Braunshcweig) 10€ HHHL Thiện Lễ Nguyễn Văn Nhơn.

*** TẾT & Rằm Tháng Giêng**

Ẩn danh 20€. Bùi Hải Bằng 20€. Diệu Duyên Phùng Kim Thái 50€. Đinh Thị Thùy Dung 60€. Đỗ Quốc Hùng 20€. Fam. Dùn - Hồ A Thị 10€. Gđ. Nguyễn Kiên Trung & Nguyễn Thị Xim 30€. Gđ. Toàn & Linh 20€. Lâm Thanh Vũ & Lâm Thúy Nguyên 20€. Lê Hoàng Yến 50€. Lê Hữu Luyện 50€. Lê Phương Nga 10€. Nguyễn Anh Tùng 20€. Nguyễn Be Ha 60€. Nguyễn Hoàng Hà 40€. Nguyễn Hữu Tri Quan 20€. Nguyễn Minh Tân 20€. Nguyễn Thị Cẩm Anh 5€. Nguyễn Thị Đào Nguyên 20€. Nguyễn Thị Tuyết 10€. Nguyễn Trân Pd Đồng Sanh 20€. Nguyễn Trường Chinh 50€. Phạm Mạnh Hoàn 40€. Phạm Ngọc Anh & Lê Bạch Yến 20€. Pt. Đinh Thiên Nhiên 10€. Thanh Quốc Vưu & Lê Hùng Vưu-Dùn 10€. Thị Kim Nhung 20€. Trần Minh Tiến 20€. Trần Thanh Thủy 50€. Trần Vĩnh Phước 20€. Đỗ

Thị Thu Hương (Apolda) 20€. Hoàng Thị Xuân (Artern/Thüringen) 20€. Sabine & Long Nguyễn (Bad Zwischenahn) 100€. Hoàng Thị Yến (Emden) 30€. Nguyễn Diệu Huyền 30€. Nguyễn Thị Hoa (Essen) 50€. Nguyễn Thị Ngọc Diệp (Freiburg) 20€. Nguyễn Thị Thanh (Göppingen) 20€. Đào Thu Hương (Hannover) 50€. Nguyễn Anh Thái (HBS) 20€. Gđ. Phạm Văn Hiệu (Köln) 50€. Trần Thị Bích 10€. Nguyễn Thị Ngọc Ánh & Nguyễn Tuấn Tùng và Nguyễn Mila, Nguyễn Jolie (Magdeburg) 50€. Lại Kiên Cường (Salzwedel) 20€. Nguyễn Thị Hường & Tạ Đình Ngoạn (Semmenstedt) 100€. Vũ Kim Tuyết (Solingen) 50€. Phạm Mạnh Hùng (Wernigerode) 50€. Pt. Nguyễn Văn Quang & Dương Thị Tiệp (Wolfenbüttel) 100€.

*** Học Viện Phật Giáo Viên Giác**

Bành Tâm Sơn 20€. Cô Chú Hương Tuấn 174€. Diệp Chi Lan 120€. Gđ. Anthony Lang 87€ HHHL Tôn Nữ Cẩm Quỳ-Chơn Lan. Gđ. Chú Thành & Cô Xuân 174€. Gđ. Liên Xiếu En, Liên Nguyệt Lý & Liên Tú Vân 1.500€. Gđ. Nguyễn Văn Kiên & Nguyễn T.H. Mận 300€. Gđ.Pt Phương Thảo Nguyễn Thụy Thảo 1.740€. Hứa Thiện Thanh 150€ HHHL Đức Thắng. Mùi Trinh 20€. Nguyễn Thị Thu Hương 100€. Nguyễn Văn Phát 5.000€. Nha Xanh GmbH 600€. Quý Phật Tử ẩn danh (buổi Pháp Thoại) 1.174€. Tame Bolts 30€ HHHL Thái Văn Mùi. Thái Văn Anh & Thái-Trần Thị Ý Nhi 220€ HHHL Đức Thắng Thái Văn Mùi. Văn Công Trâm, Văn Công Tuấn & La Huệ Phấn 4.500€. Thiện Tùng Thái Văn Lâm (Aurich) 300€. Trương Tuyên & Alexander Finke 100€ HHHL Đức Thắng Thái Văn Mùi. HH chư HL Đức Dương, HL Lê Quang Minh & HL Đức Thường (Austin) 218€. Sư Cô Thích Nữ Thanh Chân (Australien) 2.586€. Ẩn danh (Berlin) 200€. Trụ Trì chùa Tường Vân, TT. Tâm Hỷ (Boston) 1.304€. Lê Thị Huê Mỹ (Braunschweig) 10€ HHHL Thiện Lễ Nguyễn Văn Nhơn. Chùa Quan Âm (Canada) 1.694,34€. Gđ. Quảng Anh (Kiệt) (Dallas) 870€. Gđ.Đh Thân Quán & Thân Dung và Đỗ Thị Sang Pd Thiện Thành 435€. Ẩn danh (Dallas/USA) 87€. Đh Quảng Hạnh 435€. Đh. Thụy Mỹ 1.740€. Gđ.Đh Thân Đoan & Thân Mẫu 1.740€. Quách Thị Ngọc Huệ (Frankfurt/M) 50€. Gđ. Lange (Göttingen) 50€. Đh. Trương Hoa (Houston) 174€. Đồng Giới Nguyễn Thị Thu (Ihlow) 500€ HHHL Đức Thắng Thái Văn Mùi. Đh Châu Ngọc (Jacsonville) 1.740€. Đh Nguyên Long & Đh Nguyên Chỉnh 870€. Gđ. Nguyễn Thị Thanh Hương (Kaarst) 100€. Thị Tâm Ngô Văn Phát (Laatzen) 1.500€ HH công đức cho Tứ Trọng Ân. Thông Giác Trần Tú Anh (Neuss) 500€. Thiện Hạnh Võ Thị Mỹ (Nürnberg) 1.000€. ĐH. Ẩn danh (Oklahoma) 174€. ĐH. Ẩn danh 261€. ĐH. Chúc Phổ 870€. ĐH. Minh Lý & Diệu Châu 1.740€. ĐH. Thái D. Lê 174€. ĐH. Thân Thế Thúy Nguyễn 174€. ĐH. Thiện Tâm & Thiện Đức 1.740€. Gđ. ĐH Quang Minh & Phương Hạnh, Phương Đức 4.348€. Gđ. ĐH. Chơn Hiền Thảo 1.740€. Hai con của ĐH Thiện Tâm & Thiện Đức (Duy & Don) 870€. Thiền Viện Chánh Pháp 4.348€. Ni Sư Tịnh Quang & Phật Tử chùa Quan Âm (Redland, San Tana) 1.740€. Tu Viện Quan Âm (Redlands) 304€. ĐH. Chơn Bạch (San Jose) 1.740€. PT. Vân Quảng Diệu Anh 174€. ĐH. Ngọc Tuyết Hàng Ngọc Anh (Virginia) 174€. ĐH. Châu Ngọc & Phương Y (Wichita) 174€. ĐH. Hiền Nghiêm & Huệ Nghiêm 435€. Gđ. ĐH. Quảng Trúc 870€. Diệu Thịnh (Wilhelmshafen) 100€. Nguyên Hựu (USA) 870€, Diệu Hòa Trần Nương Bảo (FF) 1.740€.

***TỪ THIỆN & XÃ HỘI**

-Cô nhi, Cùi, Mù & Dưỡng lão: Đồng Bảo Trương Mỹ Châu 50€. Thiện Mỹ Lưu Hạnh Dung 50€. Lý Thị My (Aschaffenburg) 25€. Đào Thị Hồng Nguyên (Edewecht) 150€. Dr. Hoàng Cương Nguyễn & Dr. Nguyễn Thị Minh Ngọc (Hamburg) 50€. Thị Thu Thảo Rohmann (Osnabrück) 50€.

-Nồi cháo tình thương: Trương Văn Ký (VS. Villingen) 50€.

-Mổ mắt tìm lại ánh sáng: Nguyễn Thị Thu Thủy (Fürstenfeldbruck) 30€. Trương Văn Ký (VS.Villingen) 50€.

-Phóng sanh: Thiện Mỹ Lưu Hạnh Dung 50€. Trương Văn Ký (VS. Villingen) 50€.

*** Học bổng Tăng Ni Ấn Độ:** Ẩn danh 50€.

***Học bổng Tăng Ni Việt Nam:** Bành Tâm Sơn (Wiesbaden) 20€.

*** KÝ TỰ**

Huỳnh Thị Chan (Braunschweig) 10€. Đồng Giới Nguyễn Thị Thu (Ihlow) 100€ HL Nguyễn Thị Kha.

*** QUẢNG CÁO**

Hoa Lê Finanztransfer GmbH 530€. Michael Nguyen (Đông Nam) 530€. Ngô Phú Hải (Berlin) 280€.

ĐỊNH KỲ (Tháng 3 & 4/2026)

An Duyên Nguyễn Thị Nhứt 20€. Chöling 700€. Christian Leupold 30€. Đặng Quốc Minh 20€. Đào Thị Hiền 80€. Diệu Khai, Diệu Ngọc & Quảng Tâm 100€. Đinh Anh Tuấn & Dương Thị Hồng Đoàn 20€. Đỗ Thái Bằng 60€. Đỗ Thị Hồng Hạnh 10€. Đoàn Thanh Vũ Phước 20€ HHHL Bà Võ Thị Hai Pd Đồng Phước. Đồng Giới Nguyễn Thị Thu 20€. Gđ. Thị Thiện Phạm Công Hoàng 50€. Hà Ngọc Kim 50€ HHHL Đinh Thị Hội Pd Diệu Hạnh. Hồ Thị Nguyệt 50€. Hoàng Thị Nhung 10€ HHHL Bố Hoàng Văn Lịch. Hoàng Thị Phúc 20€. Hoàng Thị Tân 120€. Hồng Nghiệp Phan Quỳnh Trâm 10€. Hứa Thiện Cao 10€. Hue Wollenberg 20€. Lâm Thị San 20€. Lê Minh Sang 60€. Lê Thị Ngọc Hân 150€. Lê Thị Tiến 50€. Lê Thùy Dương 20€. Lê Văn Đức 20€. Lý Kiến Cường 30€. Manuela Horn 20€. Ngô Thị Thắng 20,46€. Nguyễn Hoàng Vũ & Nguyễn Thị Thanh Phương 20€. Nguyễn Liên Hương 40€. Nguyễn Ngọc Đương 10€. Nguyễn Quang Hùng 30€. Nguyễn Quốc Định 30€. Nguyễn Thị Diệu Hạnh 60€. Nguyễn Thị Hiền 20€. Nguyễn Thị Hồng Quyên 20€. Nguyễn Thị Kim Lệ 20€. Nguyễn Thị Minh Sáu 40€. Nguyễn Thị Ngọc Lan 25€ HHHL Mẹ Nguyễn Thị Phụng Pd Đồng Phước. Nguyễn Thị Ngọc Thảo 75€. Nguyễn Thị Thắm 20€. Nguyễn Thiện Đức 100€. Phạm Thị Mai & Minh Trương 40€. Phạm Văn Dũng & Đỗ Thị Cúc 12€. Phan Đình Du 100€. Phan Thị Dương 25,56€. Phan Thị Lan 20€. Phùng Văn Thanh 20€. Quách-Lê Thị Kim Thu 50€. Quảng Thiện Nguyễn Trọng Bình 40€. Sabine & Phan Trương Trần Vũ 100€. Tạ Thị Ngọc Dung 60€. Thái Kim Sơn 80€. Thái Quang Minh 200€. Thị Bích Lan Nguyễn-Erhart 30€. Thiện Chơn Ngô Quang Vinh 40€. Thiện Độ Ngô Quang Đức 40€. Tôn Thúy 40€. Trần Mạnh Thắng 100€. Trần Tân Tiếng 22€. Trần Thị Kiều Nga 20€. Trần Thị Ngọc Anh (Trần Lăng Hía) 20€. Trần Thị Thanh 30€. Trần Thị Thu Thủy 10,22€. Trần Văn Dân 15€. Trịnh Thị Tươi 1,98€. Trương Ngọc 100€. Uông Minh Trung 20€. Võ Thị My 20,46€. Võ Thị Mỹ 20€. Võ Văn Hùng 30€. Vũ Đình Đức 30€. Vũ Quang Tú 100€. Vũ Thị Tường Nhân 20,46€. Young Thị Thanh 30€.

Tu Viện VIÊN ĐỨC

(01.03.2026 - 31.03.2026)

TAM BẢO

An Dũng Phạm Đăng Anh Tuấn, Huệ Kiết & Thiện Bảo (Kassel) 100€. Asia Phan Đạt (Meckenburg) 200€. Bành Hên 110€. Chị Thúy Pd Đồng Liên & Anh Việt Pd Đồng Nam 100€. Công Thanh Dương 50€. Đặng Thị Hải Vân (Ulm) 10€. Đặng Xuân Hùng 300€. Diệu Ngọc & Quảng Tâm 60€. Diệu Phương 20€. Đinh Thị Thơm 50€. Đỗ Thị Nhàn (Bad Waldsee) 20€. Đỗ Trung (Biberach) 40€. Đỗ Văn Khôi 50€. Đỗ Văn Vinh 30€. Đồng Dung Nguyễn Thu Trang 40€. Đồng Huệ Huỳnh Thị Đại 50€. Đồng Ngọc Đào Thúy Uyên 100€ (Định kỳ). Dương Thị Ngọc Liên 30€. Dương Tu Cường 50€. Fam. Chị Thuý Pd Đồng Liên & Anh Việt Pd Đồng Nam (Karlsruhe) 100€. Fam. Diệu Tiết Huỳnh Thị Phương Chi & Thảo Melanie Kiefer 50€ HHHL Đồng Tùng Reinhol Kiefer được vãng sanh Cực Lạc Quốc. Fam. Giang 20€. Fam. Giang To 5€. Fam. Huỳnh & Đông 20€. Fam. Linh & Uyên (Karlsruhe) 100€. Fam. Nguyễn (Nguyễn Thiện Lộc) (Groß-Gerau) 50€. Fam. Phan: Triệu Hân, Nguyệt Anh, Liliane, Vanessa & Billy 50€. Gđ. Bác Thiện Đức 500€ HHHL Bác Thiện Hương được siêu sanh Cực Lạc Quốc. Gđ. Đồng Nam 200€ HHHL Nguyễn Thị Điệp. Gđ. Hà Đức, Hà An &, Đức Anh (Immenstadt) 50€. Gđ. Họ Phạm, Leah Mea, Phạm Thái Nhật Long và Phạm Thái Phi Long (Günzburg) 100€. Gđ. Hồ Thị Hạnh 20€. Gđ. Hùng & Mỹ và Vinh, Hào 50€. Gđ. Huỳnh Cuối Liếu 20€. Gđ. Lâm Nguyễn (Lindenberg) 100€. Gđ. Linh & Uyên (Karlsruhe) 100€ HHHL Lê Thị Bé. Gđ. Lưu Phước Lai (FN) 30€. Gđ. Mạch Khung & Kim Xiếu (Friedrichshafen) 50€. Gđ. Minh Đức Trần Tuấn Hùng (Nordlingen) 100€. Gđ. Ngô Văn Chia & Hồ Thị Thu Hồng (Áo Quốc) 30€. Gđ. Nguyễn Sơn Tùng, Nguyễn Thị Thảo, Nguyễn Thái Sơn & Nguyễn Như Ý 100€. Gđ. Nguyễn Thắng Đức, Trần Thanh Hà, Nguyễn Cinly Hà Anh và Nguyễn Johnny Đức Anh (Immenstadt) 100€. Gđ. Phạm Chảy & Phạm Tú Anh 50€. Gđ. Phạm Thái Dũng 50€. Gđ. Quảng Minh Lê Minh Hoàng Lucky (Ulm) 150€. Gđ. Thạnh & Linh và Jan 500€. Gđ. Tôn Trang (Lindau) 20€. Gđ. Việt Tuyển (Neukirch) 20€. Gđ. Vương & Chan (Schweiz) 30€. Gđ. Vy Huy (Friedrichshafen) 100€. Gđ. Xuân Khanh & Kiều Hạnh (Oberstdorf) 50€. Hạ Uyên Lý 10€. Hồ Thị Thanh Bình 60€. Hoàng Minh Triệu 40€. Hoàng Sang Lưu (Biberach) 40€. Hồi hướng cho Cha Hồ Xuân Ngộ và Mẹ Huỳnh Thị Guổi 100€. Huệ Đạo Trần Thị Hồng & Lưu Mecheal 40€. Kann Vilaysane (Minh Quang) (Köln) 30€. Kim Loan 20€. Kim Ngọc Lý 10€. La Quan 50€. Lai Trung Việt & Lo Thi Phương 60€. Lan (Lindau) 30€. Lê Thị Ngọc Mai 80€. Lê Thị Thêu 100€. Lê Thúy Hà 100€. Lê Vân Hào & Đinh Thị Kim Anh và Lê Hào Quang, Lê Quang Thắng (Bad Waldsee) 10€. Lê Văn Tam 60€ HHHL Thiện Thọ. Lê-Nguyễn Thị Anh 20€. Liêu Thái Hòa 3.900€. Lương Văn Du 100€. Mai Thị Ngọc (Konstanz) 20€. Michael 20€. Minh Hà Beck (Markdorf) 20€. My Soul Restaurant (Oberhausen) 20€. Ngan Tho - Lâm Trương & Lâm Tuấn Nghĩa (Überlingen) 50€. Ngọc Bình Ô Thị Hai (Meppen) 300€ HHHL cho người thân trong gia đình. Nguyễn Anh Tuấn 50€. Nguyễn Đức Thinh (Friedrichshafen) 50€. Nguyễn Duy Chinh, Lê Trung Hiếu, Bùi Việt Hoàng, Nguyễn Thị Cẩm Ly, Nguyễn Thị Hồng Hoa và Đào Đức Trung 120€. Nguyễn Hữu Hậu 50€. Nguyễn Thanh Hương 100€. Nguyễn Thị Bích Liên (Neu-Ulm) 200€. Nguyễn Thị Hải Minh (Lindenberg) 50€. Nguyễn Thị Hoài (Konstanz) 30€. Nguyễn Thị Hồng Bích 100€. Nguyễn Thị Hồng Nhung (Bad Waldsee) 20€. Nguyễn Thị Huê 20€. Nguyễn Thị Kim Dung 150€ HHHL Trần Hữu Phuc Pd Thanh Tran. Nguyễn Thị Lan Anh (Neu-Ulm) 10€. Nguyễn Thị Minh Phương (Erbach) 90€. Nguyễn Thị Thanh Lan (Neu-Ulm) 20€. Nguyễn Thị Thúy Hà 30€. Phạm Thái Hùng 15€. Phạm Thanh Duyên & Đinh Thị Thu Thủy và Phạm Hưng 100€. Phạm Thị Thu Hằng (Tettnang) 20€. Phạm Thị Tiết Hồng 20€. Phạm Vũ Thanh Hải 50€. Phạm Vũ Thanh Hải & Dr. Emil-Hasel-Siedlung 50€. Pt Huệ Bửu Hồ Thị Lô & Alfonswagner 30€. Pt. Đinh Xuân Hoàng, Nguyễn Thị Khánh Linh và Lê Thị Tố Uyên 30€. Pt. Lê Thị Oanh (Friedrichshafen) 60€. Quách Thị Hằng (Konstanz) 200€. Quách Thị Phương & Văn Khanh 30€. Quang Tính 20€. Sân Mai (Westerheim)

50€. Seybal Martin & Fink Ngọc Bích 20€. Sickbon 20€. Sư Cô Thích Nữ Hạnh Bình 120€. Tâm Huệ 40€. Thai Do, Mỹ Dung Viên, Anna Ngọc Trân Do & Anton Ernesto Thanh Do 100€. Thanh Hải & Đồng Quý 20€. Thanh Hương Bauer 30€. Tiffany Lam (USA) 50€. Trần Doãn Cường & Trần Phan Susan (Việt Nam & Singen) 50€. Trần Hoàng Minh 90€. Trần Hồng Quyên 100€. Trần Hữu Sơn & Nguyễn Thị Thanh Tâm 2.000€. Trần Huỳnh Đức 50€. Trần Mạnh Thắng 150€. Trần Thị Bác & Nguyễn Thanh Tùng (Lahr/Schwarzwald) 20€. Trần Thị Hải Chinh, Trần Đức Việt David & Trần Đức Quang (Ulm) 20€. Trần Thị Mai Lan (Ravensburg) 20€. Trần Thị Nga 30€. Trần Thị Nở 60€. Trần Thúy Ngà (Neukirch) 20€. Trần Yên (Konstanz) 20€. Trang Lê Quỳnh 20€. Trung Hoa 20€. Tuệ Mạnh Nguyên Phúc 50€. Vietnam House in Nonnenhorn (Nonnenhorn) 100€. Vòng Nip Bình 100€. Vũ Đình Đức 45€. Vũ Thanh Hương (Ulm) 50€. Vũ Văn Hưng (Lindenberg) 30€. Yamak Metin 20€.

*

Khi chuyển tịnh tài cúng Chùa, xin quý vị vui lòng ghi vào nơi (Verwendungszweck = mục đích cho việc gì) để văn phòng dễ làm việc. Quý vị ở xa ngoài nước Đức cũng có thể gửi tiền mặt hoặc Check trong thư, có thể gửi thường hoặc bảo đảm về chùa. Xin thành thật cám ơn quý vị.

Tất cả mọi sự Cúng Dường định kỳ hoặc những lễ lạc khác cho Chùa, quý vị đều có thể lấy Giấy Khai Thuế lại (bằng tiếng Đức) để cuối năm quý vị có thể khai khấu trừ thuế với Chính Phủ. Quý vị nào cần, xin liên lạc về Chùa qua Email: pagodevg2020@gmail.com bằng thư hoặc điện thoại, cho đến cuối tháng 4 mỗi năm; chúng tôi sẽ gửi giấy đến quý vị.

Quý vị chuyển tịnh tài về Chùa Viên Giác, xin chuyển vào Konto mới như sau:

1. Tổ Đình Viên Giác
Congr.d.Verein Vietn.Buddh.Kirche Abteilung i.d
Tên (Kontoinhaber): Pagode Vien Giac
Bank: Sparkasse Hannover
IBAN: DE40 2505 0180 0910 4030 66
BIC: SPKHDE2HXXX

2. Học Viện Phật Giáo Viên Giác
Tên (Kontoinhaber): Pagode Vien Giac
Bank: Sparkasse Hannover
IBAN: DE902505 0180 0910 5706 55
BIC: SPKHDE2HXXX

3. Tu Viện Viên Đức ở Ravensburg
Tên (Kontoinhaber): Kloster Vien Duc
Bank: Kreissparkasse Ravensburg
IBAN: DE53 6505 0110 0111 3020 68
BIC: SOLADES1RVB

Bước sang năm 2026, Tạp chí Viên Giác ghi dấu đoạn đường suốt 48 năm phát hành, liên tục từ số đầu tiên 01.01.1979 đến nay. Đứng trước nhiều thách thức của báo điện tử, chúng tôi vẫn cố gắng duy trì ấn bản in với tâm nguyện bảo tồn tiếng Việt ở hải ngoại, phát huy truyền thống Văn Hóa Phật Giáo và Dân Tộc Việt Nam.

Từ tháng cuối năm 2023, Tạp chí Viên Giác đã có những đổi mới về hình thức và nội dung với phong cách trẻ trung, sinh động. Đặc biệt, chúng tôi bổ sung thêm chuyên mục tiếng Đức "Tuổi Trẻ & Đạo Phật", "Thế Hệ 2+"... cho phù hợp mọi lứa tuổi và mọi gia đình.

Kính mong quý độc giả tiếp tục ủng hộ bằng cách:

- Đọc báo, đặt báo dài hạn và giới thiệu đến thân hữu.

- Tặng báo Viên Giác cho người thân (1 năm = 6 số):

Phí tượng trưng tại Đức: 20,- €/năm (cho cả ấn & bưu phí); ngoài Đức: 30,- €/năm (gửi bằng đường thủy)

Để đặt báo hoặc tặng báo:

Xin vui lòng gửi thư hoặc email về Chùa Viên Giác, hoặc chuyển khoản theo thông tin ở trang đầu tờ báo. Khi gửi, vui lòng ghi rõ: Họ tên, địa chỉ, email/số điện thoại người nhận + số tiền ủng hộ.

Kính tri ân sự hỗ trợ quý báu của quý độc giả gần xa trong suốt thời gian qua. Ban Biên Tập – Báo Viên Giác.

PHIẾU ỦNG HỘ BÁO VIÊN GIÁC

Ngày....... tháng .... năm 20 ....
Số hiệu độc giả (SH) ....
Họ và tên ....
Địa chỉ ....
....
Tel./Email..
Số tiền: ....
Giấy chứng nhận khai thuế: Có ☐ Không ☐
Độc giả mới ☐ Độc giả cũ ☐

Nếu thay đổi địa chỉ nhận báo, xin ghi rõ địa chỉ cũ dưới đây:

....

....

Số Konto của Tổ Đình Viên Giác:
Tên (Kontoinhaber): Pagode Vien Giac
Bank: Sparkasse Hannover
IBAN: DE40 2505 0180 0910 4030 66
BIC: SPKHDE2HXXX

www.ingramcontent.com/pod-product-compliance
Lightning Source LLC
LaVergne TN
LVHW082356200926
848481LV00012B/3578